मराठी व्याकरण लेखन

प्रा. डॉ. मीरा सुंदरराज
एम. ए., बी. एड्, पीएच्. डी.
स.प. महाविद्यालय
(द्वितीय सुधारित आवृत्ती)

डायमंड पब्लिकेशन्स

मराठी व्याकरण लेखन
प्रा. डॉ. मीरा सुंदरराज
फोन : ९३७१०११९१६

Marathi Vyakran Lekhan
Prof. Dr. Meera Sundarraj

प्रथम आवृत्ती : ऑगस्ट, २००६
द्वितीय आवृत्ती : २००८

ISBN : 81-89724-39-8

© डायमंड पब्लिकेशन्स

प्रकाशक
डायमंड पब्लिकेशन्स
२६४/३ शनिवार पेठ, ३०२ अनुग्रह अपार्टमेंट
ओंकारेश्वर मंदिराजवळ, पुणे-४११ ०३०
☎ ०२०-२४४५२३८७, २४४६६६४२
info@diamondbookspune.com

ऑनलाईन पुस्तक खरेदीसाठी भेट द्या
www.diamondbookspune.com

प्रमुख वितरक
डायमंड बुक डेपो
६६१ नारायण पेठ, अप्पा बळवंत चौक
पुणे-४११ ०३० ☎ ०२०-२४४८०६७७

या पुस्तकातील कोणत्याही भागाचे पुनर्निर्माण अथवा वापर इलेक्ट्रॉनिक अथवा यांत्रिकी साधनांनी-फोटोकॉपिंग, रेकॉर्डिंग किंवा कोणत्याही प्रकारे माहिती साठवणुकीच्या तंत्रज्ञानातून प्रकाशकाच्या आणि लेखकाच्या लेखी परवानगीशिवाय करता येणार नाही. सर्व हक्क राखून ठेवले आहेत.

ज्यांच्यामुळे माझ्या जीवनात
निरंतर आनंदाचा झरा वाहत राहिला
त्या माझ्या लाडक्या विद्यार्थ्यांना

ऋणनिर्देश

श्रीमती इंदुमती माधव सिद्धपाठक, श्री. एम्. के. सुंदरराज, ईशानप्रिया एम्. एस्., प्राणेशन् एम्. एस्., श्री. दत्तात्रेय पाष्टे, श्री. वसंत गाडगीळ, लीना बोंजेस, पूनम बैचे, राजश्री जाधव

लेखकाचा परिचय

- डॉ. मीरा सुंदरराज.
- एम्. ए., बी. एड्, पीएच्. डी.
- गेली २९वर्षे स. प. कनिष्ठ महाविद्यालयात मराठीचे अध्यापन. १ ऑगस्ट २००६ पासून शासनमान्य पर्यवेक्षक पदावर नियुक्ती.
- २००५-०६ या शैक्षणिक वर्षाचा प्रा. कै. ग. य. दीक्षित गुणवंत शिक्षक पुरस्कार प्राप्त.
- अशेष विश्वाचा..... काव्यसंग्रह प्रकाशित (२००७) डायमंड पब्लिकेशन्स, पुणे ३०
- 'ईशप्राण' (२००४) या काव्यसंग्रहास महाकवी स्वातंत्र्यवीर सावरकर राज्यस्तरीय प्रथम पुरस्कार (२००५) प्राप्त. शालिनी फाउंडेशनचा काव्यगौरव पुरस्कार (२००५) प्राप्त.
- 'कळीचे फूल होताना' - स्नेहवर्धन प्रकाशन, पुणे. 'अक्षरशिल्प'- माऊली प्रकाशन, कल्याण, विश्वविक्रमी काव्यसंग्रह-कलायात्री प्रकाशन, पुणे इत्यादी प्रातिनिधिक काव्यसंग्रहांमध्ये कवितांचा समावेश.
- विविध वृत्तपत्रे, मासिके, दिवाळी अंकांतून ललित-अललित लेखन प्रसिद्ध. उदा. तसलिमा नासरिन : एक अभ्यास, रत्नाकरी मतकरींची गूढकथा, नाटककार भा. वि. वरेरकर इत्यादी.
- काव्य-कथा-निबंध यांची शालेय-महाविद्यालयीन जीवनापासून विविध पारितोषिके.
- काव्यसंमेलने कार्यशाळा, शिबिरे इत्यादींमध्ये निमंत्रित कवी, परीक्षक, अध्यक्ष अशा विविध नात्याने सहभागी
- 'बारावी मित्र' (२००६-०७) वाणिज्य व कला शाखेच्या अंकांमध्ये 'उत्तरपत्रिका लेखनाचे तंत्र' (मराठी) या विषयावर मार्गदर्शनपर दीर्घ लेख.
- पुणे आकाशवाणीवरून साहित्यिक (बंगाली, असामी, मल्याळी, हिंदी, मराठी साहित्य विषयक), सामाजिक, सांस्कृतिक विषयांवर मराठी व हिंदी भाषेतून नेहमी व्याख्याने.
- विद्यार्थ्यांशी सुसंवाद साधणे हा सर्वात आवडता छंद.
- ज्योतिष- अध्यात्म या विषयांत विशेष रस.
- झाडे लावणे, जगवणे यासाठी नेहमी प्रयत्नशील.
- पत्ता - बी. १०१, कॅमेलिया, जांभूळकर चौक, वानवडी, पुणे ४११०४०

अनुक्रमणिका

प्रकरण पहिले : लेखन ९
१.१ निबंधलेखन
१.२ आकलन
१.३ सारांशलेखन

प्रकरण दुसरे : उपयोजित (व्यावहारिक) ५५
२.१ पत्रलेखन
२.२ निमंत्रणपत्रिका
     कार्यक्रमपत्रिका
२.३ वृत्तान्तलेखन

प्रकरण तिसरे : पारिभाषिक शब्द ८९
पारिभाषिक शब्द

प्रकरण चौथे : व्याकरण १०२
४.१ अलंकार
४.२ वृत्ते
४.३ वाक्यरूपांतर
४.४ शुद्धलेखन
४.५ विरामचिन्हे
४.६ वाक्प्रचार व म्हणी

प्रकरण पाचवे : आधुनिक भाषाविज्ञानाचा परिचय १७१
५.१ ध्वनी
५.२ स्वन
५.३ स्वनिम
५.४ रुपिम
५.५ प्रमाणभाषा आणि बोलीभाषा यांचा परिचय

संदर्भग्रंथ सूची १८८

नवीन अभ्यासक्रम : लेखी व तोंडी परीक्षेविषयी मार्गदर्शन

शैक्षणिक वर्ष २००६-०७ पासून इयत्ता ११ वी साठी आणि शैक्षणिक वर्ष २००७-०८ पासून इयत्ता १२ वी साठी नवीन अभ्यासक्रम सुरू होत आहे. शासनाने आता लेखी परीक्षेबरोबर तोंडी परीक्षेचाही समावेश केला आहे. भाषा विषयांच्या अध्ययन-अध्यापनामधून श्रवण, कथन, वाचन, लेखन व भाषण-संभाषण ही कौशल्ये विद्यार्थ्यांमध्ये विकसित व्हावीत हा हेतू त्यामागे आहे.

इयत्ता अकरावीसाठी वर्षभरात **३०० गुणांची** परीक्षा (लेखी व तोंडी) घेतली जाणार असून त्यांची सरासरी काढून **१०० पैकी गुण** गुणपत्रिकेमध्ये नोंदवले जातील. अकरावीत, संपूर्ण शैक्षणिक वर्षात कशाप्रकारे परीक्षा घेतल्या जातील याचा आराखडा -

अ) सत्रपरीक्षा - (१०० गुण)

सत्र १ (५० गुण)		**सत्र २ (५० गुण)**	
३० गुण - घटकचाचणी		३० गुण - घटकचाचणी	
२० गुण - लेखी काम (निबंध, गृहकार्य)		२० गुण - लेखी काम (निबंध, गृहकार्य)	
५० गुण	+	५० गुण	= १०० गुण

ब) सहामाही परीक्षा - (१०० गुण)

८० गुण - लेखी परीक्षा

२० गुण - तोंडी परीक्षा

क) वार्षिक परीक्षा - (१०० गुण)

८० गुण - लेखी परीक्षा

२० गुण - तोंडी परीक्षा

म्हणजेच अ + ब + क = ३०० गुण

लेखी परीक्षेसाठी असलेल्या ८० गुणांची विभागणी खालीप्रमाणे असेल.

गद्य – २२ गुण
पद्य – १८ गुण
स्थूल वाचन – १० गुण
लेखन – २० गुण
व्याकरण – १० गुण
एकूण – ८० गुण

२० गुणांच्या तोंडी परीक्षेसाठी (इयत्ता अकरावी व बारावी) कौशल्यानिहाय गुणविभागणी खालीलप्रमाणे –

१) श्रवण – ०६ गुण
२) प्रकट वाचन – ०४ गुण
३) भाषण – ०५ गुण
४) संभाषण – ०५ गुण

लेखी परीक्षेचे ८० गुण व तोंडी परीक्षेचे २० गुण अशा एकूण १०० गुणांपैकी संपूर्ण भाषाविषयात उत्तीर्ण होण्यासाठी विद्यार्थ्यांने संपादन केलेल्या लेखी व तोंडी परीक्षेतील गुणांची एकत्रित बेरीज ३५ होणे आवश्यक आहे.

इयत्ता बारावीसाठी शैक्षणिक वर्ष २००७-०८ पासून नवीन अभ्यासक्रम सुरू झाला आहे. बारावीची सहामाही परीक्षा त्या त्या कनिष्ठ महाविद्यालयातच होणार असून ती १०० गुणांची असेल. त्याची गुणविभागणी लेखी परीक्षा ८० गुण व तोंडी परीक्षा २० गुण अशीच असेल. महाराष्ट्र राज्य माध्यमिक व उच्च माध्यमिक शिक्षण मंडळाकडून बारावीची वार्षिक परीक्षा घेतली जाईल. ८० गुणांच्या लेखी परीक्षेपूर्वी २० गुणांची तोंडी परीक्षा त्या महाविद्यालयांनी मंडळाच्या मार्गदर्शनानुसार घ्यावयाची आहे.

प्रकरण पहिले

लेखन

१.१ : निबंधलेखन

प्रास्ताविक –

निबंध हा गद्यलेखनाचा एक महत्त्वपूर्ण आविष्कार आहे. अनेक विचारांची; एका विचाराच्या विशिष्ट अंगांची आकर्षक बांधणी म्हणजे निबंध. नि + बन्ध = बांधणे. एका विषयाभोवती अनेक कल्पना–विचारांची विस्तृत गुंफण करणे म्हणजे निबंधलेखन करणे होय. निबंधात ज्या विषयाचे निवेदन केले जाते त्यात काहीतरी वेगळेपण असले पाहिजे. त्या विषयाशी आपला जवळचा, जिव्हाळ्याचा संबंध असला पाहिजे. या दृष्टीने निबंधलेखनात 'मी'ला फार महत्त्व असते. म्हणून निबंधात अनेकांच्या विचारांचे संकलन करण्यापेक्षा स्वत:चे विचार, स्वत:चा दृष्टिकोन प्रकट झाला पाहिजे. आपल्या 'मी'चे म्हणजे आपल्या व्यक्तिमत्त्वाचे दर्शन निबंधातून घडावे. कुणाचे विचार पाठ करून निबंध लिहू नये. वेगवेगळ्या व्यक्तींच्या विचारांचे–मतांचे एकत्रीकरण म्हणजे निबंध नव्हे. आपले स्वत:चे विचार ठामपणे, नि:संदिग्धपणे मांडता आले पाहिजेत. त्यांची योग्य जुळणी करता आली पाहिजे. ते विचार विखुरलेले, विस्कळीत ठेवू नयेत.

निबंधाचा एखादा विषय मतभेद, मतांतरे असणारा असतो. अशावेळी सुरुवातीला विरुद्ध मतांची नोंद करून मग पुढे विवेचनात ते खोडून काढावेत किंवा आरंभी अनुकूल मते नोंदवून मग आक्षेपार्ह विचार मांडावेत. दोन्ही पद्धती सारख्याच परिणामकारक ठरतात. निबंधाचा विषय सुभाषित, श्लोक, वचन, सुविचार अशा प्रकारचा असेल (उदा. प्रयत्ने वाळूचे कण रगडिता, कालाय तस्मै नम: ।, कासया गुणदोष पाहो आणिकांचे –) तर त्यातील मुख्य विचार आधी जाणून घ्यावा लागतो, त्याच्यावर विविध मुद्द्यांची गुंफण करावी लागते. रूपकात्मक सुभाषितातील, वचनातील; रूपक, उदाहरण आधी सरळ अन्वय लावून स्पष्ट करावे आणि मग त्यातले रूपकत्व सांगावे. सुभाषित / श्लोक / वचन / सुविचार यांचा संपूर्ण निबंधभर पालुपदासारखा उपयोग करावा.

चांगला निबंध लिहिता येण्यासाठी आपले अवांतर वाचन भरपूर पाहिजे. चिंतन–मननाची सवयही लावून घ्यायला हवी. जीवनातील प्रत्येक अनुभव ज्याला डोळसपणे घेता येतो त्याला निबंधलेखनाची वेगळी तयारी करावीच लागत नाही. जितके आपले

वाचन विपुल, जितकी आपली निरीक्षणशक्ती सूक्ष्म, जितका डोळसपणा अंगी जास्त तितके आपले निबंधलेखनाचे कौशल्य वाढते. चौफेर ज्ञान, चौकस वृत्ती, बहुश्रुतता, नीरक्षीरविवेकबुद्धी ही चांगल्या निबंधलेखनाची शिदोरी असते.

निबंधाचा प्रारंभ, विषयविवेचन, शेवट, निबंधाची भाषा ही निबंधलेखनाची प्रमुख अंगे आहेत. या सर्वांचा उचित समतोल साधता आल्यास उत्कृष्ट निबंध लिहिता येतो. निबंधलेखन ही एक कला आहे आणि सरावाने त्या कलेला अधिक उन्नत करता येते. निबंध अधिक चांगला लिहिता यावा यासाठी कधी फक्त कुठल्याही प्रकारच्या निबंधाच्या विषयांचे प्रारंभ लिहून पाहण्याचा सराव करावा; तर कधी आकर्षक- परिणामकारक समारोप कसे करता येतील हे वेगवेगळ्या प्रकारे परिच्छेद तयार करून सराव करावा. अनेक संस्कृत सुभाषितं, श्लोक, इतर भाषांतील सुंदर विचार-वाक्ये यांचे एकत्रीकरण करावे व त्यांचे पाठांतर करावे.

निबंधाचा प्रारंभ –

निबंधाची सुरुवात आकर्षक असावी. वाचकांना निबंध शेवटपर्यंत वाचावासा वाटला पाहिजे असे सामर्थ्य प्रारंभात असावे. वर्ण्य विषयाचे नीट आकलन झाले आहे हे, आपण केलेल्या प्रभावी नेमक्या सुरुवातीतूनच कळते. त्या विषयाबद्दल आपल्याला असलेली आत्मीयता सूचित होते. प्रारंभ हे निबंधाचे महत्त्वाचे अंग आहे. प्रारंभीच्या वर्णनातून निबंधाच्या विषयाचे सूतोवाच झाले पाहिजे. 'नमनाला घडाभर तेल' अशी अवस्था होऊ नये. संक्षेप हा प्रारंभाचा महत्त्वाचा गुण ठरतो. कधी एखादे संतवचन, कवितेच्या एखाद-दोन ओळी, थोर पुरुषांची वचने-उद्धरणे; तर कधी सुभाषिते-सुविचार यापैकी काहीतरी देऊन निबंधाची सुरुवात आकर्षक करता येते. मात्र ही एकच पद्धत नाही. कधी जळजळीत प्रश्न उपस्थित करून, कधी ३-४ ओळींचा संवाद देऊन, वाक्प्रचार-म्हणींचा वापर करून, कधी चमत्कृतिजन्य-रम्य वर्णन करूनही सुरुवात आकर्षक करता येते. कोणत्याही पद्धतीने निबंधाची सुरुवात केली तरी ती विषयाला साजेशी पाहिजे हे नक्की. विषयात शिरण्याची ती पहिली पायरी आहे, याचे भान ठेवायला हवे. प्रारंभात स्वाभाविकताही हवी.

निबंधाच्या प्रारंभाचा परिच्छेद साधारणत: ७-८ ओळींचा असावा. हा पहिला परिच्छेद निबंधाच्या विषयाची पूर्वपीठिका हवी. प्रास्ताविक-प्रस्तावना असेच प्रारंभाचे स्वरूप असावे.

विषयविवेचन –

संपूर्ण निबंधाचा 'विषयविवेचन' हा गाभा आहे. मूळ विषयाच्या विवेचनाचे ४-५ परिच्छेद करावेत. प्रत्येक परिच्छेद ८-१० ओळींचा असावा. परिच्छेद बदलताना

मुद्दा बदलला आहे हे लिहिण्यातून स्वाभाविकपणे जाणवावे. एकच एक मुद्दा फक्त वेगळ्या भाषेत पुन:पुन्हा मांडू नये. एकातून एक पुढचा मुद्दा यावा पण तरीही प्रत्येक मुद्दा स्वतंत्र वाटावा. विषयविवेचन म्हणजे विषयाची मांडणी. ही मांडणी अतिशय सुसूत्र असावी. मुख्य विषयाचा अधिकाधिक विस्तार म्हणजे विषयविवेचन. विषय-विवेचनात विषयाशी सुसंगत, पण वेगळी १-२ उदाहरणे दिली तरी चालतात; पण त्यापेक्षा जास्त उदाहरणे देऊन अतिरेक करू नये. मधूनच प्रसिद्ध लेखकांची, कवींची अवतरणे घालण्याचा हव्यास नसावा. विषयाला नेमके, अचूक लागू पडत असेल तेव्हाच एखादे अवतरण आपला मूळ मुद्दा स्पष्ट करण्यासाठी पूरक म्हणून द्यावे. ते नेमक्या कोणत्या साहित्यिकाचे, विचारवंताचे, थोर व्यक्तीचे अवतरण आहे हे खात्रीने माहीत असले पाहिजे. संपूर्ण कविता देणे, एखादा मोठा पूर्ण परिच्छेद देणे एवढे विस्तृत अवतरण नसावे. एखादी ओळ, एखादे वाक्य सुद्धा समर्पक असेल तर हवा तो परिणाम साधला जातो.

विचारसौंदर्य, विचारगांभीर्य हे कुठल्याही प्रकारच्या निबंधाचे एक व्यवच्छेदक लक्षण आहे. विषयानुरूप भावनांचा आविष्कार, रसाळपणा यांची जोडही विवेचनास द्यावी. विषयविवेचनात आख्यायिका, कथा यांचा ऊठसूठ वापर करू नये. फारतर जाताजाता त्यांचा संदर्भ द्यावा. विषयविवेचन हा निबंधाचा गाभा असल्यामुळे आपले सगळे कौशल्य पणाला लावावे. विषयाशी संबंधित सर्व महत्त्वपूर्ण गोष्टींची सांगोपांग चर्चा त्यात व्हावी. विषयविवेचनातील एकाच परिच्छेदात एकाच मुद्यावरचे परस्परविरोधी विचार येऊ नयेत याची खबरदारी घ्यावी. पूर्ण विवेचनात एक प्रवाहीपण असावे. एकसूत्रता, सुसंगती असावी.

निबंधाचा शेवट –

विषयविवेचनात चर्चिलेल्या मुद्यांचा सारांश लिहून, कधी मुख्य विषयासंबंधी प्रश्न निर्माण करून, कधी उपायही सुचवून निबंधाचा शेवट / समारोप करावा. कलात्मक रीतीने समारोप करणे केव्हाही चांगले. प्रारंभाप्रमाणेच सुप्रसिद्ध वचन, सुभाषित वगैरे देऊन निबंध संपवावा. निबंधाचा शेवट संक्षेपाने करता यायला हवा. आरंभाप्रमाणेच शेवटही आकर्षक, परिणामकारक असावा. निष्कर्ष, सार या शेवटच्या परिच्छेदात देता येते. समारोपाला उपसंहार असेही म्हणतात. शेवट बोलका असेल तर वाचकांच्या विचारांना दिशा देता येते. काहीवेळा आपण निष्कर्ष न काढता वाचकांवरच त्याची जबाबदारी सोपविण्यातूनही शेवट आकर्षक होतो.

निबंधाच्या शेवटचा परिच्छेद ७ ते १० ओळींचा असावा. तो अत्यंत प्रभावी

असायला हवा. शेवट परिणामकारक करता आला नाही तर संपूर्ण निबंध कितीही चांगला लिहिला तरी त्यावर पाणी पडते. आकर्षक, परिणामकारक शेवट हेच चांगल्या निबंध लेखनाचे गमक आहे.

निबंधाची भाषा –

भाषेचे खरे सामर्थ्य एका हृदयातून दुसऱ्या हृदयात भावनांचे संक्रमण करण्यात असते. अशी भाषा लिहिणे म्हणजेच सहज–साधी–सोपी भाषा असणे. निबंधाला अशी भाषाच आवश्यक असते. मात्र ती अवगत असणे सर्वात कठीण आहे. निबंधाची भाषाशैली विषयानुरूप असावी. वैचारिक निबंधाची भाषा गंभीर, प्रौढ असते तर वर्णनपर निबंधाची भाषा हलकीफुलकी, चटकदार असते. हे अंतर निबंधलेखनात जाणवले पाहिजे. बोलीभाषेचा वापर फारसा करू नये. वर्णनपर, आत्मवृत्तपर व लघुनिबंध या प्रकारांमध्ये माफक प्रमाणात बोलीभाषा चालते किंवा कुठल्याही विषयात संवादवजा एखादा परिच्छेद असला तर त्यात बोलीभाषा चालते. निबंधाची भाषा भारदस्त, प्रौढ असावी. कल्पनाप्रधाननिबंध, लघुनिबंध यासाठी ललित भाषा असावी. कुठल्याही प्रकारच्या निबंधाची भाषा अलंकारांच्या ओझ्याखाली दबलेली नसावी.

निबंधांचे प्रकार –

निबंधांचे वर्गीकरण सामान्यत: पुढील प्रकारे केले जाते.

१) वैचारिक २) वर्णनपर ३) कल्पनाप्रधान ४) शास्त्रीय ५) चरित्रात्मक / व्यक्तिचित्रणात्मक ६) आत्मकथनपर ७) शब्दचित्रात्मक ८) लघुनिबंध.

निबंधांचे हे प्रकार एकमेकांपासून पूर्ण भिन्न असे कधीच नसतात. त्याच्या सीमारेषा सहजपणे एकमेकात मिसळतात. निवेदनशैली, वर्णनशैली, भाषाशैली अशा अनेक बाबतीत बऱ्याचशा निबंधप्रकारांमध्ये साम्य आढळते.

१) वैचारिक निबंध :

वैचारिक निबंधालाच चर्चात्मक निबंध असेही म्हणतात. या प्रकारच्या निबंधात विषयाला एकदम सुरुवात करावी. कमीतकमी ५–६ तरी स्वतंत्र, विचारप्रधान मुद्दे असावेत. या प्रकारच्या निबंधात सामान्यज्ञानाला महत्त्व असते. कल्पनेला थारा नसतो. विषयासंबंधी वास्तव माहिती असेल तरच हे निबंध लिहावेत. वैचारिक निबंधांची भाषा प्रौढ गंभीर असते. तोच तो विचार वेगळ्या भाषेत परत मांडू नये. चिंतनाच्या पातळीवर जाता यायला हवे.

वैचारिक निबंधात संबंधित विषयाच्या सर्व पैलूंचा विचार करावा लागतो. हा विवेचनात्मक निबंधप्रकार आहे. अनेक विचारवंतांचे दाखले (आपल्या म्हणण्याच्या

पुष्टीसाठी) वैचारिक निबंधात दिले तरी चालतात. खंडन-मंडनात्मक शैली जास्त परिणामकारक ठरते.

वैचारिक निबंधांचे काही विषय -

स्त्री : कालची व आजची, बदलते उद्योगविश्व, शासनकारभारात मराठीचा वापर, पालकवर्षाची आवश्यकता, निरक्षरता : एक सामाजिक कलंक, दूरदर्शन आणि युवावर्ग, वृक्षसंवर्धनाची गरज, लोकशाहीत वृत्तपत्रांचे स्थान, खेळांचे महत्त्व, विद्यार्थी आणि चित्रपट, मातृभाषेची महती, यंत्रयुगात आपण, मुद्रणकला : एक वरदान, संतांची कामगिरी, देशभक्ता प्रासाद बंदिशाला, निसर्ग आणि मानव, बेकारीची समस्या, आजच्या तरुणांच्या व्यथा, श्रमदान, मराठीची थोरवी, ग्रंथालयांचे महत्त्व, राज्यभाषा विकासासाठी ..., विज्ञानाची किमया, अनुभव हाच शिक्षक, सामाजिक समस्या आणि समाजसेवा, एकी हेच बळ, निवडणूक आणि स्थिर सरकार, भारतीय शेतीपुढील आव्हाने

२) वर्णनपर निबंध -

वर्णनात्मक निबंधांचे विषय स्थिर स्वरूपाचे असतात. ते कोणालाही, केव्हाही, अनुभवता येतात. उदा. पावसाळ्यातील सृष्टिसौंदर्य, प्रदर्शन, रहदारीचा रस्ता, दीपावली, भूकंप-महापूर यांसारखे सगळ्यांच्या अनुभवातले विषय असल्यामुळे वर्णनपर निबंधात माहितीत वेगळेपण, नावीन्य, आधिक्य फारसे आणता येत नाही; पण विचारांपेक्षा भाषेस, मांडणीस इथे अधिक महत्त्व असते. जे अनुभवले तेच कथन करायचे असल्यामुळे आपल्या निरीक्षणशक्तीची, कथन कौशल्याची कसोटी लागते. सूक्ष्म निरीक्षणामुळे वर्णन रसपूर्ण होते. वर्णनाची भाषा साधी-सोपी, चटकदार असावी, ओघवती असावी. यालाच **सुरसवर्णनशैली** असे म्हणता येईल. यासाठी रंगवून सांगण्याची कला अंगी असावी लागते. वर्ण्य विषयाशी एकरूप होऊन त्या प्रसंगाचे हुबेहूब वर्णन करता यायला हवे आणि ते सुसंगत असावे. पाल्हाळिक वर्णनाला फाटा द्यावा. निवडक घटना-प्रसंग-अनुभवच कथन करावे. घडलेले सारेच सांगत सुटायची गरज नसते. फक्त डोळ्यासमोर ती घटना, तो प्रसंग हुबेहूब उभा राहिला पाहिजे. यासाठी काही बारकावे देण्याची गरज आहे. आपले वर्णन वाचताना वाचकांची उत्कंठा वाढली पाहिजे हा वर्णनपर निबंधाचा महत्त्वाचा निकष.

वर्णनपर निबंधांचे काही विषय -

ऐतिहासिक स्थळाला भेट, पर्वतशिखरावरून दिसणारी शोभा, परीक्षेपूर्वी एक तास, रम्य पहाट, मी पाहिलेली जत्रा, नभ मेघांनी आक्रमिले..., एक विवाह समारंभ, आगीचे तांडव, अशीही एक संध्याकाळ, आधुनिक तीर्थक्षेत्रे, चांदण्या रात्रीची मौज,

महानगरातून फेरफटका, आमचे स्नेहसंमेलन, एक भयंकर अपघात, धबधब्याकाठी एक तास, मी पाहिलेला क्रिकेटचा एक सामना, पावसाळ्यात घाटातून प्रवास.

३) कल्पनाप्रधान निबंध –

या प्रकारात वसतुस्थितीपेक्षा कल्पनेवर भर असतो. सुरुवातीच्या वाक्यापासूनच कल्पना ताणत न्यावी आणि शेवटपर्यंत त्या कल्पनेशी प्रामाणिक राहावे; मधूनच वास्तवात शिरू नये. नाहीतर फुग्याला टाचणी लावल्याप्रमाणे कल्पनेतली सगळी हवा निघून जाते. जी गोष्ट सत्यसृष्टीत घडत नाही, पण **ती घडली तर** याविषयी कल्पना करून त्यात रममाण होता आलं पाहिजे. त्या दृष्टीने आशय–भाषा अनुरूप असण्याची गरज असते. कल्पनाप्रधान निबंधात विषय कसा सजविला जातो याला महत्त्व असते. कल्पनेचा स्वैर संचार इथे अभिप्रेत असला तरी आपले कल्पनारंजन हास्यास्पद होता कामा नये. मुळात जी गोष्ट शक्य नाही पण ती सत्यच आहे असे भासवायचे असते म्हणून कल्पनेला जागृतीचा लगाम घालावाच लागतो. म्हणजे कल्पना कितीही ताणली तरी ती लोकांना पटेल अशीच असावी लागते. कल्पनाप्रधान निबंध म्हणजे काल्पनिक निबंध नव्हे तर कल्पनाचमत्कृती असलेला निबंध होय. त्यासाठी कल्पनाशक्तीची देणगी असावी लागते. वर्णनकौशल्यही अंगी असावे लागते.

कल्पनाप्रधान निबंधाचे काही विषय –

मला लॉटरी लागली तर, बालपण परत आले तर, माणसाला मृत्यू नसता तर, मी संरक्षणमंत्री झालो तर, घड्याळे बंद पडली तर, वर्तमानपत्रे नसती तर, वीज नसती तर, मी पंतप्रधान झाले तर, मला पंख असते तर, परीक्षा नसत्या तर, आकाश बोलू लागले तर, समुद्र आटला तर, माणसाला मन नसते तर, संगणक नसता तर !

४) शास्त्रीय निबंध –

शास्त्रीय निबंध लिहिणे सर्वात अवघड असते. शास्त्रीय शोधांची, सत्यांची अचूक माहिती त्यासाठी असावी लागते. उपजत वैज्ञानिक दृष्टी असेल तर असे निबंध लिहिता येतात. शास्त्रीय निबंधाची भाषा गंभीर, ग्रांथिक असावी. आपल्या सखोल, सूक्ष्म ज्ञानाचे प्रदर्शन विवेचनातून, मांडणीतून झाले पाहिजे. परीक्षेत शास्त्रीय निबंध फार क्वचित लिहायला येतात. वैचारिक निबंधांप्रमाणेच शास्त्रीय निबंधांच्या विषयांचे, शैलीचे स्वरूप असते; पण शास्त्रीय निबंधात एखाद्या विषयाची शास्त्रीय माहिती अधिक काटेकोर असावी लागते. निबंधलेखकाचा वर्ण्य विषयाचा अभ्यास परिपूर्ण असावा लागतो.

शास्त्रीय निबंधांचे काही विषय –

अणुचाचण्या आणि भारत, विज्ञानाची वाटचाल, पोखरणच्या निमित्ताने–,

मंगळावर मनुष्यवस्ती आहे !, भारताने आजवर पाठविलेली अवकाशयाने-उपग्रह, परमसंगणक, विज्ञान आणि आपण.

५) चरित्रात्मक / व्यक्तिचित्रणात्मक निबंध –

त्या व्यक्तीबद्दल म्हणजे चरित्रविषयाबद्दल सत्य माहिती असली की चरित्रात्मक निबंध लिहिणे सोपे असते. लेखकाला स्वत:च्या मनाचे किंवा कल्पनेने निर्माण केलेले काही लिहायचे नसते. त्या व्यक्तीच्या चरित्राचा संपूर्ण तपशील न देता महत्त्वाची माहितीच तेवढी द्यावी. उदा. – म. फुले यांचे मूळ आडनाव गोऱ्हे होते. त्यांचे पूर्वज पेशव्यांना फुले पुरविणारे होते म्हणून 'फुले' हेच त्यांचे आडनाव पडले, अशा माहितीने निबंधाला एक वेगळे परिमाण लाभते. ज्या व्यक्तीबद्दल लिहीत आहोत त्याच्याबद्दल भावनेचा ओलावा असावा. त्याच्या जीवनाचे व कार्याचे यथोचित वर्णन करावे. त्यातून त्या व्यक्तीच्या चरित्राचे, व्यक्तिमत्त्वाचे विविध पैलूंनी दर्शन घडवावे. ज्याचे चरित्र रेखाटायचे ती व्यक्ती असामान्य, चारचौघांपेक्षा वेगळी कशी हे लिखाणातून स्पष्टपणे जाणवावे. त्याच्या जीवनातील घटनांची कालानुक्रमे माहिती द्यावी.

चरित्रात्मक निबंधांचे काही विषय –

आदर्श शिक्षक, माझा आवडता साहित्यिक, माझा जिवलग मित्र, माझा आवडता संत, स्वातंत्र्यवीर सावरकर, सर्वोत्कृष्ट चित्रकार, माझ्या जीवनाला वळण लावणारी व्यक्ती, माझा आवडता खेळाडू.

६) आत्मकथनपर निबंध –

आपण त्या त्या व्यक्तीच्या, वस्तूच्या, स्थानाच्या, घटकाच्या भूमिकेत, अंतरंगात शिरणे आत्मकथनपर निबंधात आवश्यक असते. आपण महाविद्यालयाची इमारत आहोत, पडका किल्ला, फाटके पुस्तक, माजी सैनिक, रेल्वे फलाट, संगणक, चंद्र आहोत या भूमिकेतून इतरांना आपले मनोगत सांगायचे असते, संवाद साधायचा असतो. त्या त्या व्यक्ती, वस्तू इत्यादींच्या सुख-दु:खांशी, अनुभवांशी एकरूप होता आले पाहिजे.

आत्मकथनपर निबंधात शेवट स्वाभाविक हवा. घड्याळाचे आत्मवृत्त लिहिताना 'माझी जन्मभूमी स्वित्झर्लंड' अशासारखा उल्लेख येणे अपरिहार्य आहे. त्यातून आपल्या ज्ञानाची चुणूक दिसते. आत्मकथनपर निबंधाची वाक्यरचना प्रथमपुरुषीच असायला हवी. या प्रकारात कल्पनाप्रधान निबंधाच्या खालोखाल कल्पनाविलासाला, कल्पनाविस्ताराला वाव असतो. बोलीभाषेला थोडेफार स्थान देता येते.

आत्मकथनपर निबंधांचे काही विषय –

नदीची आत्मकहाणी, पुस्तकाची कैफियत, चंद्राचे मनोगत, सत्याग्रहीचे

आत्मकथन, रेल्वेच्या रुळांचे मनोगत, फळ्याचे आत्मवृत्त, अभ्यासाच्या खोलीचे आत्मवृत्त, मी सूर्य बोलतोय, भूकंपग्रस्ताची आत्मकहाणी, सागरकिनाऱ्याची मनोव्यथा, मी पणती बोलतेय, मोराची कैफियत, ताजमहालाची व्यथा, जुन्या किल्ल्याची कैफियत, अंतराळवीराचे मनोगत.

७) शब्दचित्रात्मक निबंध –

ज्या व्यक्तीचे शब्दचित्र रेखाटायचे त्याच्याबद्दल आत्मीयता, आस्था असावी लागते. त्या व्यक्तीचे बाह्यरूप पूर्णपणे रेखाटावे व स्वभावाची २-३ ठळक वैशिष्ट्ये सांगावीत. शरीरयष्टी, पोशाख, बोलण्यातली एखादी खास लकब याविषयी माहिती सांगताना त्या व्यक्तीचे हुबेहूब रूप साकार झाले पाहिजे. शब्दचित्रे प्रामुख्याने माणसांची रेखाटली जात असली तरी वृक्ष, पशु-पक्षी यांच्याविषयी शब्दचित्रात्मक शैलीतून भावना व्यक्त करता येऊ शकतात. व्यक्तिचित्रणात्मक निबंधाप्रमाणे या प्रकारातही वर्ण्य विषयासंबंधी आपलेपणा, जिव्हाळा (फारसे घनिष्ठ संबंध नसले तरी), प्रसंगी सहानुभूती असावी.

शब्दचित्रात्मक निबंधांचे काही विषय –

बालवीर, माझी मैत्रीण, पोस्टमन, वृत्तपत्र टाकणारा मुलगा, स्टेशनवरील हमाल, फिरता विक्रेता, एक लघुउद्योजक, आमचा दूधवाला, भाजीविक्रेता, देवळातील पुजारी, तिकीट तपासनीस, गुराखी, एक स्वयंपाकी, झाडूवाला, शेतमजूर, तबलावादक.

८) लघुनिबंध –

वरवर सोपा पण प्रत्यक्षात लिहायला अवघड असा हा निबंधप्रकार आहे. बोलीभाषा आणि ग्रांथिकभाषा यांचा समन्वय लघुनिबंधात साधायचा असतो. लघुनिबंध म्हणजे केवळ आकाराने लहान निबंध नव्हे. तो एक स्वतंत्र वाङ्मयप्रकारच आहे. लेखक आपल्या मनातील गुपितं सुद्धा वाचकांना मित्र समजून सांगत असतो, त्यांच्याशी हितगूज करतो. लघुनिबंधाची शैली इतर निबंधप्रकारांपेक्षा अधिक मार्मिक असावी लागते. खऱ्या अर्थाने लघुनिबंधाची परंपरा फडके-खांडेकर युगापासून सुरू झाली. या निबंधप्रकारात आनंद, मनोरंजन यांना प्राधान्य असते. १९२५ नंतर आपण ज्याला लघुनिबंध म्हणतो तो मराठीत जन्माला आला. पांडित्य हा जसा गंभीर निबंधाचा आत्मा त्याप्रमाणे लालित्य हा लघुनिबंधाचा प्राण आहे. विचारप्रधान निबंध सुस्थिर होत असताना लघुनिबंधालाही स्वरूप व प्रतिष्ठा प्राप्त झाली. या निबंधात वस्तुनिष्ठपणे एखाद्या सर्वसामान्य किंबहुना इतरांच्या दृष्टीने फारशा महत्त्वाच्या नसलेल्या गोष्टींवर आपल्याला सुचतील ते विचार मनमोकळेपणाने मांडण्याची मुभा असते. त्यामुळे लेखकाच्या व्यक्तिमत्त्वाच्या आविष्काराला अधिक वाव असतो.

म्हणूनच हा आत्मनिष्ठ लेखनप्रकार ठरतो. इंग्रजीतील ॲडिसन, स्टील, गोल्डस्मिथ या आत्मनिष्ठ निबंधकारांचा मराठीतील लघुनिबंधावर खूप प्रभाव आहे. इंग्रजीतील 'पर्सनल एसे'शी मराठी लघुनिबंधाचे साम्य आहे. मनाचा किंवा व्यक्तिमत्त्वाचा मुक्त संचार असे लघुनिबंधाचे स्वरूप सांगता येईल. विषयातली चमत्कृती, भाषेतला खेळकरपणा, मांडणीतले स्वातंत्र्य ही लघुनिबंधाची काही वैशिष्ट्ये सांगता येतील. निबंधकार उपदेशातून शिष्य निर्माण करतो तर लघुनिबंधकार गप्पा मारून मित्र जोडतो.

वि. स. खांडेकर यांच्यामते लघुनिबंध हा वाङ्मयप्रकार व्यक्तिनिष्ठ आहे. तंत्रकौशल्याला त्यात विशेष अवसर नाही. कोणत्याही नियमाच्या चौकटीत बसणारे त्याचे रूप नव्हेच. विनोद, मिष्किलपणा, हलकेफुलकेपणा, लालित्य, रंजकता यांच्याबरोबरीने विचारांची डूब, चिंतनशीलतेचा स्पर्श याचीही गरज लघुनिबंधात असते, पण विचार, चिंतन, गांभीर्याने तत्त्वचर्चा यांचे पारडे जड नसते. या गोष्टी सहज स्वाभाविकपणे लघुनिबंधात चपखल बसल्या पाहिजेत.

लघुनिबंधांचे काही विषय –

भविष्याचे वेड, स्तुती करण्याची कला, अफवांचे पीक, विस्मरणाचे सुख, परीक्षांचे वेड, थापा मारण्याची कला, नको ते शेजारी, बालपण, माझे पहिले भाषण (हा वर्णनपर विषयही होऊ शकतो), आधी केले मग सांगितले, भित्यापाठी ब्रह्मराक्षस, थांबला तो संपला, मित्रता, चांगल्याचा शेवट चांगलाच, प्रवासाचे वेड, आगळा छंद, नको हा पावसाळा, लेखणीची जादू, जाहिरातीची किमया.

परीक्षेच्या वेळी निबंध लिहिताना घ्यावयाची काळजी –

१) निबंधाचा प्रश्न पहिल्या क्रमांकावर सोडवू नये. कारण स्थिरस्थावर होण्यास सुरुवातीचा बराच वेळ जातो. विचारांच्या बांधणीला हवी असलेली एकाग्रता सुरुवातीला न मिळाल्यामुळे तो एकच प्रश्न सोडवण्यात जवळजवळ दुप्पट वेळ जातो. उत्तरपत्रिकेत सर्वात शेवटीही निबंध लिहू नये. कारण पुरेसा वेळ नसेल तर विचारांच्या मांडणीत सुसंगती राहात नाही; घाईघाईने मुद्यांना सोडून विवेचन केले जाते. अपुऱ्या वेळामुळे विषयविवेचन अर्धवट राहाते. भाषाशैलीच्या सौंदर्याकडे लक्ष द्यायला वेळ मिळत नाही. म्हणून निबंधाचा प्रश्न सामान्यत: ३-४ थ्या क्रमांकावर सोडवावा.

२) निबंधाचा विषय एकदाच नीट ठरवून घ्यावा. चार ओळी लिहून झाल्यावर त्या खोडून दुसरा विषय लिहायला घ्यायचा असे करू नये. आपल्याकडे निर्णयशक्ती, ठाम विचार नाहीत असे परीक्षकांना वाटते. डळमळीत स्वभावाचे दर्शन घडल्याने परिणाम चांगला होत नाही. विषय ठरविण्यासाठी आधी १-२

मिनिटे वेगळा वेळ गेला तरी चालेल. मनात विवेचन रूपरेषा तयार करूनच निबंध लिहिण्यास सुरुवात करावी.

३) निबंधावर शीर्षक दिलेच पाहिजे. ते थोड्या मोठ्या अक्षरात द्यावे.
४) परिच्छेदांना आकडे घालू नयेत.
५) व्याकरणाच्या, शुद्धलेखनाच्या चुका अजिबात करू नयेत. योग्य ठिकाणी योग्य विरामचिन्हांचा वापर; आपले विचार अधिक सुस्पष्टपणे पोहचवायला उपयुक्त ठरतो.
६) दुर्बोध, कठीण, अप्रचलित शब्दांचा वापर निबंधात करू नये.
७) वाक्ये छोटी छोटी व अर्थपूर्ण असावीत.
८) सुमारे २०-२५ मिनिटांत निबंध लिहून व्हावा.
९) निबंध लिहून झाल्यावर पुन्हा एकदा तो शांतपणे वाचावा. एखादा महत्त्वाचा मुद्दा सुटून गेला असल्यास निबंधात योग्य जागी, एखाद्या वाक्यात (काकपद चिन्ह ⌐ देऊन) त्याचा अवश्य उल्लेख करावा.
१०) निबंधात विषयाशी संबंधित कोणतीही चित्रे वगैरे काढू नयेत. उदा. - पावसाळ्यावर निबंध लिहिताना पावसाचे थेंब चित्राने दाखविण्याची गरज नाही. ग्रंथालय, वाचनालय अशा विषयांसाठी पुस्तकांचे चित्र काढण्याची गरज नाही.
११) निबंधाच्या वर 'श्री', कोणतेही 'देवदेवता प्रसन्न' वगैरे मजकूर लिहू नये. शेवटी 'जयभारत', 'जयमहाराष्ट्र', 'समाप्त' असे काही लिहू नये. आपला निबंध लिहून संपला आहे हे 'समाप्त' शब्दाने कळण्यापेक्षा परिणामकारक शेवटामधून समजले पाहिजे.
१२) प्रत्येक परिच्छेदाच्या सुरुवातीचे अक्षर मोठे काढणे, वेगवेगळ्या शाईचा वापर करणे, चांदण्या वगैरे काढणे असेही अनावश्यक काही करू नये.

सरावासाठी निबंधांचे काही विषय –

१) सूर्य उगवला नाही तर –
२) एक जाहीर सभा
३) सणांचे सामाजिक महत्त्व
४) ग्रंथ हे खरे मित्र
५) स्वातंत्र्यदिन
६) फळ्याचे आत्मवृत्त
७) जुने नाणे
८) जननी जन्मभूमिश्च स्वर्गादपि गरीयसी ।

९) आंतरशालेय क्रीडा सामना
१०) औद्योगिक / व्यावसायिक शिक्षण
११) वृत्तपत्राची जबाबदारी
१२) पूर्वजांपेक्षा आपण सुखी आहोत काय ?
१३) घाटातील रमणीय दृश्य
१४) मनोरंजनाची साधने
१५) मुसळधार पावसात -----
१६) आमच्या गावची जत्रा
१७) आरोग्य हीच संपत्ती
१८) ग्रामोद्धार
१९) सर्कशीतल्या वाघाचे आत्मवृत्त
२०) घड्याळाची कैफियत
२१) जुन्या कोटाचे आत्मवृत्त
२२) निवृत्त शिक्षकाचा सत्कार समारंभ
२३) माझा आवडता अभ्यासविषय
२४) कालाय तस्मै नम: ।
२५) दानधर्म
२६) रात्रीच्या गर्भात उद्याचा असे उष:काल
२७) राष्ट्रीय एकात्मता
२८) जगाच्या कल्याणा, संतांच्या विभूती
२९) श्रमदान
३०) यत्न तो देव जाणावा
३१) विद्यार्थी व सामाजिक कर्तव्य
३२) एका उद्यानाचे मनोगत
३३) विज्ञान : शाप की वरदान ?
३४) करावे तसे भरावे
३५) प्राचीन देवालयाची आत्मकहाणी
३६) हिवाळ्यातील सकाळ
३७) एक इतिहासप्रसिद्ध किल्ला.
३८) गाडी सुटण्यापूर्वी एक तास
३९) नदीकिनारी एक तास

४०) थोर समाजसेवक
४१) फिरायला जाण्याचे माझे आवडते ठिकाण
४२) गणपती उत्सव
४३) वरातीची मिरवणूक
४४) वस्तुसंग्रहालयाला भेट
४५) अभयारण्यातून फेरफटका
४६) दुष्काळ
४७) स्वच्छतेचे महत्त्व
४८) आमचे वार्षिक स्नेहसंमेलन
४९) प्रदर्शनात एक तास
५०) शाळेतील शेवटचा दिवस
५१) एक सार्वजनिक मिरवणूक
५२) मला पडलेले अद्भुत स्वप्न / रम्य स्वप्न
५३) पुस्तकालय
५४) जनसेवा हीच ईश्वरसेवा
५५) मातेची महती
५६) मी पाहिलेली सर्कस
५७) मातृभाषा आणि राष्ट्रभाषा
५८) शहरी व ग्रामीण जीवन
५९) एक अविस्मरणीय प्रसंग
६०) पावसाळ्यातील पहिला दिवस
६१) उन्हाचा कडाका
६२) कविसंमेलन
६३) पूरग्रस्तांचे अनुभव
६४) एका भिकाऱ्याची आत्मकहाणी
६५) भारतीय शेतकरी
६६) भ्रष्टाचार : गंभीर समस्या
६७) इच्छा तिथे मार्ग
६८) माझा आवडता शिक्षक
६९) महत्त्वाकांक्षा
७०) महाविद्यालयातील पहिला दिवस
७१) क्षितिज नसे ध्येयाला ---

७२) भाजी मंडईत अर्धा तास
७३) पालक-पाल्य संबंध
७४) मला आवडणारा ऋतू
७५) सौजन्य सप्ताह
७६) आमचे राष्ट्रीय सण
७७) लेखणीचे आत्मवृत्त
७८) शिष्टाचार
७९) उपाहारगृहातील वेटर
८०) गुणवत्ता यादीत पहिला आलेल्या विद्यार्थ्याचे मनोगत
८१) नर तोचि नारायण
८२) धरतीचे मनोगत
८३) मी चंद्र बोलतोय
८४) प्रसारमाध्यमे
८५) त्सुनामीचे तांडव
८६) मी फुलपाखरू झाले तर -----
८७) यत्न तो देव जाणावा
८८) संगणकयुग
८९) लोकवाङ्‌मयाची गरज
९०) मी पाहिलेले नाटक
९१) साक्षरताप्रसार
९२) व्यायाम आणि निरोगी मन
९३) कागदाची कूळकथा
९४) गाव तेथे ग्रंथालय
९५) माहितीचा अधिकार
९६) शुद्ध बीजापोटी फळे रसाळ गोमटी.
९७) पृथ्वीवर स्वर्ग अवतरला तर!
९८) माझा आवडता प्राणी
९९) आरोग्य आणि आहार
१००) सत्यमेव जयते ।
१०१) मायबोली मराठी

उदाहरणासाठी पुढे काही विषयांवर निबंध लिहून दाखविले आहेत. हे निबंध निखिल नहार यांच्या 'गजरा' निबंधमाला पुस्तकातील आहेत.

१. गुरुमहात्म्य

'व्यासोच्छिष्टं जगत् सर्वम् ।'

असं म्हटलं जातं, ते मोठे मार्मिक आहे. महर्षी व्यासांना गती नसलेला एकही विषय नव्हता, असे म्हणतात. प्रत्यक्ष गजाननाने लेखक व्हावे, असा व्युत्पन्नमती म्हणूनच या श्रेष्ठ गुरूचे माहात्म्य पूजनीय ठरते. आदि गुरू महर्षी व्यास यांच्या स्मरणाचा दिवस गुरूंचे श्रेष्ठत्व सिद्ध करण्याचा, त्यांच्याबद्दल कृतज्ञता व्यक्त करण्याचा दिवस म्हणजे 'गुरुपौर्णिमा' किंवा 'व्यासपौर्णिमा' होय. गुरूंचे माहात्म्य सांगावे तेवढे थोडेच! गुरूंच्या पूजनासाठी निवडलेला दिवस म्हणजे पौर्णिमा, हा निव्वळ योगायोगच नाही का ? या दिवशी पूर्णचंद्र अंधार पुसून टाकत असतो. अज्ञानरूपी अंधाराचा नाश करणाऱ्या गुरूंबद्दलच्या कृतज्ञतेला म्हणूनच उधाण येत असते.

गुरूविना ज्ञानप्राप्ती होत नाही, असे म्हणतात. म्हणूनच अर्जुनाला कृष्णरूपी, वाल्याला नारदरूपी, एकलव्याला द्रोणाचार्यांचा पुतळारूपी मार्गदर्शक लाभला. देह पिता देतो. संस्कार गुरू करतो, म्हणूनच जगज्जेता सिकंदर पित्यापेक्षा ॲरिस्टॉटलला श्रेष्ठ मानतो. संत कबीर परमेश्वरापेक्षाही गुरूला श्रेष्ठ मानतात.

"गुरूगोविंद दोनो खडे, काके लागू पाय?
बलिहारी गुरू आपकी, गोविंद दियो बताय ।"

परमेश्वरानेसुद्धा गुरूला उच्च स्थानी मानलेले आहे. याचेच जिवंत उदाहरण म्हणजे श्रीकृष्णाने सांदीपनी ऋषींना गुरू मानले, हेच होय. गुरू कसा असावा? काळाचे भान हे श्रेष्ठ गुरूलाच असते. कोणत्या काळात काय सांगावे, काय सांगू नये, याचा विवेक गुरूंकडेच असतो. आजच्या या संगणकातील युगातही हातचे न राखता गुरूच फक्त ज्ञानदान करू शकतो.

"मितरति गुरू: प्राज्ञे विद्या यथैव तथा जडे ।"

असे जरी असले, तरीही काळाचे भान ठेवून विद्यार्थी व शिष्य यांना काय कळेल, उमजेल? याचा विचार फक्त गुरूच करत असतो.

"सर्वस्मै गुरवे नम: ।"

असे असल्याने गुरूची महती किती व काय सांगणार? ज्ञानियांच्या राजालासुद्धा

ज्ञानवंत करणारा आणि त्या राजालासुद्धा वंद्य असणारा कोणीतरी गुरू होताच. सत्कर्माच्या फुलांनी जो समाजरूपी परमेश्वराची पूजा करतो, अशा गुरुरूपी माहात्म्यांना शतशः प्रणाम! पित्याने जन्म जरी दिला असला तरी, क्षितिजापलिकडची नजर मात्र गुरूंनीच दिली. शिष्यांची जिज्ञासा चेतविली, फुलविली आणि शमविली ती गुरूंनीच ! जीवनातील वजाबाकी, भागाकार व गुणाकाराचे गणित शिकविले ते गुरूंनीच ! मोठमोठ्या शास्त्रज्ञांची मैत्री व त्यांनी लावलेल्या शोधांची ओळख, निसर्गाची लीला याची महती, मानवी रचना, त्यांना होणारे आजार व त्यावर उपचार हे सांगणारे गुरूच आहेत. शिष्य गुरूकडे जेव्हा येतो, तेव्हा त्याची पाटी कोरी असते, पण जाताना मात्र ज्ञानभांडारातील अनमोल रत्नांनी ती शिगोशीग भरलेली असते. गांधीजींना महात्मा बनविणारे गुरूच होते. त्याचे उदाहरण– राजकारणात प्रवेश करण्यापूर्वी संपूर्ण भारताचा पायी प्रवास करा, हे सांगणारे गुरूच ! सूर्यचंद्राच्या किरणांनी जशी कमळं फुलवली जातात, त्यांचा सुगंध आसमंताला भारावून टाकतो तद्वतच, गुरुजनांच्या सहवासाने शिष्यांचे जीवन फुलविले जाते.

पवित्र व सुगंधी वस्तूंचा परिचय करून देण्याची अथवा त्यांचे माहात्म्य वर्णन करण्याची गरज नसते. शिष्यांच्या जीवनात ज्ञानरूपी कस्तुरीचा सुगंध निर्माण करणारा गुरूच नव्हे का ?

२. भारताची अण्वस्त्रचाचणी

"अशक्यं जायते शक्यं शास्त्रज्ञानां प्रयत्नतः।
ना तलं याति जलधेः चन्द्रपृष्ठेऽपि गच्छति।।"

ज्ञानाच्या जिज्ञासेतून विज्ञान आले आणि मानवाने आपल्यासाठी त्याला यथेच्छ राबवले. किंबहुना त्याला आपले गुलाम बनवले. पृथ्वीवरील प्रत्येक निसर्गदत्त गोष्टीचा मानवाने विज्ञानाच्या साहाय्याने, स्वतःच्या कौशल्याने वापर करवून घेतला. जग अधिकच सुंदर व मोहमयी बनवले. स्वतःला दीर्घायू करवून घेतले. "विज्ञानाने समृद्धी दिली. डोळे दिपवणारी प्रगती विज्ञानानेच केली." ही प्रगती होत असतानाच आपापसातील हेवेदावे, शेजारी देशांपासून असणारे धोके, नेहमीची युद्धे, कटकारस्थाने यांचे उच्चाटन करण्यासाठी निर्मिती झाली ती अण्वस्त्रांची !

माझ्या मते २१ व्या शतकातील भारत स्वयंपूर्ण असेल. भारत हा स्वतःची संस्कृती जपलेला, लोकशाहीवादी, विविधतेने नटलेला व कुठल्याही राष्ट्राच्या दबावाला भीक न घालणारा. हा देश स्वातंत्र्याच्या सुवर्णमहोत्सवी वर्षानंतर पोखरण येथे

अण्वस्त्रचाचणी यशस्वीरीत्या पार पाडतो, ही भारतीयांच्या दृष्टीने अभिमानाची गोष्ट आहे. पोखरण येथे भारताने आण्विक चाचणी केल्यापेक्षा कृष्णवर्णीयांनी प्रगती केली, याचाच खेद गोऱ्या लोकांना वाटतो आहे.

भारत ही जगातील प्रमुख बाजारपेठ आहे. त्यामुळे परदेशी कंपन्यांचा ओघ कमी होईल, असे नाही. निर्बंध लादले गेले, कर्जे रोखली गेली, मदत थांबवली त्यामुळे घाबरण्याचे काहीच कारण नाही, अशा नाजूक क्षणी संपूर्ण देशाने धैर्य दाखविले पाहिजे. स्वयंसिद्ध झाले पाहिजे. आत्मनिर्भर होण्याची हीच संधी आहे. आपण या संधीचा लाभ उठविला पाहिजे. म्हणजे कोणत्याही राष्ट्राची आपल्याकडे डोळे वटारुन पाहण्याची हिंमत होणार नाही. शेजारी देशांपासून असणारे धोके भारताने वेळीच ओळखले. स्वातंत्र्योत्तर काळातील तीन युद्धे भारतीयांच्या चांगल्याच स्मरणात आहेत. त्यातील पहिले भारत-चीन, दुसरे भारत-पाकिस्तान व तिसरे बांगला स्वतंत्र झाले त्याचे ! या तीनही युद्धांत भारत जरी सरस ठरला असला तरीही एक खंत भारताला होती, अण्वस्त्रांची !

आज अमेरिका, इंग्लंड, चीन, जपान या सर्व विकसित राष्ट्रांत अण्वस्त्रांचा साठा आहे. त्यामुळे त्यांचा पगडा किंबहुना त्यांचे वर्चस्व अन्य राष्ट्रांवर सतत राहिले आहे. त्यामध्ये आपलाही देश आहे. म्हणूनच याची जाणीव भारताला १९७४ साली झाली अन् अण्वस्त्रचाचणी घेऊन भारताने जगाला दाखवून दिले की,

''हम भी किसी से कम नहीं। ''

१८ मे, १९७४ चा दिवस ! दुपारची वेळ! अन् 'धडाम्' असा आवाज झाला. सगळीकडे आनंदाची लहर पसरली अन् भारताने शाही थाटात अण्वस्त्रचाचणी घेतली ती केवळ जगाला आपली क्षमता दाखविण्यासाठी ! तेथूनच अण्वस्त्रासाठीची यशस्वी घोडदौड, नवनवीन प्रयोग, निसर्गातील प्रयोग, सर्व जगाकडे पाहण्याचा बारीक दृष्टिकोन, आपल्या शास्त्रज्ञांची अपार मेहनत व देशप्रेम यातूनच ११ व १३ मे, ९८ रोजी पोखरण येथे पाच अणुचाचण्या यशस्वीपणे पार पाडल्या. अण्वस्त्रचाचणीची खऱ्या अर्थाने आपल्याला होणाऱ्या शेजारी देशांचा उपद्रव, बड्या राष्ट्रांच्या मुस्कटदाबीचा प्रयत्न, भारतास कमी लेखण्याचा मानस, पाश्चात्यांचे दुटप्पीपणाचे धोरण, भारतात अशांतता निर्माण करू पाहणारे काश्मीरसारखे कूटप्रश्न, देशामध्ये अस्थैर्य माजविण्याचा प्रयत्न, विविध ठिकाणी अतिरेक्यांकडून होणारा बॉंबस्फोट, त्यातील जीवित व वित्तहानी, सीमा भागांवर होणारा गोळीबार, अतिरेक्यांचा

घुसखोरीपणा, त्यांच्याकडून होणारा अत्याचार, हत्याकांड अशा तऱ्हेने भारताच्या सार्वभौमत्वाला धोका निर्माण करणारी ही शक्ती संहारक बनू पहात आहे. यांचा बिमोड करण्यासाठी वेळीच उपाययोजना करणे गरजेचे होते. भारताने अण्वस्त्रचाचणी घेऊन उपखंडातील शांतता भंग केली आहे, अशी हास्यास्पद टीका केली जाते. उलट भारतात अशांतता फैलावणाऱ्या शेजारी देशांची व अतिरेक्यांची जाणीव मात्र मूठभर राष्ट्रांना दिसत नाही, म्हणूनच वाटते,

''भारतात पोखरण येथे घेतलेल्या अण्वस्त्रचाचणीच्या निर्णयाबद्दल मा. पंतप्रधान अटलबिहारीजी व शास्त्रज्ञ यांचा यथोचित गौरव केला पाहिजे. पण... हिरोशिमा, नागासाकी यांच्यावर पूर्वी व आता ओढवत असलेल्या संकटाकडेही दुर्लक्ष करावयास नको'' खरंच अण्वस्त्रसज्ज देश असणे ही आजच्या काळाची गरज आहे.

३. क्षमेची महती

शांतीचा मुख्य आणि प्रचलित अर्थ आहे क्षमा. जेव्हा मनुष्य स्वत: कोणा दुसऱ्याचा एखादा अपराध करतो, एखादी सामाजिक मर्यादा भंग करतो किंवा चूक करून बसतो तेथे तो तत्संबंधित व्यक्ती वा व्यक्तींची क्षमा मागतो आणि जेथे इतर लोक त्याचा अपराध करतात, त्याला क्षती किंवा हानी पोहचवितात, तेथे इतर लोक त्याची क्षमायाचना करतात, आणि तो त्यांना क्षमा करतो.

क्षमेच्या दोनही प्रक्रिया अस्तित्वात आहेत. त्याचमुळे दु:साध्य समजल्या जाणाऱ्या समस्यांचे निराकरण होते, कदाचित उशीरही होतो, पण त्याचा चिरस्थायी प्रभाव व्यक्तींच्या जीवनावर पडतो. क्षमेचा महिमा असा –

''क्षमा समान ज्येष्ठ, श्रेष्ठ धर्म और कौन है?
क्षमाबिना समग्र उग्र कर्मकाण्ड व्यर्थ है ।
अभीष्ट स्वर्ग – मोक्ष – सौख्यदा यहीं समर्थ है ।''

क्षमेच्या शक्तीचा चमत्कार तर व्यक्तीला स्वत: तिचे आचरण केल्यावरच ज्ञात होतो. याचे उदाहरण म्हणजे महात्मा गांधी ! गांधीजींनी युवावस्थेमध्ये अनेक चुका कळत नकळत केल्या; परंतु जेव्हा त्यांना आपली चूक उमगली तेव्हा त्यांनी पित्याला विस्तृत पत्र लिहून अशा चुका भविष्यात न करण्याचा विचार प्रकट केला. गांधीजींच्या वडिलांनी अश्रुपूर्ण नेत्रांनी आपल्या पुत्राला क्षमा केली. हा झाला क्षमायाचनेचा प्रकार – म्हणजे क्षमा आदान! दुसरा प्रकार आहे क्षमा प्रदानाचा! तो या क्षमा आदानाच्या प्रकारापेक्षाही अधिक महत्त्वाचा आहे.

महाभारतात द्रौपदीच्या क्षमाशीलतेचे वर्णन आहे. महाभारत युद्धाचा अंत होत होता. दुर्योधनदेखील अंतिम श्वास घेत होता. तेव्हा रात्री द्रोणाचार्यांचा पुत्र अश्वत्थामा पांडवांच्या तंबूत घुसला; अन् पित्याच्या वधाचा बदला घेण्यासाठी त्याने पांडवांच्या पाचही बालकांना पांडव समजून यमसदनी पाठविले. या अनपेक्षित घटनेनंतर सगळीकडे हाहाकार माजला. द्रौपदी विलाप करत होती. तेव्हाच भीमाने अश्वत्थामाला पकडून द्रौपदीला शिक्षा देण्यास सांगितले; पण द्रौपदीचे मातृहृदय असे करण्यास तयार झाले नाही, उलट तिने त्याला क्षमा केली, कारण तिचे पुत्र पुन्हा जिवंत होणार नाहीत आणि पुत्रविरहाचे दु:ख इतर कोणालाही सोसावे लागू नये, अशी तिची विचारसरणी होती. अशा प्रकारचे क्षमाप्रदान सर्व वैर-विरोध धुऊन काढते, त्याचप्रमाणे जन्मोजन्मीची पापे व अपराध धुऊन टाकण्याची शक्ती क्षमेमध्ये आहे.

'क्षमा' हा सज्जनांचा गुण आहे. घाव घालणाऱ्याला सावली देणारे वृक्ष, जाळून नष्ट करणाऱ्याला ऊब देणारी लाकडे, जिंकूनसुद्धा सिकंदराला सोडून देणारा पौरस, अंगावर पानाची पिचकारी मारूनही न रागावता पुनश्च नदीत स्नान करणारे संत एकनाथ अशी कितीतरी उदाहरणे देता येतील. अशाप्रकारे, क्षमारूपी शस्त्र ज्याच्या हाती आहे, त्याचे दुर्जन वाकडे करू शकत नाहीत; कारण म्हटले आहे -

'क्षमाशस्त्र जया नरचेया हाती । दुष्ट तयाप्रती काय करी ।।
तृण नाही तेथे पडला दावाग्नि । विझोनिया जाय आपसया ।।'

अशाप्रकारे, 'क्षमा' हे शस्त्र आहे शत्रुत्वाचे पंख कापण्याचे ! म्हणूनच, आपणदेखील क्षमेच्या या विविध रूपांचा स्वीकार करावा; आणि आपल्या जीवनात आलेली कुत्सितता, कलुषितता व असहिष्णुता यांचा शेवट करावा.

४. मी गुलाबपुष्प बोलतोय

मित्रांनो! आजच्या समारंभात मला मानाचं स्थान दिलंत ना! मला ओळखलंत का तुम्ही? अहो, तुमच्या समारंभात शोभा वाढविणारं मी तर एक गुलाबपुष्प! काळ बदलला, राहण्याची पद्धत, जगण्याची रीत बदलली; पण प्रेमाचा गुलाब नि गुलाबावरचे प्रेम यात तसूभरही फरक न पडता उलट काकणभर प्रेम वाढलेलंच आहे, असं मला वाटतं.

आज मी आपणासमोर मोकळेपणाने मनोगत मांडत आहे. आम्हा गुलाबपुष्पांचा जन्म तुम्हा मानवांच्या अगोदरच झाला आहे; पण आमची मूळ जन्मभूमी कोणती? हे मात्र निश्चित सांगता येणार नाही. प्राचीन काळी रोम हे गुलाबांच्या बागांसाठी

प्रसिद्ध होते. दहाव्या शतकात अरबांबरोबर आम्ही भारतात आलो. तुमच्या प्राचीन संस्कृत वाङ्मयात मला अनेक नावांनी संबोधले आहे. त्यातलेच एक नाव म्हणजे 'तरणीपुष्प'. किती यथार्थ नाव आहे हे! तरुण-तरुणीत मी विशेष प्रिय आहे.

मोगल राजांच्या काळात आमच्या लोकप्रियतेला विशेष बहर आला होता. जहांगीर बादशाह व बेगम नूरजहान यांच्या विवाहप्रसंगी आम्हीच अत्तर पुरविले होते.

आज आमच्या जाती सर्वत्र विखुरलेल्या आहेत; पण सर्वच जाती सुगंधित नाहीत. आमचे जसे आकार अनेक, तसेच रंगही अनेक! आजवर आम्हाला अनेक गौरव प्राप्त झाले आहेत. पंडितजींच्या कोटावरचा लाल गुलाब हा विश्वप्रेमाचा संदेश देत असे. आज गुलाबपुष्पांचा छंद विश्वव्यापी झाला आहे. त्यामुळे जगभर ठिकठिकाणी आमची प्रदर्शने भरविली जातात. ''मला खंत आहे ती या गोष्टीची की, हे माझे वैभव फक्त काही लोकांचीच मिरासदारी झाली आहे. गुलाबाचा छंद जोपासणे खर्चिक काम झाले आहे.''

गुलाबजल, शाही गुलाब सरबत आणि गुलकंद माझाच नव्हे का? आमचे सप्त रंगांची उधळण करणारे अनुपम सौंदर्य, सुवासिक आल्हाद देणारा सुगंध हे सर्वांना सर्वधर्मसमभाव याप्रमाणे मिळावे असे मला वाटते. माझ्या या क्षणभंगुर जीवनाचे सार्थक तेव्हाच होईल आणि तो सुवर्णक्षण ठरेल.

आम्हा मुशाफिरांच्या यात्रेची कडूगोड आठवण माझ्याच शब्दांत सांगतो - ''कुणाचा मान देवाच्या मुकुटात तर कुणाचे स्थान शवावर! कुणी सुंदरीच्या केशात तर कुणी आदरासाठीच्या पुष्पगुच्छात! असे करत आम्ही आमचे जीवन सार्थकी लावतो. दुसऱ्या दिवशी पाण्याच्या प्रवाहात पुन्हा आमची भेट निर्माल्य म्हणून होते. एकमेकांच्या कथा नि व्यथा मी ऐकतो आणि त्यांना सुचवितो-

''अरे, आज तुम्ही निर्माल्य म्हणून जरी असला तरी काल मात्र फुलेच होतात ना!''

जाता जाता फूल आपल्याला कोण किती जगला यापेक्षा कोण कसा जगला, हे तर शिकवून गेले नाही ना!

यावर मला एका कवीच्या ओळी आठवतात-

''काही गोड फुले सदा विहरती, प्रारंगणाच्या शिरी,
काही नेऊनि ठेविती रसिक हृदयमंदिरी,
एखादे नशीब फुटके म्हणूनि प्रेतास शृंगारिते,
परि सुगंधाचा परिमल मागे ठेवूनि जाते.''

असा जीवनविषयक मौलिक संदेश आपणाला मिळतो.

मला जेव्हा झाडावरून काढले जाते, तेव्हा माझ्या मनात येते की,

"मुझे तोड़ लेना वनमाली ।
उस पथमें तुम देना फेंक ।।
मातृभूमि पर शीश चढ़ाने ।
जिस पथ जावें वीर अनेक ।।"

सामान्य गुलाबपुष्प, पण मनात देशभक्ती, समर्पण व त्यागाची भावना!

मी जेव्हा सुकतो, तेव्हा असं वाटतं –

"दुःख सोसून आता वेदनामय शरीर झाले.
सांगू दुःख कसे मी आता कासावीस जीव झाला.
चैतन्य लोपून गेले उरला,
सुकलेला निष्प्राण देह आता."

५. व्यसनांचे दुष्परिणाम

सुखाच्या शोधाकडे निघालेला माणूस व्यसनाधीन होऊन स्वतःच हरवलेला आहे. सुख म्हणजे नेमके काय? हे त्याला उमगलेच नाही? सुखाचा शोध व्यसनाधीन होऊन लागला असता तर... तर ह्या निबंधाचा प्रपंच करावाच लागला नसता! आजचा माणूस व्यसनाच्या खाईत, मदिरेच्या पाशात आणि मादक पदार्थांच्या नशेत बेहोश होऊन दुःखाच्या सागरात लोटला जात आहे; त्यात बुडणार हे माहीत आहे, तरीही तो पाश, जखडलेल्या शृंखला व्यसनाधीन झालेल्या माणसाला तोडणे अशक्य वाटते. मी म. फुले यांच्या वाक्यात थोडासा बदल करून म्हणेन–

"व्यसनाने मती गेली, मतीने नीती गेली,
नीतीने गती गेली, गतीने वित्त गेले,
इतके अनर्थ केवळ व्यसनाने केले."

पाश्चात्त्य संस्कृतीचे अनुकरण करणे, म्हणजे स्वतःचा विनाश करून घेणे होय. पाश्चात्त्य संस्कृतीमध्ये तेथील प्रतिकूल भौगोलिक परिस्थितीमुळे अंमली पदार्थांचे सेवन करणे, ही गरज आहे; पण येथे मात्र त्याचा उलट अर्थ लावून केवळ शोभा, मोठेपणा इ. साठी अंमली पदार्थांचा वापर केला जातो व म्हणूनच हाय-फायची भाषा बंद झाली पाहिजे. प्रथम नाही नाही, असे म्हणून व फक्त एकच घोट चव म्हणून घेणाऱ्या माणसाला जीवनाचा अंत कधी येतो, ते उमगतच नाही; कारण तो

पहिला घोट त्याच्या आयुष्याची राने उजाड करण्यास कारणीभूत ठरतो. तो एकच घोट प्याल्यात केव्हा रूपांतरित होतो, तोच त्याला अंतिम क्षणी –

"एकच प्याला द्या मजला, त्याविन आधार नाही मजला" म्हणून लोकशिक्षण व जनजागृती या दोन विकास साधनांची कास धरूनच विज्ञानाच्या कसोटीला घासून घेतलेले, मनाला पटतील तेच विचार अनुसरले तर – 'एकविसाव्या शतकाची रम्य व निरभ्र पहाट लांब नाही.' जीवन म्हणजे या अफाट विश्वरूपी सागरावर हेलकावे खाणारा तराफाच! एखादी लाट अशी घुसते की, तो तराफाच उलटतो, मग उरतो वैफल्याचा, निराशेचा, प्रचंड गर्जना करणारा सागर! पण...पण तराफा कधीही बुडत नाही, तो वाहत वाहत किनारा गाठतोच! नारदमुनींनी केलेला तो उपदेशाचा क्षण वाल्याला वाल्मीकी ऋषी म्हणून बनवून गेलाच ना! व्यसनाधीन झालेल्या मनुष्याच्या जीवनात किती अनर्थ ओढवले आहेत म्हणून सांगू? कुणाचे जीवन तर कुणाचे संसार उद्ध्वस्त झालेले आहेत. व्यसनामुळे होणारे कॅन्सर सारखे महाभयंकर रोग जणू यमदूताला आमंत्रणच देतात. म्हणूनच,

"मनाची कवाडे सतत उघडी ठेवा"

"कुठल्याही आमिषाला बळी पडू नका, व्यसनापासून दूर राहा."

"जरामरण यातून सुटला कोण प्राणिजात,
व्यसनमुक्त जगा रे या जीवनात!"

म्हणूनच "व्यसनातून मुक्ती, जीवनाची प्रगती" असा मूलमंत्र व्यसनाधीन मनुष्याला द्यावासा वाटतो.

समाजापुढे असणाऱ्या या समस्येचे निराकरण करणे, ही आजच्या काळाची गरज आहे. अशा व्यसनरूपी दुःखाशी नाती सांगणाऱ्यांना सभोवतीची जाण नसते. अशांना खरोखरीच आधाराची नि प्रेमाची गरज आहे.

व्यसनाधीन माणसाच्या जीवनात असते एक जीवघेणी भकास पोकळी! त्यांच्या तन, मन, धन व स्वप्न यांचा चुराडा झालेला असतो. पहिलाच घोट किंवा झुरका.... दुसरा ओघाने आलाच! आणि परतीचा मार्ग नसलेल्या अंधाऱ्या वाटेवर त्याचा दिशाहीन प्रवास सुरू झाला. त्याचबरोबरच त्याचा चेहरा, नाव-गाव, दिशा पाहता पाहता हरवले. अमली पदार्थांचा अतिरेक झाला. त्यांच्या दुष्परिणामांची त्यांना कल्पनाच नाही. मादक द्रव्यांचे जसे अनेक प्रकार आहेत, तसेच त्यांचे दुष्परिणामही अनेक आहेत; त्यावर उपायही आहेतच. माणूस व्यसनाकडे का वळतो? याची पाळंमुळं शोधली पाहिजेत.

आजच्या मुलामुलींना आईवडिलांचे प्रेम न मिळणे, त्यांच्या सहवासाला पारखे होणे, पौगंडावस्थेत युवक युवतींना भावनिक आधार न मिळणे, तारुण्यात काहीतरी नवीन साहस करण्याच्या–अनुभवण्याच्या प्रवृत्तीने, मित्रमैत्रिणींचा आग्रह (संगत), सामाजिक बंधनांचा आणि सामाजिक शिक्षणाचा अभाव, वस्तुस्थितीशी तडजोड करण्याची असमर्थता, आदर्शाचा अभाव व वैयक्तिक जीवनमूल्यांची चिंता करण्याइतपत झालेला ऱ्हास, निराशा आणि वैफल्यातून जन्माला आलेली निष्क्रियता हेच ह्या व्यसनांचे मूळ आहे. व्यसनांच्या आहारी जाणे, ही जणू आज राष्ट्रीय समस्या झाली आहे.

ह्या समस्येला तोंड देण्यासाठी आजच्या युवा पिढीने व पालकांनी दक्ष राहून वेळीच त्याची पाळंमुळं नष्ट केली पाहिजेत. व्यसनाधीन झालेल्या व्यक्तीवर बारकाईने लक्ष ठेवून त्याला व्यसनमुक्त करणे, हा ध्यास या निमित्ताने आपण घेऊया व प्रत्येकाच्या जीवनात २१ व्या शतकाची रम्य व निरभ्र पहाट फटफटलीच पाहिजे, अशी प्रतिज्ञा करूया.

६. या मातीशी माझे नाते

"हातातल्या लेखणीला नवीन काही सुचत होते;
आयुष्यांच्या वाद्यांचे सूरच जणू जुळत होते;
विचारलेल्या प्रश्नाचे उत्तरही मिळत होते;
मातीचे ते विश्वच जरा वेगळे होते."

"वायुर्य मोडग्नि वरुण:, प्रजापतिस्त्व प्रपितामहश्च।
नमो नमस्तेऽस्तु सहस्त्र कृत्वा पुनश्च भर्योऽपि नमो नमस्ते।"

अग्नि, वायू, सूर्य, चंद्र, पृथ्वी, पाणी या निसर्गदेवतांना आपण वंदन करतो; त्यांचे महत्त्व या पृथ्वीतलावर मानव नव्हता इतकेच काय, कुणी प्राणिमात्रही नव्हते, तेव्हा या पृथ्वीवर वावरत होती रज, मृत्तिका म्हणजे माती. माती या शब्दाची जवळीक आहे माता या शब्दाशी– किती मंगल शब्द! किती पवित्र नाते! या मातीशी माझे मातेचेच नाते!

सुंदर आणि पवित्र वस्तूला प्रस्तावनेची काय जरुरी! सुंदर, सुगंधी, जीवनदायी, सुरस जीवन फुलविणाऱ्या या मातीला आपण माता – 'काळी आई' संबोधतो. हृदयातील सारा जिव्हाळा येथे ओतप्रोत भरलेला! या मातेबद्दल असणारे प्रेम, जिव्हाळा, कृतज्ञता मी कोणत्या शब्दांत व्यक्त करू?

"जीवन मम हे मातीतले, मातीतच राहू दे
आजन्म माते मला, तुझ्या ऋणातच राहू दे"

आपलं स्वत्व आणि सत्त्व न गमावता सर्व जनांना कसं सुखी करावं, हे शिकावं मातीकडूनच! या मातीनं काय बरं दिलं नाही आपल्याला? सारं काही दिलं- फळं, फुलं, पानं, पाणी, धन-धान्य इतकंच काय तर सर्वांना अप्रूप वाटणारं सोनं, चांदी, खनिज तेल सारी या मातीचीच अमूल्य देणगी! अन्न, वस्त्र, निवारा या मूलभूत गरजांसाठी ही माती 'सस्यशामला' होते. षड्रसांनी युक्त असलेल्या भोजनाचा आस्वाद घेता येतो या मातीमुळेच!

प्रत्येक माणसाच्या जीवनात माती, मायभूमी आणि मातृभाषा या तीन गोष्टींना जन्मदेयाएवढेच अनन्यसाधारण महत्त्व आहे. आपल्या पायाखालची माती पूर्वजांच्या मेहनतीची आहे. त्यांच्या त्यागाने, बलिदानाने आणि रक्ताने पावन झालेली ही माती जणू आपल्याला सांगत असते- तुम्ही जेव्हा मातीत पाय रोवून उभे असता...पूर्ण सुरक्षित! ही सुरक्षितता आपल्याला ना सागरात मिळते ना गगनात!

मनुष्य जरी चंद्रावर पाऊल ठेवून किंवा मंगळावर जाऊन राहू म्हणतोय, अशा स्वप्नांच्या रंगीबेरंगी दुनियेत वावरत असताना प्रगतीचे पंख लावून आकाशात भरारी मारत असला तरी ही मातीच त्याला त्याचे पाय जमिनीवर आहेत, याची जाण आणि भान ठेवायला शिकवते.

उजाड माळाचे कवच फोडून आनंदवनातील अपंगांनी या मातीस माता म्हणून आवाहन केले. सात विहिरींचे पाणी पिऊन ती मायही संतुष्ट झाली. आनंदवनातीलच नव्हे तर बाहेरील असंख्यांची भूक भागेल इतकं ती भरभरुन देऊ लागली. बाबा आमटे यांच्या कष्टाला फळ दिलं या मातीनंच! तिथल्या अपंगांना ही माती निर्जीव न वाटता जन्मदात्री माताच वाटते, यात शंकाच नाही.

''अमर्याद माते तुझी थोरवी,
मला ज्ञात मी धुलिकण,
अलंकारिण्याला परि पाय तुझे,
धुळीचेच मला आहे भूषण''

ही माती म्हणजे माझी जन्मभूमी, माझा भारत देश! संस्कार अन् संस्कृती यांचा गाभा याच मातीत रुजला आहे. याच मातीत दृढनिश्चयी शिवाजी महाराज, आदर्श नेता महात्मा गांधी, दूरदर्शी पंतप्रधान पंडित नेहरू, देशभक्त भगतसिंग, भारताच्या थोर सुकन्या.... किती उदाहरणे देऊ? म्हटलेच आहे -

''जननी जन्मभूमीश्च गरीयसी, स्वर्गात् अपि श्रेष्ठाः।''

या जन्मभूमीचे ऋण फेडण्यासाठीच की काय, सातारा जिल्ह्यातील रोहा या

छोट्याशा गावातील प्रत्येक घरातील एक तरी व्यक्ती मिलिटरीमध्ये प्राणाची तमा न बाळगता भरती झालेली आहे. स्वातंत्र्यवीर वि. दा. सावरकर अंदमानच्या तुरुंगात असताना त्यांच्या आत्म्याने त्यांना दिलेला आवाज...

''ने मजसी ने परत मातृभूमीला, सागरा प्राण तळमळला''

खरंच... मातीची ओढ माणसाला किती व्याकूळ करते.

स्व. पंतप्रधान इंदिरा गांधी यांच्या शेवटच्या भाषणातील ते शब्द - ''मेरे खून का एक एक कतरा इस देश के काम आये, तो मैं मेरा जीवन धन्य समझूँगी''१२ ऑक्टोबर, १९८४ - ओरिसातील ती प्रचंड सभा - इंदिराजींच्या तोंडून निघालेले ते भविष्यसूचक उद्‌गार ३० ऑक्टोबरलाच खरे ठरले अन् त्यांचे जीवन धन्य झाले. मलाच तर जाणीव होते क्षणभर... मी नाही अनेकांतील एकमेव! तर आहे अनेकांतील एक! या मातीचे ऋण फेडण्यासाठी! या मातेशी, या मातीसाठी प्रामाणिक राहीन कारण -

''मद तरंगी करुनि निवास,
ही मृत्तिका, सुवास देई मम जीवनास''

एक ना एक दिवस माणसाचं जीवन या मातीतच विलीन होणार आहे. मातीच्याच शब्दांत सांगायचे तर -

''माटी कहें कुम्हार से,
तू क्या मुझको रोंधे।
एक दिन ऐसा आयेगा,
मैं रोधुंगी तोहे ।।''

आपलं शरीर हे पंचमहाभूतांपासूनच बनलेलं आहे, असं आपल्याला ऋग्वेद व अथर्ववेद सांगतात. ही माती आपलं नातं सर्व मनुपुत्रांशी जोडत असताना वाटतं ''माती आणि नाती यांच्याशी संबंध कधी तोडायचे नसतात, उलट मातीशीच नाती जोडायची असतात - ती अतूटच असतात.'' महाराष्ट्र विधानसभेचे अध्यक्ष अरुण गुजराथी राष्ट्रकुल संसदीय परिषदेच्या ४६ व्या अधिवेशनासाठी लंडन व एडिंगबर्ग येथे गेले होते तेव्हा पर्यावरणाची समस्या मांडताना एका कवीच्या शब्दांत त्यांनी म्हटले होते की,

''मेरी हर मुश्कील की आशा करती हूँ मैं बड़ी मुश्कील से,
लेकिन मुश्कील तो यह हैं की
मुश्कील भी नहीं पेश कर पाती हूँ, बडी मुश्कील से''

पर्यावरणाच्या अशा समस्येतून तोडगा काढलाच पाहिजे.

ओझोन वायूचे घटणारे प्रमाण, कार्बनडायऑक्साईडचे वाढते प्रमाण यामुळे पृथ्वीचे तापमान हळूहळू वाढत आहे. यापासून उद्भवणाऱ्या धोक्यांपासून जागृत होण्याची वेळ आता आलीय.

जसं वस्त्रहरणाच्या वेळी द्रौपदीनं श्रीकृष्णाचा धावा केला आणि श्रीकृष्णाने तिला वस्त्र पुरवले, तिची लाज राखली असाच या मातीने परिधान केलेला हिरवा शालू प्रदूषणरूपी राक्षस आज गिळंकृत करू पहात आहे... तेव्हा ही वसुंधरा मानवाकडे स्वत्वाची आणि पुन:श्च त्या हिरव्या समृद्धीची याचना करत आहे -

"या मातीची हाक ऐका-लागा तयारीला,
सर्वजण एक तरी झाड लावूया."

कधी वादळे, कधी हिमवृष्टी तर कधी धरणीकंप! निसर्ग आघात करून आपले रौद्र स्वरूप धारण करतो तेव्हा ही सारी संकटे झेलून उभारी व धडाडी देण्याचं काम ही धरणीमाताच करते ना!

"तारे मोजू वारे मोजू, सारं काही मोजू,
सांग मला माते, तुझं ऋण कसं मोजू?"

खरं, अस्मिता व अभिमानाच्या पलीकडे जाऊन नवा इतिहास घडवण्यासाठी या मातीशी म्हणजेच या देशाशी नेक इमानी राहू आणि नवा ओजस्वी इतिहास घडवू. शेवटी एवढंच म्हणेन...

"धनवंत असू द्या, असू द्या दीन भिकारी,
कुणी संत असो, वा असो व्यभिचारी,
होई भस्म चितेवरती, सारी नीती-अनीती
होऊन या सर्वांची माती, मिसळे या माती
हीच या जगताची रहाटी!"

७. माझा आवडता संत

व्यवहारातल्या उपचारांपलीकडे जाऊन समाज जेव्हा एखाद्या देवमाणसाशी सहज आपले नाते जोडतो, तेव्हा त्यातला जिव्हाळा अगदी आगळा-वेगळा असतो आणि अगदी हेच ज्ञानेश्वरांच्या बाबतीत घडलं. खरंच... ज्ञानेश्वर म्हणजे 'देव' आणि ज्ञानेश्वरी ही 'त्या देवाची सावली' हे समीकरण मराठी माणसाच्या अंगवळणी पडले आहे.

ज्ञानाचे ईश्वर ओळखले जाणारे आणि सर्वसामान्यांना बिंदूतून प्रगती आणि

प्रगतीतून संस्कृती निर्माण करण्यासाठी प्रेरित करणारे आणि भावार्थदीपिकेतून लोकांना उपदेश करून त्यांचे जीवन सहजसुंदर करणारे ज्ञानदेव हे मराठी मनाचा गाभा आहेत.

संस्कृतमधून गीतेचा भावार्थ सांगणारी ज्ञानेश्वरी आणि अमृतालाही पैजेवर जिंकणारे, रसाळ भाषेतून आपले हे गीताभाष्य मराठीतून ज्ञानेश्वरीद्वारे सादर करणारे ज्ञानेश्वर हे केवळ तत्त्वचिंतकच नव्हे तर तत्त्वानुभवीही होते. ज्ञानेश्वरीसारखी ग्रंथनिर्मिती म्हणजे त्यांच्या आत्मानुभूतीवर आधारलेल्या चिंतनांचा थोर आविष्कार होय. केवळ वाङ्मयनिर्मितीसाठी ज्ञानेश्वरीची रचना केलेली नसून त्यात असणाऱ्या रसाळ भाषेतून लोकांना अमृतानुभव व्हावा, याच उद्देशाने ज्ञानेश्वरीची रचना केली आहे.

''अमृतानुभव आनंदलहरी,
ग्रंथ सिद्ध केला ज्ञानेश्वरी ।।''

अवघ्या १५ व्या वर्षी त्यांनी 'ज्ञानेश्वरी' सारखा अनुपम ग्रंथ रचला. स्वतंत्र प्रज्ञेचा अमृतानुभव, चांगदेव-पासष्टी, हरिपाठ, विरहणी-गवळणी यांसारखी वाङ्मयनिर्मिती म्हणजे मराठी माणसांना अमृताने शिगोशीग भरलेली शिदोरीच मिळाल्यासारखे आहे. ज्ञानेश्वरांनी सकल संत-श्रेष्ठांना भगव्या झेंड्याखाली भक्तीचे व्यासपीठ खुले केले. आध्यात्मिक अद्वैताला सामाजिक समतेची जोड दिली आणि ह्याच भक्तिभावाने सामाजिक समतेला डोळस दृष्टी प्राप्त करून दिली. तसेच त्यांनी लोकजागृती घडविण्यासाठी तर्कशुद्ध तत्त्वज्ञानाने, धार्मिक अनुभवांचे मूल्यांकन केले आहे. पसायदानासारखे महन्मंगल स्वप्न मराठी माणसाला दिव्यत्वाची प्रचिती देते.

श्रावण वद्य ११९७ ते कार्तिक वद्य त्रयोदशी शके १२१९, अवघ्या बावीस वर्षांच्या आयुष्यात केलेल्या उद्‌बोधक व समाजप्रेरित कार्याने अवघ्या पंढरीतच काय पण साऱ्या आसमंतात ज्ञानियांचा जयजयकार सुरू झाला होता.

'ज्ञानीत्वात्मैव मे मतम्य ।'

या वचनाप्रमाणे महात्मे हे देहातून केव्हाच मुक्त झालेले असतात. त्याप्रमाणे ज्ञानेश्वरही मुक्त जीवन जगत होते. चारही मुक्ती त्यांच्या पायाशी लोळत होत्या.

ज्ञानदेवांनी कार्तिक शुद्ध एकादशीच्या दिवशी पंढरपूर येथे सकल संतांसमोर समाधीचा निश्चय केला.

आळंदी भूमीत ज्ञानदेवाने समाधिस्थान निश्चित केले. इंद्रायणीच्या वाळवंटात नामकीर्तनाचा जयजयकार सुरू झाला. ज्ञानेश्वर समाधी घेणार, या कल्पनेने सकल संतांची ही भूमी व्याकूळ झाली होती. मात्र ज्ञानेश्वर हे समाधि-सुखात मग्न होते.

ज्ञानेश्वरांनी विठ्ठलाला नमस्कार करून, निवृत्तिनाथांना आलिंगन देऊन सर्व संतांना अभिवादन करून, सर्व मानवजातीला विरहाच्या डोहात लोटून ते समाधिस्थानी गेले. अखेरची शिळा निवृत्तिनाथांनी रचली. ज्ञानेश्वरांनी विठ्ठलाचे स्मरण केले व सर्व षड्चक्रांच्यावर जाऊन ते ब्रह्मतेजात एकरूप झाले.

"समाधी सुखात ज्ञानदेव बैसिले झाले,
समाधी सुखात निमग्न झाले।"

त्रैलोक्य सुखाची ज्ञानसंजीवनी आजही आळंदीत भगव्या झेंड्याखाली माऊलीच्या रूपात आहे. अशा थोर भक्तिराज संतास माझे शतशः प्रणाम!

८. अंधश्रद्धा

मानवी जीवनात श्रद्धेला अढळ स्थान आहे. आपल्यापेक्षा एखादी गोष्ट वरिष्ठ आहे, ही जाणीव प्रत्येकात राहावी, म्हणून श्रद्धेला महत्त्व आहे; पण हीच श्रद्धा जेव्हा अज्ञानाचे आणि अविचाराचे कवच चढविते, तेव्हा मात्र ती होते अंधश्रद्धा! माणसाचा स्वभाव फार भावनिक असतो. तो एखाद्या गोष्टीच्या चटकन आहारी जातो. मग ती चांगली असो वा वाईट, त्याचा ठसा त्याच्या मनावर सहजच उमटतो, यातूनच जन्माला येते अंधश्रद्धा!

श्रद्धेला डोळस दृष्टी लागते, पण आपल्या जाणिवांपलीकडे याच श्रद्धेला अंधश्रद्धेचे रूप येते, जेव्हा प्रकाशाच्या वाटा संपून अंधाराचे सामर्थ्य सुरू होते, तेथे जन्माला येते ही अंधश्रद्धा! ही असमर्थनीय अंधश्रद्धा म्हणजे अपश्रद्धेची पुढची पायरी! अपश्रद्धा म्हणजे स्वतःला फसविणं! अपश्रद्धा हा दुःखाचे, भूतकाळाचे ओझे असह्य होऊन, त्याला सामोरे जाता न आल्याने आलेला प्रतिसाद आहे.

कामाला जाताना मांजर आडवं जाणं, वडाची पूजा केल्याने देव पावतो; असे समजणे, सापाला दूध पाजल्याने देव पावतो असे समजणे या आणि अशा अनेक गैरसमजुती समाजात अंधश्रद्धेचा बुरखा घालून वावरत असतात.

आजच्या या विज्ञानयुगात जेथे माणूस चंद्रावर जाऊ किंवा मंगळावर वस्ती करू म्हणतोय, अशा रंगीबेरंगी दुनियेत वावरताना जर एखाद्याने अंधश्रद्धा पाळली तर आपले काय बिघडणार आहे, ही समजूत पूर्ण चुकीची आहे. कारण... ही अंधश्रद्धा एकवेळ इतकं गंभीर रूप धारण करेल की तेव्हा एखादा विज्ञाननिष्ठ मनुष्य मला मंगळावर राहायला मिळावे, म्हणून देवीला बळी चढविण्यास मागे-पुढे पाहणार नाही. आजच्या सुजाण नागरिकास हे नक्कीच स्वप्नवत वाटेल; पण हे भविष्यकाळात घडणारे एक सत्य आहे.

“अंधश्रद्धा पाळल्याने काय होणार?” हा आपणा सर्वांपुढे उभा ठाकलेला एक गंभीर यक्षप्रश्न आहे. परंतु, अंधश्रद्धा म्हणजे स्वत:च्या कर्तृत्वाला पूर्णविराम देऊन अंधकाराचे नवीन वाक्य सुरू करणे की एकदा सुरुवात झाल्यानंतर मरणानंतरच जेथे 'Fullstop' आहे.

ग्रहणदिनी ग्रहणाच्या वेळी बाहेर पडू नये, त्यावेळी जेवण तयार करू नये, अमावस्येच्या रात्री चिंचेच्या झाडाखाली थांबू नये, देवी कोपली म्हणून तिला बळी देणे, चंद्र, सूर्य, शनी, मंगळ हे देव आहेत; माणसाच्या स्तुतीने ते प्रसन्न होतात, दगडास तेल–शेंदूर फासल्याने, शनिवारी; मंगळवारी उपवास केल्याने आपल्यावरील अनिष्ट टळेल... अशा अनेक भाकडकथांनी अंधश्रद्धेचं जाळंच निर्माण केलं आहे. या विज्ञानाच्या अढळ बुरुजावर उभे असताना हा विज्ञानाचाच झालेला सपशेल पराभव आहे.

‘देव हा दगडात नसून माणसात आहे’, असे गाडगेबाबा म्हणायचे; पण मित्रहो, दगडाच्या देवाला बळी चढवून जर खरंच तुम्ही सुखी नि बरे होणार असाल तर तुमच्यासारखे दुर्दैवी या ब्रह्मलोकी दुसरे कोणीच नाही.

म्हणूनच ज्ञानाची ज्योत पेटविली पाहिजे. “आधी केले मग सांगितले,” या युक्तीचा अवलंब करून अंधश्रद्धेचा कलंक धुऊन टाकला पाहिजे. म्हणूनच वाटते –

“ज्ञानाची ही ज्योत पेटवा,
ज्ञानाचा घेऊन वारा,
अंधश्रद्धा निरक्षरता,
यांस देऊ नका थारा.”

१.२ : आकलन

आकलन म्हणजे एखादी गोष्ट पूर्णपणे कळणे, समजणे. एखाद्या उताऱ्यावर विचारलेल्या प्रश्नांच्या आधारे त्या उताऱ्याचे सारग्रहण करणे म्हणजे आकलन होय. प्रश्नांची मदत न घेता सार लिहिणे म्हणजे सारांशलेखन करणे. आकलनासाठी दिलेल्या परिच्छेदात मुख्य, महत्त्वाचे विचार कोणते आणि त्यामानाने दुय्यम म्हणजे स्पष्टीकरण करणारे मुद्दे कोणते याची आपल्याला योग्य, अचूक, नेमकी निवड करता आली की उताऱ्याचे सार गवसते. त्यातून परिपूर्ण आकलन होण्याचे कौशल्य साधते. प्रत्येक वाक्य उताऱ्याचा एक घटक असते; पण काही वाक्यात लेखकाला जे सांगावयाचे

आहे त्याचे सुस्पष्ट प्रतिबिंब असते. लेखकाला त्या उताऱ्यातून नक्की काय सांगावयाचे आहे हे समजले म्हणजे उताऱ्याचे नीट आकलन होते.

विद्यार्थ्यांना उताऱ्यातील विचार कितपत ग्रहण झाले आहेत आणि आपल्या शब्दांत ते उत्कृष्ट रीतीने कसे मांडता येतात हे अजमावता येण्यासाठी अभ्यासक्रमात आकलन किंवा सारग्रहण या घटकाचा समावेश केलेला असतो. विद्यार्थ्यांचा बौद्धिकस्तर, भावग्रहणशक्ती आणि त्यांचे सामान्य ज्ञान आकलनातून वाढते. त्याचप्रमाणे स्वतंत्र रचनात्मक बुद्धीलाही चालना मिळते. अशा उताऱ्यांमधून, उताऱ्यांच्या आकलनामधून स्वतंत्रपणे, स्वबळावर लिहाव्या लागणाऱ्या निबंधासाठीही मदत, पूर्वतयारी होते.

पाठ्यपुस्तकाबाहेरील उतारा आकलनासाठी परीक्षेत येतो. आकलनासाठी असलेले उतारे असे निवडले जातात की, त्यातून बोध व्हावा, शिकवण मिळावी, जीवनाच्या विविध अंगांची ओळख संक्षेपाने व्हावी. विविध स्तरावर माहिती, ज्ञान प्राप्त व्हावे; विद्यार्थ्यांच्या गुणांचे संवर्धन व्हावे. हा उतारा सुमारे १०० ते १२० शब्दांचा असतो. परीक्षेत आकलन आणि सारांशलेखन यासाठी वेगळे उतारे न देता उताऱ्यावरील प्रश्नांची उत्तरे लिहा (आकलन) किंवा एक-तृतीयांश सारांशलेखन करा असा पर्याय दिलेला असतो.

उताऱ्याचे आकलन म्हणजे उताऱ्यावरील प्रश्नांची उत्तरे लिहिणे. हा प्रश्न सोडविताना घ्यावयाची काळजी –

१) उताऱ्याचे दोन वेळा वाचन करावे. पहिल्या वाचनात उतारा कोणत्या विषयावर आहे, त्याची मध्यवर्ती कल्पना काय आहे, उताऱ्यातील कोणते विचार अधिक महत्त्वाचे आहेत, हे लक्षात येते. तर दुसऱ्या वाचनाचा प्रश्नांची उत्तरे शोधण्याच्या दृष्टीने उपयोग होतो. दोनदा वाचल्यामुळे उताऱ्याचे नीट आकलन होते.

२) प्रश्नांची उत्तरे स्वतःच्या शब्दांत लिहावीत. उताऱ्यातील वाक्ये जशीच्या तशी उत्तरात उतरवून काढू नयेत. स्वतःच्या शब्दांत उत्तरे लिहिताना मूळ उताऱ्यातील विचारांना धक्का लागणार नाही, एवढी खबरदारी घ्यावी, स्वतः वेगळी उदाहरणे वगैरे देऊ नयेत.

३) एका गुणासाठी ३ ते ४ ओळींचे उत्तर लिहावे. २ गुणांचा प्रश्न विचारला असेल तर ६ ते ७ ओळीत उत्तर लिहावे. यापेक्षा मोठी उत्तरे होऊ देऊ नयेत. केवळ एक-दोन शब्दांत उत्तरे कधीही लिहू नयेत. (पूर्ण वाक्ये करावीत.) म्हणजेच उत्तरे फार दीर्घ किंवा फार संक्षिप्त असू नयेत.

४) उताऱ्याचे **शीर्षक** – अर्थपूर्ण, आशयसंपन्न, छोटे – सुटसुटीत असावे. ते केवळ वाच्यार्थाच्या पातळीवरचे नसावे. कारण असे रोखठोक शीर्षक नीरस ठरते. आपण दिलेले शीर्षक आपल्या व्यक्तिमत्त्वाची चुणूक दाखविणारे असते त्यामुळे ते सुबक, सूचक, कलात्मक, बोलके कसे होईल यावर आवर्जून भर द्यावा. संपूर्ण उताऱ्याचा अर्क, सत्त्व यांचे प्रतिबिंब शीर्षकात पडावे. शीर्षकाची समर्पकता स्पष्ट करावयास सांगितली असेल तर उताऱ्यातीलच मजकूर लिहू नये. आपणास आकलन झाले आहे हे दर्शविणारे स्पष्टीकरण द्यावे. शीर्षक देताना कधी एखादा सुविचार, संतवचन, अवतरण, समर्पक ठरत असेल तर त्यावेळी शीर्षक लांबलचक झाले तरी चालते.

५) उताऱ्याचे आकलन झाले आहे की नाही हे आपण लिहिलेल्या उत्तरांतून, शीर्षकातून कळते, म्हणूनच लेखकाने उताऱ्यात मांडलेल्या विचारांच्या बरोबरीनेच उत्तरे लिहिताना आपल्या विचारांचा स्वतंत्र ठसाही उमटविता आला पाहिजे.

६) उताऱ्यात दुहेरी अवतरण चिन्हांमध्ये मजकूर असेल (म्हणजे संवाद असतील) तर उत्तर लिहिताना मात्र सरळ निवेदन पद्धतीच अवलंबावी. उत्तरात संवाद जसेच्या तसे देऊ नयेत.

७) उताऱ्यात स्पष्टीकरणात पाल्हाळ असेल, एकच विचार तीनचार वाक्यात सांगितला असेल तर त्या तीन चार वाक्यांसाठी एकच योग्य, वाक्प्रचार, म्हण लागू पडत असेल तर त्यांचा अवश्य उपयोग करावा. याला आकलनाचे कौशल्यही म्हणतात.

८) उताऱ्यात काही अवघड शब्द असतील तरी उत्तरे लिहिताना अडखळू नये. उताऱ्याच्या एकूण आशयावरून त्या अवघड शब्दांच्या अर्थाचा बोध होतोच.

९) उत्तरांची वाक्यरचना, योग्य ठिकाणी विरामचिन्हे देणे यासारख्या गोष्टींवरही लक्ष द्यावे.

आकलन कसे करावे म्हणजे आकलनाचा प्रश्न कसा सोडवावा हे पुढील दोन उताऱ्यांवर प्रश्न देऊन व उताऱ्यांवरील प्रश्नांची उत्तरे लिहून दाखवून प्रत्यक्ष उदाहरणांतून स्पष्ट केले आहे. प्रत्येक प्रश्नाला स्वतंत्र गुण दिला जात असल्यामुळे पैकीच्या पैकी गुण पडू शकतात.

उतारा १

नियोजन आणि संघटित प्रयत्न हा विज्ञानाभिमुखतेचा अपरिहार्य परिणाम आहे. नियोजन म्हणजे साधने आणि अभिलाषा यांच्यात स्वत:च्या प्रयत्नांनी मेळ घालणे,

असा मेळ बसतो तेथेच समृद्धी आणि संपन्नता येते. त्यासाठी थोर ध्येयाशी बांधलेले, जोडलेले लोक हवेत. अशा आव्हान देणाऱ्या गोष्टींशी माणूस जोडला गेला म्हणजे त्याची बुद्धी बहरून येते. बुद्धीला बहर आला की भावना ओसंडू लागते. बुद्धी आणि भावना यांचा गंगा-जमुना संगम झाला की, शांततेची सरस्वती अप्रकटपणे त्यात मिसळून जाते. आणि असा हा त्रिवेणी संगम होतो. त्याठिकाणी सुख सर्वांगी फुलते, उमलते. दैन्य, दारिद्र्य, उपासमार, अज्ञान, रोगराई यांची कारणे दैवी नसून परिस्थितिजन्य व मानवी आहेत आणि ती प्रयत्नपूर्वक निवारण करता येतील, असा विश्वास जनमानसात बिंबवणे म्हणजे विज्ञानाभिमुखता स्वीकार करणे होय. विज्ञानाभिमुखतेमुळे स्वच्छता, आरोग्य, शिक्षण यांच्या दृष्टीने पुढे पाऊल पडते.

(कहाणी एका प्रयोगाची - राजा मंगळवेढेकर)

उताऱ्याची शब्दसंख्या - ११६
उताऱ्यावरील प्रश्न व त्यांची उत्तरे -

प्र. १. समृद्धी आणि संपन्नता केव्हा येते? (१ गुण)

जेव्हा साधने आणि अभिलाषा म्हणजे उत्कट इच्छा यांच्यात स्वतःच्या प्रयत्नांनी मेळ घालता येतो तेव्हा म्हणजेच उत्कृष्ट नियोजनाने समृद्धी आणि संपन्नता येते.

प्र. २. लेखकाच्या मते, आव्हान देणाऱ्या गोष्टींशी माणूस जोडला की काय काय घडते? (१ गुण)

आव्हान देणाऱ्या गोष्टींशी माणूस जोडला की बुद्धी बहरते. बुद्धीच्या बहरामुळे भावना ओसंडू लागते. बुद्धी आणि भावना यांचा गंगा-जमुना संगम होतो. शांततेची सरस्वती अप्रकटपणे त्यात मिसळून त्रिवेणी संगम साधला जातो. अशा त्रिवेणी संगमामुळे सर्वांगाने सुखप्राप्ती होते.

प्र. ३. जनमानसात विज्ञानाभिमुखता कशी निर्माण करता येईल? (१गुण)

गरिबी, उपासमार, अज्ञान, अनारोग्य यांची कारणे दैवी नाहीत. परिस्थितिजन्य आणि मानवनिर्मित आहेत म्हणून त्यांचे प्रयत्नाने निवारण करता येते असा विश्वास बिंबवून जनमानसात विज्ञानाभिमुखता निर्माण करता येईल.

उतारा २

शंकराचार्यांनी या गोष्टीवर भर दिला की, या जीवनात याच शरीरात हृदयाची शुद्धी व आत्म्याची अनुभूती ह्या दोन्ही गोष्टी प्राप्त होऊ शकतात आणि हेच धर्माचे सार आहे. शंकराचार्य ही एक अलौकिक विभूती होती. अनेक गुणविशेषांचा अद्भुत

असा संगम त्यांच्या ठिकाणी झाला होता. त्यांचे अगाध पांडित्य वर्णावे, विरोधी मतांच्या वावड्या वाऱ्यावर उधळून देणारे वादपटुत्व वाखाणावे, शैलीदार संस्कृत प्रशंसावे, प्रचंड कर्तृत्व गौरवावे की त्यांच्या अद्भुत योगैश्वर्याचे स्तोत्र करावे तेच कळत नाही.

'लोकोत्तर विभूती' खरोखर कोण्या एका देशाच्या नसतात. त्या सार्वभौम असतात. स्थलकालातीत असतात. निराळ्या अर्थाने विश्व हेच त्यांचे घर असते. शंकराचार्यांचेही तसेच आहे. जगाच्या महापुरुषांत त्यांची गणना होते. जागतिक तत्त्वज्ञानाच्या इतिहासात आणि ऊहापोहात त्यांचे नाव अपरिहार्यपणे घ्यावे लागते. केरळ ही त्यांची जन्मभूमी. भारत ही त्यांची कर्मभूमी. परंतु शंकराचार्य हे विश्वव्यापक झाले.

(केरळ – पं. महादेवशास्त्री जोशी)

उताऱ्यातील शब्दसंख्या – ११८

उताऱ्यातील प्रश्न व त्यांची उत्तरे

प्र. १. शंकराचार्यांच्या मते धर्माचे सार कोणते? (१गुण)

आपल्या याच शरीरात, मानवी जीवनात हृदयाची शुद्धी आणि आत्म्याची अनुभूती या दोन गोष्टी प्राप्त होऊ शकतात; हे धर्माचे सार आहे, असे शंकराचार्यांचे मत आहे.

प्र. २. शंकराचार्यांच्या कोणकोणत्या गुणविशेषांचा उल्लेख लेखकाने केला आहे? (१गुण)

अगाध पांडित्य, वादपटुत्व, संस्कृतवर प्रभुत्व, प्रचंड कर्तृत्व आणि अद्भुत योगसामर्थ्य असे अनेक अलौकिक गुण शंकराचार्यांच्या ठायी होते.

प्र. ३. उताऱ्यास शीर्षक द्या. (१गुण)

१) शंकराचार्य

२) लोकोत्तर विभूती

३) शंकराचार्यांचे गुणविशेष

यापैकी कोणतेही शीर्षक समर्पक ठरते. विद्यार्थ्यांनी परीक्षेत एकच शीर्षक द्यावे.

आकलनाच्या सरावासाठी काही उतारे –

१) अंत:करणाच्या वृत्तीचे काही कारणाने उद्दीपन होते, आणि या उद्दीपित झालेल्या वृत्तीच्या अनुभवाने किंवा अवलोकनाने अनुरूप विचार प्रकट करण्याची प्रेरणा होते. ह्या प्रेरणेला 'रस' असे म्हणतात. अंत:करणाच्या शुद्ध वृत्तीपासून शुद्ध रस उत्पन्न होतात आणि मिश्रित वृत्तींपासून मिश्रित रस उत्पन्न होतात. शुद्ध आणि

मिश्रित वृत्तींमुळे प्रकट होणारे विचार आल्हाददायक असले तर त्यांना 'काव्य ही संज्ञा प्राप्त होते. ह्यावरून काव्याची व्याख्या अशी ठरते की, अंत:करणातील कोणतीही वृत्ती उत्कट होऊन त्या वृत्तीच्या प्रेरणेने, शब्दरूपाने प्रकट झालेले आल्हाददायक विचार म्हणजे काव्य. प्राणावाचून जसा देह तसे रसावाचून काव्य, ही गोष्ट मनात आणून आपल्या पूर्वजांनी 'काव्याचा आत्मा रस होय' असे म्हटले आहे. शृंगार, वीर, करुण, अद्भुत, हास्य, भयानक, बीभत्स, रौद्र आणि शांत असे नऊ रस आहेत.

(अर्थालंकारांचे निरूपण – वि. वा. भिडे)

उताऱ्यातील शब्दसंख्या – ११३

प्र. १. लेखकाच्या मते 'रस' केव्हा निर्माण होतो? (१गुण)

प्र. २. काव्याची व्याख्या कशी केली जाते? (१गुण)

प्र. ३. पूर्वजांच्या मते काव्यात रसाचे महत्त्व कोणते? (१गुण)

२) डॉ. बाबासाहेब आंबेडकर यांच्या नेतृत्वाखाली घटनेचा मसुदा तयार करण्यासाठी एक खास समिती निवडण्यात आली. या समितीवर गोपालस्वामी अय्यंगार, सय्यद महम्मद सादुल्ला, देवीप्रसाद खैतान, अल्लादि कृष्णस्वामी अय्यर, के.एम. मुन्शी, एन. माधवराव, कृष्णम्माचारी यासारखे मान्यवर सभासद नियुक्त करण्यात आले. अमेरिका, कॅनडा, ऑस्ट्रेलिया, ब्रिटन वगैरे देशांतील घटनांच्या मुख्य तत्त्वांचा आणि कलमांचा अभ्यास करून या समितीने भारताच्या राज्य घटनेचा मसुदा तयार केला. या कामासाठी समितीला १४१ दिवस लागले व घटनेच्या मसुद्यावर कलमवार चर्चा होऊन दि. २६ नोव्हेंबर १९४९ रोजी भारतीय राज्यघटना म्हणून तिच्यावर शिक्कामोर्तब झाले. दि. २६ जानेवारी १९५० रोजी ही घटना अमलात येऊन 'भारत' हे सार्वभौम प्रजासत्ताक गणराज्य म्हणून घोषित करण्यात आले. भारताच्या या राज्यघटनेत एकंदर ३९५ कलमे असून ८ परिशिष्टे आहेत.

उताऱ्यातील शब्दसंख्या – १०८

(विधानसभा : परिचय व कामकाज – के. टी. गिरमे)

प्र. १. आंबेडकरांच्या नेतृत्वाखाली कशासाठी समिती नेमण्यात आली? (१गुण)

प्र. २. समितीने राज्यघटनेचा मसुदा तयार करण्यासाठी कशाचा अभ्यास केला? (१गुण)

प्र. ३. भारत हे सार्वभौम प्रजासत्ताक गणराज्य म्हणून केव्हा घोषित करण्यात आले? (१गुण)

३) मोठ्या व्यक्तींनी त्यांच्या पूर्वजीवनात निराशा, दु:खभोग भोगले आहेत. मात्र त्याभोवतीच न घोटाळता जीवनात काहीतरी करून दाखविण्याची इच्छाशक्ती त्यांनी बाळगलेली दिसते. महान शास्त्रज्ञ अल्बर्ट आइनस्टाइन स्वत:विषयी सांगतात, ''मी काही फार बुद्धिमान नाही, पण माझी जिज्ञासा प्रखर आहे.'' गणित हा विषय त्यांच्या काकांनी त्यांना गोष्टी रूपात समजावून सांगितल्यापासून त्यात त्यांना गोडी वाटू लागली होती. स्वतंत्रपणे विचार करण्याची सवय, प्रचंड आत्मविश्वास आणि अफाट उत्साह ही त्यांची वैशिष्ट्ये शालेय जीवनातच त्यांच्या मित्रांनी जोखली होती. मनापासून पटलेल्या गोष्टीत ते स्वत:ला झोकून देत. कोणत्याही विषयाचा अभ्यास करताना त्यासंबंधीचे आपले पूर्वग्रह प्रथम पुसले पाहिजेत आणि मनाची पाटी कोरी ठेवून नवीन विषय शिकला पाहिजे, तरच त्या विषयाचे खरे ज्ञान होऊ शकते, असे त्यांचे मत होते.

(लोकसत्ता – २४ जून २००६ चतुरंग पुरवणीतील 'घडण' या सदरातील राधिका कुंटे यांच्या लेखातून)

उताऱ्यातील शब्दसंख्या – १०७

प्र. १. आइनस्टाइन यांनी स्वत:विषयी काय सांगितले आहे? (१गुण)

प्र. २. आइनस्टाइन यांची कोणती वैशिष्ट्ये त्यांच्या मित्रांनी जोखली होती? (१गुण)

प्र. ३. एखाद्या विषयाचे खरे ज्ञान केव्हा होऊ शकते? (१गुण)

४) मराठीत 'सामाजिक कविता' या नावाने संबोधली जाणारी मराठी कविता प्रथम लिहिण्याचा मान महाराष्ट्राचे आधुनिक काव्यक्रांतीचे जनक केशवसुत यांजकडे जातो. स्वातंत्र्य, समता आणि विश्वबंधुत्व या तत्त्वत्रयीचा उद्घोष महाराष्ट्रात आगरकरादी सुधारक विचारांच्या नेत्यांनी व विचारवंतांनी केला. ह्या नवविचारांनी तत्कालीन महाराष्ट्राला प्रचंड वैचारिक धक्के देण्यास सरुवात केली. विष्णुशास्त्री चिपळूणकर यांचा पुनरुज्जीवनवादावर विश्वास होता तर आगरकर वगैरेंचे म्हणणे असे होते की, जुने बुरसटलेले, समाजाच्या हिताला बाधक असलेले असे विचार गाडून पुरून टाकले पाहिजेत. जुन्या रूढींना मूठमाती दिली पाहिजे. स्त्री–पुरुष समानतेवरही त्यांची श्रद्धा होती, आणि सामाजिक जीवनात समतेचे तत्त्व लोकमान्य झाले पाहिजे यासाठी एक वैचारिक आचारविषयक क्रांती बद्धमूल करण्याचा या विचारवंतांनी प्रयत्न केला. ह्या वैचारिक क्रांतीचा काव्यद्वारा पुरस्कार कविवर्य केशवसुत यांनी प्रथम केला.

(कुसुमाग्रज : प्रभाकर अत्रे)

उताऱ्यातील शब्दसंख्या – १०८

प्र. १. मराठीत 'सामाजिक कविता' प्रथम लिहिण्याचा मान कुणाकडे जातो? (१गुण)

प्र. २. आगरकरांसारख्या विचारवंतांनी कोणत्या तत्त्वत्रयीचा उद्घोष केला? (१गुण)

प्र. ३. उताऱ्यास शीर्षक देऊन त्याची समर्पकता स्पष्ट करा. (१ गुण)

पद्य आकलन

गद्य उताऱ्यांप्रमाणे पद्य उताऱ्यांचे आकलनही केले जाते. अकरावी–बारावीच्या अभ्यासक्रमात पद्य उताऱ्यांचे आकलन समाविष्ट नसले तरी 'आकलना'वर सर्वंकष विचार करताना पद्य आकलनही अभिप्रेत आहे. पाठ्यपुस्तकातील कविता समजण्यास पद्य आकलनाच्या कौशल्याचा निश्चितच उपयोग होऊ शकतो. पद्य आकलनासाठी दिलेल्या कवितेवर विचारलेल्या प्रश्नांची उत्तरे लिहिताना, प्रथम कवितेतील मध्यवर्ती कल्पना समजून घेणे आवश्यक आहे. पद्यावर प्रश्न विचारले असले तरी त्यांची उत्तरे गद्यात लिहायची असतात. उदाहरणासाठी पुढे दोन कविता घेतल्या आहेत.

१) मी एक रात्रि त्या नक्षत्रांना पुसले
परमेश्वर नाही घोकत मन मम बसले
परि तुम्ही चिरंतन विश्वातील प्रवासी
का चरण केधवा तुम्हांस त्याचे दिसले!
स्मित करून म्हणाल्या मला चांदण्या काही,
तो मुक्त प्रवासी फिरत सदोदित राही
उठतात तमावर त्याची पाउल चिन्हे
त्यांनाच पुससि तू, आहे की तो नाही!

(रसयात्रा : कुसुमाग्रजांची निवडक कविता – बा. भ. बोरकर, शंकर वैद्य)

प्र. १. कवीचे मन काय घोकत बसले? (१गुण)

जगात परमेश्वराचे अस्तित्व नाही असे कवीचे मन घोकत बसले.

प्र. २. कवीने नक्षत्रांना कोणता प्रश्न केला? (१गुण)

तुम्ही चिरंतन विश्वातील प्रवासी आहात, तुम्हाला कधी परमेश्वराचे दर्शन घडले

का, असा प्रश्न कवीने नक्षत्रांना विचारला.

प्र. ३. चांदण्यांनी कवीला काय सांगितले? (१गुण)

चांदण्यांनी कवीच्या प्रश्नाला स्मित करून उत्तर दिले की, परमेश्वर सदोदित, सर्वत्र मुक्त संचार करतो. अंधाराच्या पटावर त्याची पाऊलचिन्हे उमटतात. ती आम्हा चांदण्यांच्या रूपानं. आणि त्याच्या अस्तित्वाच्या खुणा असलेल्या आम्हालाच तू, तो आहे की नाही हे विचारीत आहेस.

२) एखाद्या मोठ्या कातळावर जाऊन बसावं
   एक युग विचारांच्या तंद्रीतच संपून जावं.
   एक पाण्याचा लोंढा असा यावा
   ज्यात बुडून जाऊन नव्याने जीवन जगावं.
   एखादा किरण प्रकाशाचा असा यावा
   ज्याच्या प्रकाशाने सारं जीवन व्यापून जावं.

   (एकांतवेळा : काव्यसंग्रह – संध्या गोळे)

प्र. १. कवयित्री कातळावर जाऊन का बसू इच्छिते? (१गुण)

दैनंदिन गलबल्यापासून दूर जाऊन विचारांच्या तंद्रीत गुरफटता यावं, अगदी संपूर्ण युगभर विचारांची साथ लाभावी म्हणजे एकांत लाभण्यासाठी कवयित्री कातळावर जाऊन बसू इच्छिते.

प्र. २. प्रकाशाच्या किरणाने कोणती किमया साधावी? (१गुण)

प्रकाशाच्या केवळ एका किरणाने सगळं जीवन प्रकाशानं व्यापलं जावं, असा आशावाद देणारी किमया साधली जाते.

प्र. ३. कवितेस शीर्षक द्या. (१गुण)

१) एकांतवेळा
२) प्रकाशाचा किरण
३) एक युग, विचारांचे

यापैकी कोणतेही शीर्षक समर्पक ठरू शकते.

पद्य आकलनाच्या सरावासाठी दोन कविता –

असे अश्रूही आता नकोत, जे डोळ्यांचा
पाणउतारा करतील. हवेत डोळ्यांतून
ओघळलेले डोंगर, डबडबलेले खडक,
हवंय एक अंतर्बाह्य खोदकाम सैल मुठीचं

हवाय एक नष्ट झालेला निसर्ग आणि
एक अर्ध्यावरच सोडून दिलेलं मशीन;
पेंढा भरलेला गरुड नाकारून मी
आता स्वीकारीन भुर्र उडणारी चिमणी.

हवाय एक इतिहासात हरवलेला हत्ती
आणि एक भूगोलात न उल्लेखलेला वारा
हवंय एक संबंध पुराण भविष्यकालीन.

सगळाच्या सगळा मी वेगळ्या करतोय
माझ्याच अस्तित्वाच्या सुतळ्या बांधतोय
मुकाट्याची नवी नाती, सोसाट्याची गोती.

(कवितेनंतरच्या कविता : दिलीप पुरुषोत्तम चित्रे)

प्र. १. कवीला कोणते अश्रू नको आहेत? (१गुण)
प्र. २. गरुडाला नाकारून कवी काय स्वीकारणार आहे? (१गुण)
प्र. ३. कवीला आज कोणकोणत्या गोष्टी हव्या आहेत? (१गुण)

२) माझ्या मायदेशी, यावेच सर्वांनी,
फुगड्या घालाव्या, फुला-तारकांनी.
मेघानेहि यावे, डुलत-झुलत,
विजेनेही यावे, लवत - फुलत.

नटली नगरी, रंगाने गडद
पिवळ्या शेतांची, लावून हळद.
निळ्याभोर पानी, चांदण्याचा चारा
सह्याद्रीचा मोर उभारी पिसारा.

हिरव्या पक्ष्यांनो, फुलवा ही बाग
भूपाळीत ओवा, मालकंस राग.
अगा सूर्यदेवा, स्पर्श करा येथे
ऐशा भूमीपुढे, नमवावे माथे.

(ऐसा गा मी ब्रह्म काव्यसंग्रहातून - नारायण सुर्वे)

प्र. १. मायदेशी फुगड्या घालण्यासाठी कवी कोणाला बोलावीत आहे? (१गुण)
प्र. २. कवीची मायदेशनगरी कशाने नटली आहे? (१गुण)

प्र. ३. कवी पक्ष्यांना आणि सूर्यदेवाला कोणती विनंती करीत आहे? (१गुण)

१.३ : सारांशलेखन

पूर्वपीठिका

माणसामध्ये गोष्टीवेल्हाळपणा, भाषा अस्तित्वात आली तेव्हापासूनच आला असावा. गुहेत, अश्मयुगात राहणारा माणूस नवीन काहीतरी पाहिले, अनुभवले की प्रत्येक वेळी ते अभिव्यक्त करण्यासाठी धडपडत असेल. नवनवीन शब्दांचा शोध त्यासाठी घेत असेल. त्याचे अधिकाधिक वर्णन करण्याचा प्रयत्न करीत असेल– नाहीतरी दुसऱ्याला काही सांगणं, दुसऱ्याचं काही ऐकणं यातूनच परस्परसंवाद साधला जातो. ज्याचे शब्दांवर प्रभुत्व, भाषेवर प्रभुत्व तो आपले म्हणणे परिणामकारकरीत्या मांडू शकतो. मनात विचार सुस्पष्ट झालेला असेल तर शब्दांतून तो आपोआप सूत्रबद्धरीत्या प्रकटतो. साहित्यनिर्मितीतही सुरुवातीच्या काळात म्हणजे अगदी ४ थ्या–५ व्या शतकात 'गोष्ट' हा 'फॉर्म' अस्तित्वात आला. सुरुवातीला काही शतके तो मौखिक रूपात होता. चिऊकाऊची तुम्हा-आम्हांला ठाऊक असलेली गोष्ट अशीच ४ थ्या–५ व्या शतकापासून चालत आलेली आहे. रंगवून सांगणं, कल्पनेची जास्तीत जास्त जोड देऊन विषय फुलवणं, आपण सांगतो ते दुसऱ्याला नीट समजावं, त्याच्या लक्षात राहावं म्हणून विचारांची बोलण्यातून पुनरावृत्ती करणं हे स्वाभाविकपणे घडत गेले.

भाषेच्या साहित्यनिर्मितीतील अगदी प्राथमिक अवस्थेत या सर्व गोष्टी तपशील, विस्तार या पातळीवर येणं आवश्यकही होतं; पण जसजसं जग जवळ आलं, जीवन धकाधकीचं झालं तसं माणसाला वेळेचं गणित जमवताना नाकी नऊ येऊ लागले. जशी बाकी क्षेत्रात गतीची, वेगाची विविध माध्यमं, साधनं वैज्ञानिक प्रगतीमुळे आली तशी बोलणं–ऐकणं या प्रक्रियेतही गतीची, वेगाची, कमी वेळाची गरज भासू लागली. पुन्हा पुन्हा वापरून माणसाची बुद्धी तल्लख होत गेली. मेंदू अधिक कार्यरत झाला आणि दुसऱ्याचे बोलणे त्याला चटकन ग्रहण करता येऊ लागले असावे; कारण बोलणाऱ्याचीही म्हणणे मांडण्यातील सुस्पष्टता वाढली असावी. याच पार्श्वभूमीवर अशी गरज आणि अपेक्षा निर्माण झाली की थोडक्यात बोलावे किंवा लोकांच्या बोलण्यातला मथितार्थ आपल्याला थोडक्यात समजून घेता यायला हवा. यालाच पारिभाषिक शब्दात आपण

सारांश आणि लिखित रूपात तो आल्यावर **'सारांशलेखन'** म्हणू लागलो.

सारांशलेखनाची व्याप्ती -

वर्तमानपत्रात आपण कधी कधी पूर्ण बातमी वाचू शकत नसलो (वेळेअभावी), वाचू इच्छित नसलो तरी बातमीचा मथळा आपल्याला बरंच काही सांगून जातो. हा मथळा एक प्रकारे सारांशच असतो. सरकारी कार्यालयांमध्ये 'आपले म्हणणे थोडक्यात सांगा' अशी पाटी हेच सुचवते की, जे काही तुम्हाला महत्त्वपूर्ण सांगायचे आहे ते पाल्हाळ न लावता, मोजक्या शब्दांत सांगा. थोडक्यात सांगताना विषयांतरही होत नाही. नोकरीच्या मुलाखतीसाठी आपण जातो तेव्हा चार-दोन प्रत्यक्ष प्रश्नांत किंवा पानभर 'स्व-परिचया'त आपल्याला जोखले जाते. आपल्या एवढ्या मोठ्या शैक्षणिक वाटचालीचा किंवा व्यावसायिक कौशल्यांचा अंदाज अशा गोष्टींतून संबंधितांना होणं हे सारांशाची महती सांगणारंच आहे.

कोणतेही माहितीपत्र पाहिले तर जाणवते की संस्थेची, उद्योगसमूहाची, एखाद्या उत्पादनाची अगदी थोडी माहिती नेमकेपणाने, प्रभावीरीत्या दिलेली असते. दूरध्वनीवर संभाषण करताना तर सारांश करण्याची कला अवगत असणं फारच चांगलं. दूरध्वनीचं भरमसाठ बिल वाढायला नको की समोरच्या माणसाचा वेळ जायला नको. कार्यालयीन टिप्पणीसाठी सारांशरूपाने महत्त्वाचे मत व निष्कर्ष नोंदविण्याचीच कला अवगत हवी. व्यवहारात वावरताना, कामाच्या ठिकाणी, सार्वजनिक ठिकाणी, सारांशरूपाने म्हणजे थोडक्यात पण परिपूर्ण, महत्त्वपूर्ण, आवश्यक तेवढेच सांगण्याच्या या कलेचा परिसस्पर्श आपलं व्यक्तिमत्त्व उजळवून टाकतो.

एक-तृतीयांश सारांशलेखन -

शालेय - महाविद्यालयीन पातळीवर सारांशलेखन हा अभ्यासघटक प्रथम, द्वितीय, तृतीय भाषेच्या अभ्यासक्रमात समाविष्ट असतो. कुठल्याही मजकुराचा, विवेचनाचा बोलण्यात सारांश कितीही कमी म्हणजे अगदी एका वाक्यातच काय एका शब्दातही करता येईल; पण भाषांच्या अभ्यासक्रमात सारांशलेखन **एक-तृतीयांश** रूपात करण्याचे बंधन आहे. इयत्ता अकरावी-बारावीच्या नवीन अभ्यासक्रमातही सारांशलेखन हा लेखनप्रकार समाविष्ट केलेला आहे. त्याविषयी मार्गदर्शन -

इयत्ता अकरावी व बारावीच्या प्रश्नपत्रिकेत सारांशलेखनाच्या प्रश्नास सामान्यत: ३ गुण असतात. या प्रश्नाच्या उत्तराला पैकीच्या पैकी गुण मिळविण्यासाठी सारांशाचे तंत्र व कौशल्य आत्मसात करणे गरजेचे आहे. प्रश्नपत्रिकेत सुमारे १०० ते १२०

शब्दांचा उतारा सारांशलेखनासाठी दिलेला असतो. वर्षभरात सरावासाठी आठ उताऱ्यांचा अभ्यास होणे अभिप्रेत आहे. हे उतारे एखाद्या ज्येष्ठ, श्रेष्ठ व्यक्तीच्या पुस्तकातले, स्फुटलेखनातले, भाषणातले असावेत. अनेक विचारवंत, तज्ज्ञ व्यक्तींच्या मौलिक विचारांतून विद्यार्थी घडावा ही दृष्टीच सारांशासाठी उतारे निवडताना ठेवावी लागते. परीक्षेतही सामाजिक, सांस्कृतिक, वैचारिक उताऱ्यांवर, जीवनावर हसत-खेळत भाष्य करणाऱ्या, मोलाचे तत्त्वज्ञान सांगणाऱ्या उताऱ्यांवर भर असतो.

सारांशलेखनाची कला एकदा साध्य झाली की हा प्रश्न लिहायलाच नव्हे पण उत्तरपत्रिकेत कुठलाही प्रश्न सोडविताना मदत होते. इतर विषयांची उत्तरपत्रिका लिहितानाही मदत होते.

उताऱ्याचे सारांशलेखन करताना पुढील गोष्टी ध्यानात घ्याव्यात –

१) उताऱ्याचे दोनदा वाचन करावे. दोन्ही वेळा लक्षपूर्वक वाचन करावे. पहिल्या वाचनात, उताऱ्यात कोणते विचार मांडले आहेत याचा प्राथमिक अंदाज येतो. उतारा दुसऱ्यांदा वाचताना, यातील विचार, यातील मते या गोष्टी आपल्याला थोडक्यात मांडायच्या आहेत या दृष्टीने अधिक सखोल, सूक्ष्म वाचन करावे. मूळ उताऱ्यातील विचार समजून घेणे ही आकलनाची पायरी झाली आणि नंतर ते मोजक्या, अर्थपूर्ण शब्दांत सांगता येणे हे सारांशलेखन झाले. कमीत कमी शब्दांत जास्तीत जास्त आशय प्रकट करण्याचे हे कौशल्य आहे.

२) सारांश एक-तृतीयांश करायचा असतो. मात्र मूळ उताऱ्यातील शब्द मोजून त्यांस ३ या संख्येने भागून इतके काटेकोर सारांशलेखन करण्याची आवश्यकता नाही. सारांशाचा उतारा अर्थपूर्ण झाला असेल तर एक-तृतीयांश मजकुरापेक्षा ४-६ शब्द कमी-जास्त झाले तरी चालतात.

३) केवळ काही शब्द किंवा काही वाक्ये गाळून एक-तृतीयांश सारांश लिहू नये. उताऱ्याच्या केवळ काही भागाचाच सारांश करू नये. मूळ उताऱ्यातील मुद्द्यांची सलगता, संगती सारांशलेखनात टिकली पाहिजे. उताऱ्याचे आकलन त्यावर विचारलेल्या प्रश्नांच्या मदतीने होते; पण प्रश्नांच्या मदतीशिवाय उताऱ्याचे सार जाणणे आणि ते शब्दात व्यक्त करता येणे म्हणजे सारांशलेखन करणे होय.

४) सारांशलेखनात मूळ उताऱ्यातील मध्यवर्ती कल्पना प्रामुख्याने आली पाहिजे. उताऱ्यातील विचारांचा, मुद्द्यांचा संक्षेप करता यायला हवा. उताऱ्यातील वाक्ये जशीच्या तशी लिहिण्यापेक्षा स्वत:च्या शब्दात सारांश करता यायला हवा. असे

करताना मूळ उताऱ्यातील विचारांना मात्र धक्का लावू नये. स्वत:चे विचार घुसडू नयेत, स्वत:च्या मतांची भर घालू नये.

५) सारांशलेखनात तपशील देणे टाळावे. मूळ उताऱ्यात असलेली लांबलचक वर्णने, कथासंदर्भ, विशेषणे सारांशलेखनात वगळावीत. विस्ताराने मुद्दा पटवून दिलेला असतो. किंवा पुनरुक्ती केलेली असते. अशा वेळी सारांशात या बाबींचा फक्त साररूपाने, विचार करावा.

६) व्यक्तींच्या तोंडचे उद्गार, एकेरी-दुहेरी अवतरणातील मजकूर तसाच न लिहिता सरळ निवेदनपद्धती सारांशलेखनासाठी निवडावी.

७) सारांश केलेला उतारा मूळ उताऱ्याचे साररूप असले तरी तोही एक स्वतंत्र, स्वयंपूर्ण उतारा वाटला पाहिजे.

८) सारांशाच्या उताऱ्यास शीर्षक द्यायचे असते. शीर्षक छोटे सुटसुटीत असावे. शीर्षकासाठी एखादी म्हण, सुभाषित लागू पडत असेल ते लांबलचक झाले तरी चालते (अपवाद म्हणून) उदा. प्रयत्नाचे महत्त्व सांगणारा उतारा असल्यास 'प्रयत्ने वाळूचे कण रगडिता' असे लांबलचक शीर्षक चालेल. शीर्षक कलात्मक, सूचक असावे. मूळ उताऱ्याचे व सारांशाचे प्रतिबिंब शीर्षकात पडले पाहिजे.

९) सारांशलेखनासाठी उत्तरपत्रिकेत ७ ते ८ मिनिटे वेळ पुरेसा होतो.

१०) आपल्या कौशल्याची कसोटी सारांशलेखनात लागते. त्यामुळे आपल्या स्वतंत्र प्रज्ञेचा, व्यक्तिमत्त्वाचा ठसा त्यात उमटेल अशी काळजी घ्यावी.

११) आपले म्हणणे सारांशात सांगायला जमणे यासारखे संवादकौशल्याचे प्रभावी माध्यम नाही. तंत्र, कला, कौशल्य अशा त्रिविध दृष्टिकोनातून सारांशलेखनाकडे बघावे.

पुढे दोन उताऱ्यांचे सारांशलेखन करून दाखविले आहे.

उतारा १

एवढ्या विशाल परिपूर्ण जगात सर्वांसाठी सर्व काही आहे, याचा संतोष मनात नेहमी असावा. आपल्या एकट्याचे थोडेसे नुकसान झाल्याबरोबर 'सर्वनाश झाला' अशी हाकाटी करू नये. हातून एखादा काचेचा प्याला फुटल्यास ताबडतोब 'माझे नशीबच फुटके' अशा अनुमानावर येऊ नये. थोडीशी हानी होताच या जगाविषयी आणि त्यातील आपल्या जीवनाविषयी आपला विरस होता कामा नये. धनी लोकांच्या जीवनात आपल्याला स्थान न मिळाले म्हणून काय झाले? समस्त मानवजगात आपले

आसन स्थिर आहे एवढा संतोष पुरेसा का नसावा?

आपली हरवलेली वस्तू जगात कोठेतरी आहे, कोणाच्या तरी उपयोगी पडत आहे. आपल्याहून त्याला त्या वस्तूचा अधिक उपयोग असेल असा व्यापक विचार केल्यास स्वार्थ किती तुच्छ असतो हे ध्यानात येऊन मन शांत होते. मग मनाचा विरस होण्याचे काही कारण उरत नाही.

(नैवेद्य - काका कालेलकर)

उताऱ्यातील शब्द - **११२**

सारांशातील अपेक्षित शब्द - **३७-३८, ३५ ते ४२** शब्द झाले तरी चालतील.

सारांश -

आपले थोडेसे नुकसान झाल्यास 'सर्वनाश झाला', 'नशीबच फुटके' असे समजू नये. श्रीमंतात गणना न होऊ दे पण मानवजगातील आपल्या अस्तित्वाचा संतोष मानावा. आपली हरवलेली वस्तू जास्त उपयोग असलेल्या कोणाकडे तरी असल्याच्या विचाराने मन शांत होते. तुच्छ स्वार्थ सोडल्यास जीवनात विरस होत नाही.

सारांशातील प्रत्यक्ष शब्द - ४२.

उतारा २

जोपर्यंत शकुन हे पशुपक्ष्यांदिकांवरच असतात तोवर मोठीशी वाईट गोष्ट झाली असे म्हणता येत नाही. घुबड, पिंगळे वगैरे पक्षी किंवा मांजर, गाढव वगैरे जनावरे यांचा मनुष्याने कितीही त्रास मानला तरी त्यात त्यांचे काही वाईट नसते. म्हणजे त्यायोगाने त्यांस मनुष्यापासून उपद्रव पोचतो किंवा त्यांची मानहानी होते असा काहीच प्रकार घडत नाही; पण प्रत्यक्ष मनुष्याकडेच जेव्हा हे शुभाशुभत्व येते तेव्हा बरीक मनुष्याच्या अंगभूत मूर्खत्वाचा व उद्धटपणाचा कळस होतो. म्हणजे मनुष्यजातीतच एकाने दुसऱ्यास विनाकारण भ्रष्ट, अपशकुनी, अमंगळ असे मानावे हे अत्यंत लज्जास्पद होय. धर्मांधर्मात व राष्ट्राराष्ट्रांत हा वेडगळ व निंद्य प्रकार किती आहे हे सर्वांना माहीत असेलच. तसाच हा प्रकार अगदी प्राचीन काळापासून चालत आलेला आहे आणि आजही चालू आहे.

(विष्णुपदी - प्रथम खंड : संपादक - श्री. ना. बनहट्टी)

उताऱ्यातील शब्द - **१०६**

सारांशात अपेक्षित शब्द - **३५-३६, ३२ ते ४०.** शब्दसंख्येच्या मर्यादेत सारांशलेखन केले तरी चालेल.

सारांश -

माणसाने घुबड, पिंगळे, मांजर, गाढव अशा पशुपक्ष्यांबाबत शकुन मानल्यास त्यातून त्यांचे काही बिघडत नसल्यामुळे फारशी वाईट गोष्ट होत नाही. पण माणसालाही अपशकुनी, अमंगळ मानले जाते हे लज्जास्पद आहे. धर्मांधर्मांत, राष्ट्रांराष्ट्रांत प्राचीन काळापासून शुभाशुभत्व मानण्याचा निंद्य प्रकार चालू आहे.

सारांशातील प्रत्यक्ष शब्द - **३८**

सारांशलेखनाच्या सरावासाठी काही उतारे पुढे दिले आहेत.

उतारा १

खरं म्हणजे आपणांपैकी प्रत्येकजण उद्याच्या आशेवर जगत असतो. आजची संकटे, आजची दु:खे, आजची निराशा आपण सहन करतो तरी कोणत्या आशेवर? फार कशाला, आज आपण पेरणी करतो ती उद्या पीक येईल या आशेवरच ना? आज आपण व्यापारात भांडवल गुंतवतो ते उद्या त्यापासून नफा होईल या आशेवरच. आज आपण शिक्षण घेतो, द्रव्यसंचय करतो, घर बांधतो, हे सर्व उद्याच्या आशेवरच नव्हे काय? आज जर आपणाला कुणी सांगितले की, 'तू जो हा उद्योग आरंभला आहेस त्यापासून उद्या तुला दु:ख होणार आहे.' तर उद्योग करावयास आपण प्रवृत्तच होणार नाही. थोडक्यात आपल्या सर्वच क्रिया उद्याच्या आशांचा पाया आहेत. मग त्या आशांच्या पायावर आपण कोणती इमारत बांधणार हे आपल्यावर अवलंबून आहे.

(मनाची मुशाफरी : डॉ. म. ना. अदवंत)

उताऱ्यातील शब्दसंख्या - **१०४**

सारांशाच्या उताऱ्यात अपेक्षित शब्दसंख्या - **३५.**

३२ ते ३८ शब्द सारांशात आले तरी चालतील.

उतारा २

कलासौंदर्याचा उपभोग निर्मळ दृष्टीने घ्यावा, त्यात बोध, संदेश, तत्त्वज्ञान, चिंतन, समाजदर्शन असले काही शोधू नये असे म्हणणाऱ्या लोकांचे प्रतिनिधित्व ना. सी. फडके यांनी केले. त्यांनी कलेकरता कला या मताचा डांगोरा पिटला असला तरी - देखील त्यांच्या अनेक कादंबऱ्यांतील नायक-नायिका ध्येयनिष्ठ दाखविण्याचा ते मुद्दाम प्रयत्न करतात. दौलत, जादूगार, प्रवासी, अखेरचे बंड वगैरे काही कादंबऱ्यांत ते ध्येयमहती गातात व तत्त्वचिंतन करतात. त्यांचा हेतू तरुण-तरुणींच्या आशा-आकांक्षांची, त्यांच्या ध्येयांची चित्रणे रंगवणे हाच असतो. फडके यांनी एके ठिकाणी कबूलही केले आहे की, ''प्रत्येक व्यक्तीच्या प्रत्येक लहानमोठ्या कृतीमागे काहीतरी समर्पक हेतू असेल तरच त्या कृतीचा परिणाम वाचक - प्रेक्षकांवर होतो.'' याचाच अर्थ प्रत्येक कला अगर व्यक्तिदर्शन याच्यामागे लेखकाची ध्येयदृष्टी असेल तर ते लेखन अधिक प्रभावी होईल असा नाही का?

(वि.स. खांडेकर : ओळख व अभ्यास - वा. शि. आपटे)

उताऱ्यातील शब्दसंख्या - **११३**

सारांशलेखनासाठी अपेक्षित शब्दसंख्या - **३८**

३५ ते ४२ शब्द सारांशाच्या उताऱ्यात आले तरी चालतील.

उतारा ३

सम्राट अशोकासारखे काही अपवाद सोडल्यास संपूर्ण हिंदुस्थानचे आधिपत्य करणारे फारच थोडे सम्राट होऊन गेले. हिमालय ते रामेश्वर व पंजाब ते ब्रह्मदेश अशा लाखो मैलांच्या खंडप्राय भारताच्या प्रदेशात शेकडो राजेमहाराजे होते. त्यामुळे अखिल हिंदुस्थानच्या राज्यकारभाराच्या दृष्टीने संपूर्ण एकसूत्रीपणा कधी आलेला नव्हता. जरी शेजारच्या राज्यावर परचक्र आले तरी त्याच्या मदतीस धावून जाण्याची प्रवृत्ती त्यावेळच्या सत्ताधीशांत फारच कमी होती. म्हणून बाराव्या शतकापासून मुसलमानांनी सातत्याने स्वाऱ्या करून जवळजवळ सर्व हिंदुस्थान पादाक्रांत केला. त्यांना संघटित होऊन कोणाही सत्ताधीशाने प्रतिकार केला नाही. इंग्रजांनी व्यापार करण्याच्या उद्देशाने हिंदुस्थानात प्रवेश केला. स्वसंरक्षणाच्या मिषाने सैन्य ठेवण्यास सरुवात केली. त्याची व्याप्ती वाढत जाऊन राज्यकारण या सैन्याच्या जोरावर ते करू लागले.

(भारतीय स्वातंत्र्य रणसंग्राम - पा. रं. अंबिके)

उताऱ्यातील शब्द - १००
सारांशातील अपेक्षित शब्द - ३४
३२ ते ३८ शब्द सारांशात आले तरी चालतील.

उतारा ४

काम रोज नियमित केले तर काम तुमचा गुलाम होईल, पण काम तुंबून ठेवले तर तुम्ही कामाचा गुलाम व्हाल. कामात नवनिर्मिती हवी. आपल्या चुका आपण स्वतःच सुधारल्या पाहिजेत. जेथे जेथे समस्या आहे तेथे तुटून पडा. कारण प्रत्येक समस्येच्या मुळाशी एक संधी लपलेली असते. आपण जर समस्येपाशी गेलोच नाही तर संधी मिळणार नाही. कदाचित त्या संधीने आपला भाग्योदय होणार असतो. रोजच्या व्यवहारातून माणूस रोज नवे नवे अनुभव घेत असतो. या अनुभवांतून बरे-वाईट त्याच्या लक्षात येते. मुळातच अनुभव हा उद्याच्या स्वप्नांचा पाया आहे. समजा हे अनुभव नकारात्मक पायावर आधारित ठेवले व उद्याचा विचार केला तर तो नकारार्थी राहणार. म्हणून आपल्या अनुभवाकडे सकारात्मक दृष्टिकोणातून पाहिले पाहिजे. म्हणजे आपला 'उद्या' स्वप्नांची पूर्ती घेऊन येणारा असेल.

(विकासाची नवी दालने – रमेश देशपांडे)

उताऱ्यातील शब्द - १११
सारांशात अपेक्षित शब्द - ३७
सारांशात ३५ ते ४० शब्द आले तरी चालतील.

उतारा ५

शेती व शिकार ह्याखेरीज आदिवासींना अन्य धंदे नाहीत. शहराजवळ राहणारे व मैदान विभागातील आदिवासी मजुरी करतात. काही लोक नोकरीतही गुंतलेले आहेत. आपली शेती सांभाळून गरजेपुरती मजुरी करणारे काही लोक आहेत. शेतीचा सर्व भार सामान्यपणे स्त्रियाच बघतात. गृहउद्योगात सुमारे एक लाख माणसे गुंतलेली आहेत. येथील आदिवासी आपल्या गरजेपुरते कपडे घरीच तयार करतात. हे काम मुख्यतः स्त्रियांचेच असते. गृहोद्योग सोडले तर नोकरीधंद्यात सुशिक्षितांखेरीज कोणी पडलेले नाही. त्यांची संख्याही अल्पशीच आहे. बांधकाम व दळणवळणाच्या कामात हे लोक आहेत, पण ते सर्व शहराजवळ राहणारे किंवा ज्या ठिकाणी सध्या विकासाची

कामे चालू आहेत त्यात काम करणारे आहेत. आदिवासींच्या गरजा अल्प असल्यामुळे नवेनवे उद्योगधंदे करण्याकडे त्यांची प्रवृत्ती दिसत नाही. नव्या पिढीतील आदिवासी तरुणांमध्ये मात्र आकांक्षा वाढत आहेत, त्यामुळे थोडीशी धडपड आढळते.

(भारतीय आदिवासी समाज आणि संस्कृती – डॉ. गोविंद गारे)

उताऱ्यातील शब्द – १२०
सारांशात अपेक्षित शब्द – ४०
सारांशात ३६ ते ४४ शब्द चालतील.

■ ■ ■

प्रकरण दुसरे
उपयोजित (व्यावहारिक)

२.१ : पत्रलेखन

प्रास्ताविक

पत्र हे प्रभावी दूरसंचार माध्यम आहे. फार प्राचीन काळापासून कबूतरांसारख्या पक्ष्यांमार्फत पत्रातून संदेश पाठविला जाई. पत्रं घेऊन मजल-दरमजल करीत घोड्यांवरून, उंटांवरून स्वार दौडत जात. इंग्रजी अमदानीच्या काळात पोस्टाने पत्र पाठविणे ही गोष्ट अस्तित्वात आली. आजच्या 'पोस्टसेवेचे' ते प्रारंभिक रूप होते. एखाद्याला काही महत्त्वाचे कळवायचे असेल, निरोप द्यायचा असेल तर तो लेखी स्वरूपात कळवणे म्हणजे पत्र लिहिणे. जसे आपण एकमेकांशी प्रत्यक्ष भेटीत बोलू तसे पत्रात ते व्यक्त करता येणे ही एक कला आहे. आपल्या मनातील विचार, भावना, मते ज्याला आपण पत्र लिहीत आहोत त्याला स्पष्टपणे कळावे हे पत्रलेखनात अभिप्रेत आहे. पत्र वाचताना ती व्यक्ती समोर उभी राहून बोलत आहे असे वाटले पाहिजे, म्हणजे पत्रातून दोन व्यक्तींमध्ये संबंध आणि संवाद निर्माण झाला पाहिजे. यादृष्टीने पत्रलेखन हे साधन अत्यंत परिणामकारक आहे. पत्रलेखन हा एक वाङ्मयप्रकार मानला जातो. शिवकालीन पत्र व्यवहारापासून पत्रलेखनाला तो दर्जा मिळाला आहे. वाणीचे चातुर्यच पत्रात शब्दबद्ध होते. नवनिर्मितीचा आविष्कार या लेखनप्रकारातून होत असल्यामुळे वाङ्मय क्षेत्रात त्याचे एक स्वतंत्र स्थान आहे.

पत्रातून व्यक्ती, कुटुंब, कार्यालय, व्यावहारिक जीवनाशी संबंधित संस्था यांची एक प्रतिमा साकारली जाते. पत्र लिहिण्याचा आपला हेतू काय, त्यातून आपल्याला नेमके काय घडणे अपेक्षित आहे याची स्पष्ट कल्पना पत्र लेखकाला हवी, म्हणजे लेखनात ती आपोआप प्रतिबिंबित होते. यासाठी पत्राची भाषा प्रवाही हवी. बोलीभाषेलाच प्राधान्य द्यावे. आलंकारिक, साहित्यिक शैली नसावी. ज्याला पत्र लिहीत आहोत त्याचा उचित गौरव, सन्मान पत्रातून व्हावा. निदान अपमानकारक मजकूर नसावाच. पत्रातून काही उपदेश केला असला तरी त्याची भाषा सौम्य असावी. एखाद्याला त्याच्या कामाची, कर्तव्याची जाणीव करून द्यायची असली तरी स्पष्ट पण सभ्य भाषेत ती करून द्यावी. पत्रलेखन कसेतरी, जाताजाता घाईघाईने करू नये. हस्ताक्षर, शुद्धलेखन, विरामचिन्हे, वाक्यरचना यांचे भान ठेवावे.

पत्रलेखनाचा मजकूर आधी मनात पक्का ठरवून घ्यावा म्हणजे पत्राची लांबी वाढत नाही आणि पत्र पाठवणारा व पत्र वाचणारा दोघांचा वेळ वाचतो. भाषा सरळ, साधी, सुबोध असली की पत्रलेखनाचा हेतू साध्य होतो. लिहिणारा आणि वाचणारा यांच्यात एक नाते प्रस्थापित होते. विचारांची, भावनांची देवाणघेवाण होते. विचार, भावना संक्षिप्त रूपात पण स्वच्छपणे व्यक्त करणे श्रेयस्कर ठरते.

पत्रांचे प्रमुख प्रकार –

१) व्यक्तिगत/कौटुंबिक पत्रे
२) कार्यालयीन/व्यावहारिक/व्यावसायिक पत्रे
असे पत्रलेखनाचे दोन प्रमुख प्रकार पडतात.

१) व्यक्तिगत/कौटुंबिक पत्रे –

व्यक्तिगत/कौटुंबिक पत्रांनाच अनौपचारिक पत्रेही म्हणता येईल. मित्र, कुटुंबातल्या जवळच्या-दूरच्या नात्यातल्या व्यक्ती यांना लिहिलेली पत्रे म्हणजे व्यक्तिगत/कौटुंबिक पत्रे. या पत्रांमध्ये आपलेपणा, जिव्हाळा असतो. सुखदुःखाच्या गोष्टी एकमेकांना कळविल्या जातात. परस्परांबद्दलची ओढ, काळजी त्यातून व्यक्त होते. आपले मन मोकळेपणाने व्यक्त करणे हे कौटुंबिक/व्यक्तिगत पत्रात घडत असल्यामुळे आत्माविष्कार करणारा म्हणजेच आत्मनिष्ठ असा हा लेखनप्रकार मानला जातो. यात फारसे मुद्देसूद, क्रमवार लेखन नाही केले तरी चालते. उलट मोकळेपणाने, खेळकरपणाने व्यक्तिगत/कौटुंबिक पत्रात स्वाभाविकता येते. सहजसुंदर शैलीत लिहिलेली व्यक्तिगत पत्रे आवडत्या व्यक्तींना अधिक जवळ आणतात. परस्पर स्नेह, प्रेम वृद्धिंगत करतात. प्रेमाचा एक हवाहवासा हक्क त्यातून निर्माण होतो.

या पत्रलेखन प्रकारामध्ये विषयांचे बंधन नाही. अगदी आपल्या दैनंदिन आचारांपासून कुठल्याही क्षेत्रातील प्राप्त यशाबद्दल एवढंच काय अगदी हवापाण्याच्या गोष्टीही आपण जवळच्या व्यक्तीला पत्रातून लिहून कळवू शकतो. त्या व्यक्तीला प्रसंगी सल्ला देतो तर कधी त्याचा सल्ला मागतो. अशी पत्रे हा एक मुक्त संवादच असतो.

पं. नेहरूंनी आपली कन्या इंदिरा गांधींना लिहिलेली पत्रे, सुभाषचंद्र बोस यांनी आईला लिहिलेले पत्र, सावरकरांनी येसूवहिनींना उद्देशून लिहिलेले 'माझे मृत्युपत्र' आणि अब्राहम लिंकनने आपल्या मुलाच्या शिक्षणाविषयी त्याच्या शिक्षकांना लिहिलेले पत्र, यासारख्या पत्रांतील व्यक्तिगत संदर्भ जणू गळून पडतात. राष्ट्रीय, राजकीय, सामाजिक, शैक्षणिक जीवनाचे एक चित्र त्यातून रेखाटले जात असल्यामुळे कुणीही ही हृद्य पत्रे वाचली की त्यांच्यावर पत्रांचा विलक्षण प्रभाव पडतो, परिणाम होतो.

२. कार्यालयीन/व्यावहारिक/व्यावसायिक पत्रे –

या प्रकारच्या पत्रांना औपचारिक पत्रे असेही म्हणतात. वेगवेगळ्या क्षेत्रातल्या व्यक्तींना वेगवेगळ्या परिस्थितीत ही औपचारिक पत्रे लिहिली जातात. कार्यालयीन/व्यावहारिक पत्रलेखनामध्ये मागणीपत्रे, विनंतीपत्रे, अभिनंदनपर पत्रे, निमंत्रणपत्रे, आभारपत्रे, नोकरीसाठी अर्ज करणारी पत्रे इत्यादींचा समावेश होतो.

या प्रकारामध्ये मथळा, मजकूर, पत्राची भाषा वगैरे सर्वच बाबतीत काटेकोरपणा पाळावा लागतो. ती ती व्यक्ती, संस्था, प्रसंग यांना साजेसे मायने असावेत. भाषा विषयानुरूप बदलावी. या पत्रांमध्ये आकर्षक मांडणीला फार महत्त्व आहे. उपाय, तोडगे सुचविणारी पत्रे असली तरी पत्राच्या भाषेत सौजन्य, विनंती हे भाव असावेत. आज्ञा करणे, उद्धटपणा हे भाव नसावेत.

एकदा वाचल्यानंतरच पत्रातील आशय, पत्राचा उद्देश लक्षात यावा अशी सुस्पष्टता कार्यालयीन, व्यावहारिक पत्रांमध्ये असावी. आपली मते मुद्देसूद शैलीत मांडावीत. विचारांत स्वच्छता हवी. ही पत्रे औपचारिक शैलीत लिहायची हे खरे असले तरी त्याचा अतिरेकही नसावा. पत्रात मांडलेल्या विषयाबद्दल नाराजी, अनास्था, तटस्थता कुठेही शब्दांतून, वाक्यातून, मांडणीतून व्यक्त होऊ नये. पत्र हे संवादाचे माध्यम असल्यामुळे सुसंवाद साधण्यात कुठेही कमतरता राहणार नाही, याचे भान ठेवावे. भारदस्त, सुसंस्कृत, शिष्टसंमत भाषा-विचार पत्रामध्ये येणे आवश्यक ठरते. शासनाची जिल्हा-तालुका पातळीवरील कार्यालये, वाहतूक मंडळे, वीजमंडळ, विमा फंड-बाँड वगैरेशी संबंधित कार्यालये अशा नेहमी संबंध न येणाऱ्या कार्यालयांच्या अधिकाऱ्यांना पत्रे लिहिताना विशेष खबरदारी घ्यावी. आजकाल कार्यालयीन/व्यावहारिक/व्यावसायिक पत्रांत, संपर्क साधणे सोपे जावे म्हणून दूरध्वनी क्रमांक, भ्रमणध्वनी क्रमांक, फॅक्स क्रमांक, ई-मेल पत्ता देण्याची प्रथा पडत आहे.

वडील, भाऊ, मित्र, शिक्षक यांना लिहिलेल्या पत्रांत नमस्कार वगैरे लिहिले तरी चालते. पण नेहमी संबंध न येणाऱ्या अधिकारी व्यक्तींना नमस्कार लिहिण्यापेक्षा ही आदराची भावना 'आदरणीय', 'माननीय' किंवा सर्वांना समान लागू 'महोदय' हे विशेषण योजून व्यक्त करावी. कार्यालयीन/व्यावहारिक पत्रांत पारिभाषिक शब्दांचा वापर यावा. रोखठोक आशय, रोखठोक भाषा यावरच अधिक भर असावा. संपादक, प्रकाशक, पुस्तकविक्रेते, शैक्षणिक साहित्याची विक्री करणारे दुकानदार या व्यावसायिकांना पत्रे लिहिताना आवश्यक तो मजकूर थोडक्यात मुद्देसूद लिहावा.

पत्रलेखनाच्या पायऱ्या –

पत्रलेखन ही जशी एक कला आहे, त्याप्रमाणे ते एक शुद्ध तंत्रही आहे. पत्रलेखनात महत्त्वाच्या पायऱ्या कोणत्या आणि तंत्रशुद्ध रीतीने त्या कशा पाळाव्यात याविषयी मार्गदर्शन –

१) पत्र लिहिणाऱ्याचे नाव (अबक सारखे काल्पनिक) पूर्ण पत्ता व दिनांक उजव्या हाताला कोपऱ्यात लिहावे. दिनांक पत्राच्या विषयाला अनुकूल साजेसा असावा. गुणवत्ता यादीत चमकल्याबद्दल मित्राचे अभिनंदन करणारे पत्र लिहायचे असल्यास दहावी/बारावीचा निकाल लागल्यानंतरच्या काळातला दिनांक यावा. उदा. १० जून, १९ जून, १ जुलै वगैरे, ग्रंथालयासाठी पुस्तकांची मागणी करणारे पत्र लिहायचे असेल तर शैक्षणिक वर्षाच्या पहिल्या, दुसऱ्या महिन्यातील एखादी तारीख घालावी.

२) डाव्या हाताला समासाला लागून 'प्रति' असे लिहावे व ज्याला पत्र लिहायचे आहे त्याचे नाव, हुद्दा, पत्ता लिहावा.

३) त्यानंतर एक ओळ सोडून विषय थोडक्यात लिहावा. (पत्रलेखनाच्या प्रत्येक टप्प्यामध्ये, पायरीमध्ये एक ओळीचे अंतर सोडणे हे आकर्षक मांडणीसाठी आवश्यक आहे.)

४) समासापासून थोडे अंतर सोडून खालच्या ओळीवर 'महोदय' असे लिहावे. 'माननीय महोदय' लिहू नये. कारण दोन्ही शब्दांचा अर्थ एकच असल्यामुळे द्विरुक्ती होते.

५) कार्यालयीन/व्यावसायिक पत्रलेखन असले तरी वडिलांस, भावास, मित्रास लिहावयाच्या पत्रात विषय लिहिला नाही तरी चालतो. 'महोदय' ऐवजी तीर्थरूप, आदरणीय, प्रिय यासारखे उचित संबोधन लिहावे.

६) दिलेल्या विषयाशी संबंधित मजकूर शक्यतो ४ ते ६ ओळीत तर कधी विषयाची गरज म्हणून ८ ते १० ओळीत लिहावा. यापेक्षा अधिक पाल्हाळ लावू नये. आशयात नेमकेपणा असावा. विषय मांडताना प्रस्तावना नको, एकदम विषयास सुरुवात करावी.

७) कामासंबंधी, मुख्य मागणीसंबंधी पुन्हा एकदा आठवण गरज भासल्यास पत्राच्या शेवटी करून द्यावी.

८) पत्र लिहून झाल्यावर 'कळावे' असे लिहावे.

९) पत्र संपल्यावर खालच्या ओळीवर उजव्या हाताला 'तुमचा', 'आपला' विश्वासू, नम्र, आज्ञाधारक यापैकी विषयानुरूप आवश्यक विशेषणे लिहावीत व खाली अबक अशी सही करावी.

१०) पोस्टाचे पाकीट असते त्या आकाराशी साम्य ठेवून आयताकृती पाकीट आखून घ्यावे. त्यात उजव्या हाताला कोपऱ्यात चौकोनात 'तिकीट' असे लिहावे. मध्यभागी 'प्रति' लिहून ज्याला पत्र पाठवायचे आहे त्याचे पूर्ण नाव, त्याचा पूर्ण पत्ता लिहावा. खाली उजव्या हाताला कोपऱ्यात पिनकोड लिहावा. पिनकोड शक्यतो इंग्रजीत लिहावा. डाव्या हाताला कोपऱ्यात 'प्रेषक' असे लिहून आपले म्हणजे पत्र पाठविणाऱ्याचे नाव व थोडक्यात पत्ता लिहावा. परीक्षेत नाही परंतु व्यवहारात, आतील पत्राचा पाकीट हा आरसा असतो. पाकिटाच्या प्रथमदर्शनावरून पाठविणाऱ्या व्यक्तीबद्दल, पत्रातल्या अभिव्यक्तीबद्दल मत तयार होते.

११) संपूर्ण पत्र शक्यतो एकाच पानात लिहून व्हावे. त्यासाठी अंदाजे ८ ते १० मिनिटे वेळ द्यावा. कागदाच्या एका बाजूस समास असतोच. दुसऱ्या बाजूस म्हणजे उजव्या हाताला आपण छोटा समास आखावा किंवा गृहीत धरावा.

१२) घरनंबर, घराचे नाव, गल्लीचे/रस्त्याचे नाव, गावाचे/शहराचे नाव, तालुका, जिल्हा (प्रांत, देश यांचा उल्लेख गरज असल्यास) यांचा स्पष्ट उल्लेख पत्त्यात असावा.

१३) संस्थेकडून कार्यालयीन/व्यावसायिक पत्र पाठविले जात असल्यास जावक क्रमांक, संस्थेचा शिक्का पत्रावर असणे आवश्यक आहे.

१४) या प्रमुख पायऱ्यांना अनुसरून पत्रलेखनासाठी दिले जाणारे गुण सामान्यतः पुढे दिल्याप्रमाणे विभागले जातात. पत्रलेखनाच्या सर्व पायऱ्या/टप्पे बरोबर असले की पूर्ण गुण मिळू शकतात.

  १) पाठविणाऱ्याचे नाव, पत्ता, दिनांक – १ गुण
  २) ज्याला पत्र पाठवायचे आहे त्याचे नाव, पत्ता, हुद्दा आणि विषय – १ गुण
  ३) मायना, मजकूर, पत्राच्या शेवटी लिहावयाचे विशेषण – १ गुण
  ४) पाकीट व त्यावर लिहावयाच्या आवश्यक गोष्टी – १ गुण

पत्रलेखन करताना हे टाळावे

१) अकरावी-बारावीच्या अभ्यासक्रमात कार्यालयीन/व्यावहारिक पत्रलेखन असल्यामुळे पत्र लिहायला सुरुवात करण्याआधी वर श्री, ओम, कोणती

देवता प्रसन्न यासारखा मजकूर लिहू नये. किंवा कोणतेही चित्र काढू नये.

२) मित्रास, भावा-बहिणीस, आई-वडिलांस, शिक्षकांस लिहावयाच्या पत्राचा अपवाद वगळता कार्यालयीन/व्यावहारिक पत्रांमध्ये सप्रेम नमस्कार, साष्टांग नमस्कार असा अभिवादनपर कोणताही मजकूर लिहू नये.

३) कार्यालयीन/व्यावहारिक पत्रांतर्गत, जवळच्या व्यक्तीला पत्र लिहीत असलो तरी कौटुंबिक घटना- प्रसंग त्यात येऊ नये. दिलेला विषयच (आभार, अभिनंदन, चौकशी) केवळ ४-६ ओळीत मांडावा.

४) पत्रलेखनासाठी वेगवेगळ्या शाईचा वापर करू नये. विषयाशी संबंधित कुठलीही चित्रे (पुस्तके, शैक्षणिक साहित्य इ.) मजकुरात पाकिटावर काढू नयेत.

५) कार्यालयीन/व्यावहारिक/व्यावसायिक पत्रलेखनात तपशिलाला फाटा द्यावा. मोजक्या, थोडक्या, परिणामकारक शब्दांत विषय मांडावा.

अकरावी-बारावीच्या अभ्यासक्रमात कार्यालयीन व्यावहारिक पत्रलेखनाचा अंतर्भाव आहे. म्हणून नमुन्यासाठी काही विषयांवरची पत्रे पुढे लिहून दाखविली आहेत.

१) तुम्ही बारावी उत्तीर्ण झाला आहात. बारावीनंतर कोणत्या अभ्यासक्रमासाठी प्रवेश घ्यावा, याविषयी मार्गदर्शन करणारे माहितीपत्रक व्यवसाय शिक्षण अधिकाऱ्यांकडून मागवून घेणारे पत्र लिहा.

अबक.
४३, वसंतविहार,
नवी पेठ, पुणे ३०
दिनांक – ८ जून २००७

प्रति,
मा. व्यवसाय शिक्षण अधिकारी,
व्यवसाय मार्गदर्शन केंद्र,
राज्य शिक्षणशास्त्र संस्था,
सदाशिव पेठ, पुणे –३०.

विषय – व्यवसायशिक्षण मार्गदर्शनाविषयी माहितीपत्रक पाठविण्याबाबत.

महोदय,

मी, जून २००७ मध्ये बारावी शास्त्र शाखेची परीक्षा उत्तीर्ण झालो आहे. मला ९१% गुण मिळाले आहेत. वैद्यकीय व अभियांत्रिकी शाखेत कोणकोणते अभ्यासक्रम उपलब्ध आहेत तसेच इतरही पदवी वा पदविका अभ्यासक्रमांमध्ये कोणत्या संधी आहेत याविषयी मला मार्गदर्शन हवे आहे. यासंबंधी मार्गदर्शन करणारे पत्रक/पुस्तिका कृपया वरील पत्त्यावर आपण मला व्ही. पी. ने पाठवून द्यावी. भविष्यकालीन रूपरेषा ठरविण्यास मला मोलाची मदत त्यामुळे होईल. कृपया, सदर माहितीपत्रक/पुस्तिका आपण मला त्वरित पाठवावी, ही नम्र विनंती. कळावे.

आपला नम्र,
अबक

तिकीट

प्रति,
मा. व्यवसाय शिक्षण अधिकारी,
व्यवसाय मार्गदर्शन केंद्र,
राज्य शिक्षणशास्त्र संस्था,
सदाशिव पेठ, पुणे ३०.

प्रेषक–
अबक.
४३, वसंतविहार,
नवी पेठ, पुणे – ३०

पिनकोड | ४ | १ | १ | ० | ३ | ० |

२) तुम्ही राहात असलेल्या परिसराची स्वच्छता करण्याविषयी विनंती करणारे पत्र आरोग्य अधिकाऱ्यास लिहा.

यरल.
बी १, सुवर्णरेखा, गोखले रस्ता,
पुणे १६.
दिनांक - २० ऑगस्ट २००७

प्रति,
मा. आरोग्य अधिकारी,
आरोग्य खाते, पुणे महानगरपालिका,
पुणे - ५.

    विषय - परिसराच्या स्वच्छतेबाबत.
महोदय,
    मी गोखले रस्ता परिसरातील रहिवासी असून आमच्या परिसरात सध्या रस्त्यावरील खड्ड्यांमुळे व पावसाच्या पाण्याने सर्व कचरा वाहून येत असल्यामुळे सर्वत्र अस्वच्छता पसरली आहे. दुर्गंधी, डास यामुळे सर्व नागरिक त्रस्त झाले आहेत. कचरा साठल्याने साथीचे रोग पसरण्याची शक्यताही आहे. कृपया, महानगरपालिकेचे आरोग्य अधिकारी या नात्याने आपण आमच्या परिसराच्या स्वच्छतेबाबत जातीने लक्ष घालावे, ही विनंती.
    कळावे.

आपला विश्वासू,
यरल

	तिकीट

प्रति,
मा. आरोग्य अधिकारी,
आरोग्य खाते,
पुणे महानगरपालिका,
पुणे - ५.

प्रेषक -
यरल.
बी १, सुवर्णरेखा,
गोखले रस्ता, पुणे १६

पिनकोड ४ १ १ ० १ ६

३) ग्रंथालयासाठी पुस्तकांची मागणी करणारे पत्र प्रकाशकांस लिहा.

अबक.
विद्यार्थिप्रतिनिधी, नूतन महाविद्यालय
नाशिक – ५
दिनांक १० जुलै २००७

प्रति,
मा. प्रकाशक,
विद्याविकास प्रकाशन, नाशिक – १.

विषय – ग्रंथालयासाठी पुस्तकांची मागणी.

महोदय,

मी नूतन महाविद्यालयात बारावीच्या वर्गात, कलाशाखेत शिकत आहे. विद्यार्थिप्रतिनिधी या नात्याने मी आपणाकडे महाविद्यालयाच्या ग्रंथालयासाठी काही पुस्तकांची मागणी नोंदवीत आहे. विद्यार्थिअभ्यासिकेसाठी त्यांची अत्यंत गरज आहे.

पुस्तकाचे नाव	**लेखक/प्रकाशक**	**प्रकाशन**	**प्रती**
१) शुद्धलेखन विवेक	डॉ. द. न. गोखले	सोऽहम् प्रकाशन, पुणे	०५
२) इंग्रजी-मराठी कोश	श्री. व्यवहारे	मनोराज्य प्रकाशन, पुणे	०५
३) निबंध लेखन	उमा देशपांडे	दीप्ती प्रकाशन, मुंबई	१०
४) व्यावहारिक मराठी	ल.रा. नसिराबादकर	फडके प्रकाशन, कोल्हापूर	१०
५) अर्थालंकाराचे निरूपण	वि. वा. भिडे	चित्रशाळा प्रेस, पुणे	०५
६) भाषांतर	डॉ. ामधवदेव सारस्वत	लोकवाङ्मय गृह, मुंबई	०५
७) सरस हिन्दी व्याकरण	नवेन्द्र पैन्यूली	एवरग्रीन पब्लिकेशन	०८

वरील पुस्तके आम्हा विद्यार्थ्यांना अत्यंत उपयुक्त असल्यामुळे त्वरित व्ही.पी. ने पाठवून द्यावीत. कृपया, शैक्षणिक संस्थेच्या ग्रंथालयाला मिळणारी किंमतीतील सूट आम्हाला द्यावी. कळावे.

आपला विश्वासू,
अबक

प्रति, मा. प्रकाशक, विद्याविकास प्रकाशन, नाशिक १	तिकीट
प्रेषक – अबक. नूतन महाविद्यालय, नाशिक ५	पिनकोड ४ २ २ ० ० १

४) माध्यमिक/उच्च माध्यमिक शालान्त परीक्षेत गुणवत्ता यादीत झळकलेल्या मित्राचे अभिनंदन करणारे पत्र लिहा.

कखग.
११८, मुरली भवन,
गणेश मंदिर रोड,
सांगली ४१६४१६
दिनांक - २७ जून २००६

प्रिय मित्र अमित

सप्रेम नमस्कार

    नुकताच माध्यमिक शालान्त परीक्षेचा निकाल जाहीर झाला. तू गुणवत्ता यादीत आठवा आला आहेस हे वर्तमानपत्रात प्रसिद्ध झालेल्या गुणवत्ता यादीवरून समजले. पहिलीपासून सतत आघाडीवर राहण्याची तुझी परंपरा तू शालान्त परीक्षेतही कायम राखलीस. तुझ्या घवघवीत यशाबद्दल मन:पूर्वक अभिनंदन. तुझ्या पुढील शैक्षणिक वाटचालीत असेच भरभरून यश प्राप्त होवो ही सदिच्छा. तुझ्या आईवडिलांना नमस्कार सांग.

तुझा मित्र,
कखग

```
┌─────────────────────────────────────────────┬────────┐
│                                             │ तिकीट  │
│                                             └────────┤
│                 प्रति,                               │
│                 अमित जोशी,                           │
│                 २४, सदानंद बिल्डिंग,                  │
│                 महालक्ष्मी मंदिर मार्ग,                 │
│                 कोल्हापूर - ३.                       │
│                                                      │
│ प्रेषक -                                              │
│ कखग.                                                 │
│ ११८, मुरलीभवन,                                       │
│ गणेश मंदिर रोड, सांगली ४१६४१६    पिनकोड ४ १ ६ ० ० ३  │
└──────────────────────────────────────────────────────┘
```

५) दूरदर्शन केंद्र पाहण्यासाठी संमती मागणारे पत्र दूरदर्शन केंद्रसंचालकांना लिहा.

यरल.
विद्यार्थीप्रतिनिधी,
जागृती महाविद्यालय,
सोलापूर.
दिनांक १ जानेवारी २००६

प्रति,
मा. केंद्र संचालक,
दूरदर्शन केंद्र,
वरळी, मुंबई ३०

विषय – दूरदर्शन केंद्र पाहण्यासाठी संमती मिळण्याबाबत

महोदय,

आम्ही जागृती महाविद्यालयाचे अकरावी-बारावीचे विद्यार्थी दूरदर्शन केंद्र पाहण्यासाठी येऊ इच्छितो. प्रसारमाध्यमांपैकी दूरदर्शन हे एक अत्यंत प्रभावी माध्यम आहे. आम्हाला अभ्यासक्रमात 'प्रसारमाध्यमे व युवावर्ग' असा एक अभ्यासघटक आहे. आपण सादर करीत असलेला 'शिक्षण प्रतिमा' हा कार्यक्रम आम्ही सर्व विद्यार्थी आवर्जून पाहतो. कार्यक्रमांची निर्मिती, त्यांचे सादरीकरण, त्यासाठी आवश्यक ती तांत्रिक व्यवस्था याविषयी आम्ही जाणून घेऊ इच्छितो. कनिष्ठ महाविद्यालयातील ६० विद्यार्थी आणि ३ शिक्षक यात सहभागी होतील.

कृपया, दूरदर्शन केंद्र पाहण्यास आपली संमती असावी. महाविद्यालयाच्या प्राचार्यांना तसे संमतिपत्र आपण पाठवून, दूरदर्शन केंद्र पाहण्यासाठी आम्ही केव्हा येऊ हे दिनांक, वार, वेळ इत्यादी माहितीसह कळवावे.

कळावे,

आपला कृपाभिलाषी,
यरल

तिकीट

प्रति,
मा. केंद्र संचालक,
दूरदर्शन केंद्र,
वरळी, मुंबई ३०

प्रेषक
यरल
विद्यार्थिप्रतिनिधी
जागृती महाविद्यालय
सोलापूर

पिनकोड | ४ | ३ | १ | ० | ० | १ |

६) तुम्हाला मराठी हा विषय बदलून हिंदी हा विषय घ्यावयाचा आहे. विषय बदलून मिळण्यासाठी विनंती करणारे पत्र प्राचार्यांना लिहा.

अबक.
इयत्ता अकरावी (अ), वाणिज्य शाखा,
उन्मेष महाविद्यालय, औरंगाबाद, १
दिनांक – २६ ऑगस्ट २००७

प्रति,
मा. प्राचार्य, उन्मेष महाविद्यालय,
औरंगाबाद.

विषय – मराठी हा विषय बदलून मिळण्याबाबत.

महोदय,

    मी आपल्या महाविद्यालयात वाणिज्य शाखेत, इयत्ता अकरावी तुकडी 'अ' या वर्गात शिकत आहे. प्रवेश घेताना मराठी हा भाषाविषय मी घेतला आहे. परंतु अनेक वर्षे महाराष्ट्राबाहेर राहिल्यामुळे मराठी हा विषय मला जड जात आहे. त्याऐवजी हिंदी हा विषय मला बदलून मिळावा. कृपया आपण या बदलास मान्यता द्यावी, ही नम्र विनंती, कळावे.

आपला आज्ञाधारक,
अबक

```
                                              ┌──────┐
                                              │ तिकीट │
                                              └──────┘
              प्रति,
              मा. प्राचार्य, उन्मेष महाविद्यालय
              औरंगाबाद ४३१००१


   प्रेषक –
   अबक.
   अकरावी 'अ', वाणिज्य शाखा,
   उन्मेष महाविद्यालय,
   औरंगाबाद ४३१००१              पिनकोड │४│३│१│०│०│१│
```

अशी पत्रे प्रत्यक्ष हातात नेऊन द्यायची असली तरी पाकिटात घालूनच द्यावीत. फक्त त्यावर तिकीट, पिनकोड लिहिण्याची गरज नाही. कारण ते पोस्टाने पाठवायचे नसते. शक्य असल्यास अशा पत्रांची (झेरॉक्स प्रतीवर) पोच घ्यावी. आपल्याला हव्या असलेल्या उत्तरासाठी पाठपुरावा करावा. कार्यालयीन/व्यावहारिक/व्यावसायिक पत्रव्यवहारात 'स्मरणपत्रे' पाठविण्याची गरज भासते.

सरावासाठी पत्रलेखनाचे काही विषय पुढे दिले आहेत.

१) परीक्षेच्या काळात ध्वनिक्षेपक बंद करण्यासंबंधी जिल्हाधिकाऱ्यांना पत्र लिहा.

२) बारावी बोर्डाच्या परीक्षेचे प्रमाणपत्र पाठवून देण्याविषयी विनंती करणारे पत्र प्राचार्यांना लिहा.

३) तुमची सायकल हरवली आहे. त्यासंबंधी तक्रार करणारे पत्र जवळच्या पोलिसठाण्याच्या अधिकाऱ्यास लिहा.

४) भूकंपपीडितांविषयी आपली सहानुभूती प्रकट करणारे व आर्थिक मदत गोळा करण्याचे आश्वासन देणारे पत्र पंतप्रधानांना लिहा.

५) आकाशवाणी केंद्रसंचालकांना आकाशवाणी केंद्र पाहण्यास येण्यासाठी अनुमती मागणारे पत्र लिहा.

६) नवीन बसमार्ग सुरू करण्याविषयी महानगरपालिकेच्या वाहतूक विभागातील अधिकाऱ्यांना पत्र लिहा.

७) क्रीडा साहित्याची मागणी करणारे पत्र विक्रेत्याला लिहा.

८) पुस्तकांची मागणी करणारे पत्र प्रकाशकाला लिहा.

९) वाढदिवसाच्या निमित्ताने अभीष्टचिंतन करणारे पत्र तुमच्या मित्रास/मैत्रिणीस लिहा.

१०) आपल्या छोट्या भावाला पत्र लिहून व्यायामाचे महत्त्व पटवून द्या.

११) राज्यस्तरीय निबंधस्पर्धेत तुमच्या मित्राला/मैत्रिणीला प्रथम पारितोषिक मिळाले, त्याबद्दल त्याचे अभिनंदन करणारे पत्र लिहा.

१२) शैक्षणिक सहलीस जाण्यासाठी अनुमती मागणारे पत्र वडिलांना लिहा.

१३) महाविद्यालयातील तुमच्या सहामाही परीक्षेचा निकाल तुमच्या शाळेतील शिक्षकांना पत्राने लिहून कळवा.

१४) तुमच्या महाविद्यालयात होणाऱ्या नाट्यसंमेलनाचे अध्यक्षपद स्वीकारण्यासाठी सुप्रसिद्ध व्यक्तीला निमंत्रण देणारे पत्र लिहा.

१५) तुमच्या महाविद्यालयात शिक्षक दिन साजरा झाला, त्याचे वर्णन मित्राला

पत्राने लिहून कळवा.

१६) महाविद्यालयात होणाऱ्या आंतरमहाविद्यालयीन वक्तृत्वस्पर्धेसाठी प्रमुख पाहुणे म्हणून उपस्थित राहण्यासाठी सुप्रसिद्ध वक्त्याला आमंत्रित करणारे पत्र लिहा.

१७) दिवाळी सुट्टी/उन्हाळ्याची सुट्टी तुम्ही कशी घालवणार याचे वर्णन करणारे पत्र मित्र/मैत्रिणीला लिहा.

१८) उच्च माध्यमिक शालान्त परीक्षेनंतर आपण पुढे कोणते शिक्षण घेणार याविषयी आपल्या मित्राला पत्राने लिहून कळवा.

१९) शालेय/महाविद्यालयीन शैक्षणिक साहित्याची मागणी करणारे पत्र प्रमुख वितरकास लिहा.

२०) महाविद्यालयाच्या वसतिगृहात प्रवेश मिळावा यासाठी विनंती करणारे पत्र प्राचार्य/वसतिगृहप्रमुख यांना लिहा.

२१) तुमच्या परिसरातील कचऱ्याची योग्यवेळी विल्हेवाट लावण्याची आठवण करून देणारे पत्र संबंधित अधिकाऱ्यांना लिहा.

२२) अशुद्ध पाणीपुरवठ्याविषयी तक्रार करणारे पत्र आरोग्य अधिकाऱ्यांना लिहा.

२३) कौटुंबिक कारणासाठी तुम्ही महाविद्यालयात आठ दिवस उपस्थित राहू शकणार नाही. त्यासाठी संमती मागणारे पत्र प्राचार्यांना लिहा.

२४) 'आळस माणसाचा मोठा शत्रू आहे' यावर मार्गदर्शन करणारे पत्र लहान भावास/बहिणीस लिहा.

२५) शैक्षणिक शुल्क माफ होण्याविषयी प्राचार्यांना पत्र लिहा.

२६) महाविद्यालयाच्या सुवर्णमहोत्सव समारंभात प्रमुख वक्त्यांनी उद्बोधक, मार्गदर्शनपर भाषण केले. त्यांचे आभार मानणारे पत्र लिहा.

२७) मराठी वाङ्मय मंडळाच्या उद्घाटनासाठी अध्यक्षपद भूषवावे म्हणून विनंती करणारे पत्र ज्येष्ठ साहित्यिकास लिहा.

२८) महाविद्यालयाच्या सहलीसाठी एसटीची मागणी करणारे पत्र संबंधित अधिकाऱ्यांना लिहा.

२९) तुम्हाला संदर्भग्रंथ वाचावयास मिळावेत, अशी मागणी करणारे पत्र महाविद्यालयाच्या ग्रंथपालांना लिहा.

३०) शिक्षण पद्धतीत सुधारणा व्हावी यादृष्टीने तुमच्या मनात काही कल्पना आहेत.

शिक्षणमंत्र्यांना त्या कल्पना पत्राने लिहून कळवा.

३१) तुमच्या महाविद्यालयाने पूरग्रस्तांसाठी आर्थिक निधी जमा केला आहे. त्याविषयी जिल्हाधिकाऱ्यांना पत्राने लिहून कळवा.

३२) महाविद्यालयातील निवृत्त शिक्षकांना सत्कारसमारंभासाठी निमंत्रण देणारे पत्र लिहा.

३३) संगणक खरेदीसाठी विद्यार्थिप्रतिनिधी या नात्याने प्रमुख वितरकास पत्र लिहा.

३४) तुमच्या परिसरातील असुरक्षित वातावरणाविषयी चिंता व्यक्त करणारे पत्र पोलीस अधिकाऱ्यांना लिहा.

३५) शहराच्या वाहतूक व्यवस्थेत बदल सुचविणारे पत्र वाहतूक व्यवस्थापकांना लिहा.

३६) दुष्काळ निवारणासाठी उपाय सुचविणारे पत्र संबंधित शासकीय अधिकाऱ्यास लिहा.

३७) आपल्या भागात वीजपुरवठा वारंवार खंडित होतो. हे वीजमंडळातील अधिकाऱ्यांना पत्राने लिहून कळवा.

३८) खड्ड्यांमुळे होणारे अपघात टाळण्यासाठी उपाय सुचविणारे पत्र शासकीय अधिकाऱ्यास लिहा.

३९) परगावहून आलेली पत्रे तुम्हाला वेळेवर मिळत नाहीत. याविषयी तक्रार करणारे पत्र पोस्ट मास्तरांना लिहा.

४०) स्नेहसंमेलनासाठी अध्यक्षस्थान भूषविण्यासंबंधी प्रतिष्ठित व्यक्तीला निमंत्रण देणारे पत्र लिहा.

२.२ : निमंत्रणपत्रिका व कार्यक्रमपत्रिका

पार्श्वभूमी –

कौटुंबिक, कार्यालयीन व व्यावहारिक पत्रव्यवहाराप्रमाणे व्यक्तिसंपर्काचे, जनसंपर्काचे आणखी एक प्रभावी माध्यम म्हणजे निमंत्रणपत्रिका व कार्यक्रमपत्रिका. एखाद्या समारंभाची निमंत्रणपत्रिका व कार्यक्रमपत्रिका साधारणत: एकाच वेळी तयार केली जाते व एकाचवेळी एकत्र पाठविली जाते. एखाद्याला कार्यक्रमाचे निमंत्रण दिले जाते तेव्हा संपूर्ण समारंभभर कोणकोणते कार्यक्रम सादर केले जाणार आहेत, त्यांचे स्वरूप काय असेल, सादरकर्त्या व्यक्ती कोण असतील, प्रत्येक कार्यक्रमाला लागणारा वेळ किती असेल यांचा तपशील कार्यक्रमपत्रिका तयार करून कळवावा लागतो. म्हणून या दोन्ही पत्रिका परस्परपूरक आहेत. कधी निमंत्रणपत्रिका व कार्यक्रमपत्रिका स्वतंत्र छापल्या जातात तर कधी निमंत्रणपत्रिकेवरच कार्यक्रमपत्रिका सर्वात खाली किंवा निमंत्रणपत्रिकेच्या मागच्या बाजूला छापली जाते. कधी कधी

सुरुवातीलाच कार्यक्रमाचे स्वरूप सांगून शेवटी आग्रहाचे निमंत्रण दिले जाते. कधी व्यक्तिश: पत्राने, कधी सर्वांसाठी असलेल्या सूचनाफलकावर तर एखादवेळेस वृत्तपत्रातून जाहीररीत्या कार्यक्रमाचे निमंत्रण व त्याचा तपशील दिला जातो.

व्याप्ती – साधारणपणे निमंत्रणपत्रिका कुणाला व कशासाठी पाठविल्या जातात त्याचे स्थूलमानाने वर्गीकरण असे करता येईल –

१) अध्यक्ष, प्रमुख पाहुणे, प्रमुख वक्ते,उद्घाटक यांना निमंत्रण

२) सत्कारमूर्ती किंवा पारितोषिकप्राप्त व्यक्तींना निमंत्रण

३) कार्यक्रमात निबंधवाचक, चर्चक या दृष्टीने सहभागी होण्यासाठी निमंत्रण

४) वक्तृत्वस्पर्धा, नाट्यस्पर्धा इत्यादींसाठी परीक्षक म्हणून काम पाहण्यासाठी निमंत्रण

५) कथाकथन, काव्यवाचन किंवा इतर कला सादर करण्यासाठी निमंत्रण

६) कार्यक्रमास खास निमंत्रित, श्रोते, प्रेक्षक म्हणून सहभागी होण्यासाठी निमंत्रण

७) पालकांना शाळा, महाविद्यालयात साजऱ्या होणाऱ्या क्रीडादिन, कौतुकसमारंभ, पारितोषिक वितरण समारंभ वगैरेंसाठी उपस्थित राहण्याचे निमंत्रण

८) कौटुंबिक सोहळे, उत्सवप्रसंग यांच्यासाठी निमंत्रण. उदा. सत्यनारायण पूजेचे निमंत्रण, बारसे, वाढदिवस, मुंज, विवाह अशा मंगल सोहळ्यांत सहभागी होण्यासाठी पाठविलेले निमंत्रण. (यात वेगळ्या कार्यक्रमपत्रिकेची गरज नसते.) या समारंभाचे स्थळ, वेळ, दिनांक, होणाऱ्या विधींचा क्रम हा तपशील निमंत्रणाच्या मजकुरातच खुबीने गुंफून शेवटी आग्रहाने अगत्याचे निमंत्रण दिले जाते.

मंगलकार्याच्या निमंत्रणपत्रिकेत सर्वात वर इष्ट देवदेवतांचे छोटे फोटो, 'श्री गजानन प्रसन्न', 'श्री तुळजाभवानी प्रसन्न' अशासारखा मजकूर यावा. तर कार्यालयीन, व्यावसायिक वगैरे निमंत्रणपत्रांमध्ये संस्थेचे/मंडळाचे/मंचाचे ध्येयवाक्य, पत्राचा नोंदणी क्रमांक, जावकक्रमांक, संस्थेचा वा अधिकाऱ्याच्या पदाचा शिक्का, सही असा सर्व भाग येणे बंधनकारक समजावे.

वैयक्तिक, कौटुंबिक, सामाजिक, सांस्कृतिक, धार्मिक अशा निरनिराळ्या समारंभांचे, कार्यक्रमांचे, उपक्रमांचे, सोहळ्यांचे, उत्सवांचे आपल्या परिचितांना आणि चाहत्यांना आपण निमंत्रण देत असतो. इतरांच्या उपस्थितीने आपला आनंद द्विगुणित होतो. त्यांच्या सदिच्छांनी, आशीर्वादांनी आपल्या मनोकामनेची पूर्ती होईल असा

विश्वास वाटतो. आपले निमंत्रण मनापासून आहे हे निमंत्रित व्यक्तीला जाणवले पाहिजे.

निमंत्रणपत्रिका, कार्यक्रमपत्रिका तयार करताना, पाठविताना घ्यावयाची काळजी–

वैयक्तिक, कौटुंबिक समारंभांच्या निमंत्रणपत्रिकांची भाषा जिव्हाळ्याची, अनौपचारिक, आग्रहाची, कळकळीची असावी, तर सार्वजनिक, कार्यालयीन, व्यावसायिक कार्यक्रमांची निमंत्रणपत्रिका–कार्यक्रमपत्रिका औपचारिक पण आदर व्यक्त करणाऱ्या भाषेत असावी. जेवढ्यास तेवढे अंतर राखणारी, रोखठोक, वस्तुनिष्ठ अशा स्वरूपाची असावी; पण ती कार्यालयीन पत्रव्यवहारासारखी रूक्ष होणार नाही याचीही काळजी घ्यावी. निमंत्रित व्यक्तींचे यथायोग्य सहकार्य आपल्या पुढील कार्यात मिळावे हा हेतू आपल्या निमंत्रणपत्रिकेच्या माध्यमातून साध्य व्हावा. म्हणजेच उचित मान, आस्था, आग्रह या औपचारिक निमंत्रणपत्रांमध्ये सुद्धा असावा. अशा प्रकारच्या निमंत्रणपत्रांमध्ये कार्यक्रमाचे / उपक्रमाचे संयोजक, आयोजनामागचा त्यांचा उद्देश, कार्यक्रमाचा – उपक्रमाचा विषय आणि कार्यक्रमाचे ठिकाण, दिनांक, वार, वेळ ही माहिती, कार्यक्रमाची रूपरेषा इ. महत्त्वाच्या बाबींचा ठळकपणे उल्लेख असलाच पाहिजे. तसेच समारंभाचे अध्यक्ष, प्रमुख पाहुणे, प्रमुख वक्ते यांची नावे, पदे, वैशिष्ट्ये (उदा. मराठीतील ज्येष्ठ कवी, राज्याचे शिक्षणमंत्री) यांचाही उल्लेख अपरिहार्य ठरतो.

निमंत्रण जसे आग्रहाचे असावे तसेच ते नम्रतेने, विनंतीपूर्वक, दिलेलेही असावे. निमंत्रण देणाऱ्या व्यक्तीचे नाव, सही, पत्ता, फोन अशी माहिती दिल्याने निमंत्रणपत्रिकेत अधिक सुस्पष्टता येते. कोणतीही संदिग्धता निमंत्रणामध्ये ठेवू नये. अनवधानाने कुठला तपशील द्यायचा राहिल्यास (ठिकाण, दिनांक) मोठा घोटाळा होऊ शकतो. गरज असल्यास कार्यक्रमस्थळी येण्यासाठी रस्त्यांचा नकाशा, जवळची मोठी खूण वगैरे तपशीलही द्यावा. निमंत्रणाबरोबर पाठविलेल्या कार्यक्रमपत्रिकेत संपूर्ण कार्यक्रमाचा तपशील क्रमवार द्यावा. निमंत्रितांना कार्यक्रमाच्या एकूण वेळेचा अंदाज कार्यक्रमपत्रिकेतून यावा; म्हणून विषय, वक्ते, वेळ वगैरेचा बिनचूक सुस्पष्ट तपशील द्यावा.

निमंत्रणपत्रिकेचा, कार्यक्रमपत्रिकेचा कागद कार्यक्रमाच्या स्वरूपानुसार ठरतो. गणेशोत्सवातील सत्यनारायण पूजेचे निमंत्रण सर्व सभासदांना छापील स्वरुपात द्यायचे असले तर ते अगदी वृत्तपत्राच्या कागदासारख्या साध्या कागदावर देऊनही चालेल. मुंज, विवाह अशांसारख्या कौटुंबिक सोहळ्याचे निमंत्रण आकर्षक, गुळगुळीत कागदावर, दोन–चार आकर्षक रंगांचा वापर करून दिले जाते. यात

पाठविणाऱ्याच्या आर्थिक स्थितीचा विचारही महत्त्वाचा ठरतो. संस्थांकडून पाठविली जाणारी निमंत्रणे सर्वच बाबतीत काळजीपूर्वक तयार करावी लागतात. पाकिटाचा कागद-रंग; निमंत्रण पत्रिका-कार्यक्रमपत्रिकेचा कागद-रंग; निमंत्रण पत्रिकेची पृष्ठसंख्या (परिसंवाद-चर्चासत्रे-कार्यशाळा यांच्याबाबतीत ३-४ पृष्ठेही असू शकतात), आकार, छपाई, शाईचे वेगवेगळे रंग, कलात्मक मांडणी मजकुराची वाक्यरचना, शुद्धलेखन इत्यादी सर्व छोट्यामोठ्या गोष्टींकडे जातीने लक्ष पुरवावे लागते. कार्यक्रमाच्या पूर्वी किमान ३-४ दिवस आधी (अध्यक्ष-प्रमुख पाहुणे-वक्ते यांना त्याहीआधी) निमंत्रणपत्रिका-कार्यक्रमपत्रिका पोहचतील अशी खबरदारी घ्यावी; ज्यांना पाठवत आहोत त्यांचेही नाव, पत्ता, हुद्दा या बाबीत निःसंदिग्धता असावी. निमंत्रित व्यक्ती कार्यक्रमास येत आहे किंवा नाही, हे जर आपल्याला त्याच्याकडून खात्रीने कळण्याची अपेक्षा असेल तर किमान १०-१२ दिवस आधी निमंत्रण पोहचले पाहिजे. अनौपचारिक निमंत्रणपत्रिकांमध्ये पाठविणाऱ्याने आपल्या शैक्षणिक पदव्या, आपले नोकरीतील पद यांचा उल्लेख टाळल्यास अधिक चांगले.

निमंत्रण देणाऱ्याच्या नियोजन कौशल्यासंबंधी निमंत्रणपत्रिका व कार्यक्रमपत्रिका यावरून अंदाज बांधता येतो. या दोन्ही पत्रिकांतून उत्कृष्ट नियोजन प्रतीत/प्रतिबिंबित होणे हे कार्यक्रमाचे अर्धे यशच असते असे म्हटल्यास वावगे ठरू नये. औपचारिक, अनौपचारिक कुठल्याही निमंत्रणपत्रांमध्ये आवश्यकता भासल्यास निमंत्रणपत्रिकेच्या तळाशी / कार्यक्रमपत्रिकेच्या शेवटी चहापान, अल्पोपहार, भोजन इ. व्यवस्थेचा उल्लेख करून त्यासाठीही वेगळा आग्रह करावा. उदा. समारंभानंतर संस्थेच्या सभागृहात चहापानाची/ भोजनाची व्यवस्था केली आहे, त्याचा सर्व निमंत्रितांनी लाभ घ्यावा. हा मजकूर अर्थातच दोन ओळीपेक्षा जास्त असू नये.

सुवाच्च, आकर्षक, आल्हाददायक रंगसंगती असलेल्या, अगत्य आगृह असलेल्या निमंत्रणपत्रिका, कार्यक्रमपत्रिका कुणालाही समारंभास, कार्यक्रमास जाण्यासाठी उद्युक्त करतात. काही निमंत्रणपत्रिकांचा-कार्यक्रमपत्रिकांचे नमुने मार्गदर्शनाच्या हेतूने पुढे दिले आहेत.

नमुना १

NSPM
नवजीवन शिक्षण प्रसारक मंडळाचे
न्यू आर्टस् अँड कॉमर्स कॉलेज, पुणे १.
पुणे विद्यापीठाशी संलग्न

दूरध्वनी:
फॅक्स:

जावक क्रमांक:........
दिनांक: १ फेब्रु., २००८

न्यू आर्टस् अँड कॉमर्स कॉलेज रौप्यमहोत्सव (२००७-२००८)

प्राध्यापक मित्रहो,

सन २००७-०८ हे आपल्या महाविद्यालयाचे रौप्यमहोत्सवी वर्ष म्हणून साजरे होत आहे. रौप्यमहोत्सवी वर्षात आपण विविध कार्यक्रम, उपक्रम राबवीत आहोत. त्याअंतर्गत खालील दोन कार्यक्रमांचे आयोजन केले आहे.

विषय : पौगंडावस्था ते युवावस्था.

१) **शुक्रवार दि. ३ फेब्रु., २००८ :** विद्यार्थ्यांसाठी (मर्यादित गट)
   वेळ : दुपारी २ ते ४
   स्थळ : वर्ग क्र. ५
   कार्यक्रमाचे स्वरूप : विद्यार्थ्यांशी चर्चा, स्लाईड शो, प्रश्नोत्तरे इत्यादी.
   मार्गदर्शक : डॉ. सुनीता राव.
   डॉ. अखिलेश हेगडे

२) **शनिवार दि. ४ फेब्रु., २००८ :** पालक व सर्व विद्यार्थ्यांसाठी
   वेळ : दुपारी २ ते ५
   स्थळ : महाविद्यालयाचे सभागृह
   कार्यक्रमाचे स्वरूप : '**पौगंडावस्था ते युवावस्था**' या विषयावर व्याख्यान पालक व विद्यार्थ्यांशी सुसंवाद, प्रश्नोत्तरे
   वक्ते व मार्गदर्शक : डॉ. सुनीता राव
   डॉ. अखिलेश हेगडे
   डॉ. अमृता सानप

सर्वांना सस्नेह व आग्रहाचे निमंत्रण.

आपले,

(डॉ. अविनाश केळकर)   (डॉ. सदानंद खंडकर)
समन्वयक   प्राचार्य.

या उदाहरणात कार्यक्रमपत्रिका आधी देऊन नंतर आग्रहाचे निमंत्रण दिले आहे. संस्थेच्या अंतर्गत निमंत्रणपत्र असल्याने **सूचनाफलकावर लावण्यासाठी** असे या निमंत्रण पत्रांचे स्वरूप असते.

नमुना २

२० जुलै, २००६

कै. मा. ना. गोरे स्मृतिव्याख्यान

स.न.वि.वि.

'समाज सेवा संघ' आणि थोर समाजसेवक 'कै. मा. ना. गोरे स्मृतिसमिती' यांच्या संयुक्त विद्यमाने, कै. मा. ना. गोरे यांच्या ११ व्या स्मृतिदिनानिमित्त डॉ. अचला भार्गव यांचे व्याख्यान आयोजित केले आहे. (विषय– महाराष्ट्रातील सामाजिक चळवळी) कार्यक्रमाचे अध्यक्षस्थान ज्येष्ठ शिक्षणतज्ज्ञ डॉ. र. वि. देशपांडे भूषविणार आहेत.

दिवस व वेळ – शुक्रवार दि. २८ जुलै, २००७. सायंकाळी ५.३० वाजता.

स्थळ – समाजसेवा संघाचे सभागृह

आपण या कार्यक्रमास अवश्य यावे ही विनंती.

आपले,

उदय नार्वेकर	अनिल गोरे
कार्याध्यक्ष	अध्यक्ष
समाजसेवा संघ	कै. मा. ना. गोरे स्मृतिसमिती.

या निमंत्रणपत्रिकेच्या मागच्या बाजूस कार्यक्रमपत्रिका देता येते.

❋ कार्यक्रमपत्रिका ❋

- ईशस्तवन
- वक्ते/प्रमुख पाहुण्यांचे स्वागत
- कै. मा. ना. गोरे यांच्या प्रतिमेस पुष्पहार अर्पण व दीपप्रज्ज्वलन
- अहवाल वाचन
- वक्त्याची, अध्यक्षांची (प्रमुख पाहुणे) ओळख
- व्याख्यान: डॉ. अचला भार्गव.
- उल्लेखनीय समाजकार्य करणाऱ्या समाजसेवकांचा सत्कार.
- अध्यक्षीय भाषण: ज्येष्ठ शिक्षणतज्ज्ञ डॉ. र. वि. देशपांडे
- आभारप्रदर्शन.
- चहापान

निमंत्रणाच्या मागच्या बाजूस कार्यक्रमपत्रिका दिल्यामुळे स्थळ, वेळ, दिनांक वगैरे तपशील परत देण्याची गरज नाही.

नमुना ३

दिनांक : १५ मे, २००७

निमंत्रण

सप्रेम नमस्कार विनंती विशेष –

'उदयोन्मुख मराठी साहित्य परिषद' आणि 'अक्षरवेल' प्रकाशन पुणे यांच्या वतीने आठवे अखिल भारतीय नवोदित मराठी लेखक–कवी संमेलन लोकप्रिय विनोदी लेखक डॉ. अविराज पाटील यांच्या अध्यक्षतेखाली भरविण्यात येत आहे. पुण्यातील पद्मनाभ कला व क्रीडा मंचाच्या प्रेक्षागृहात शनिवार दि. २० मे व रविवार दि. २१ मे, २००७ रोजी हा संमेलन सोहळा दिमाखात साजरा केला जाणार आहे.

या भव्य संमेलनाचे उद्घाटन **प्रसारण व सांस्कृतिक मंत्री माननीय श्री. सुहास कागदे** यांच्या शुभहस्ते होणार आहे. या संमेलनाचे **स्वागताध्यक्ष मा. आमदार श्री. प्रशांत थिटे** हे असून प्रमुख पाहुणे म्हणून महाराष्ट्राचे लाडके **कवी करुणात्मज** आणि **लोकप्रिय कथालेखिका तारा खानविलकर** उपस्थित राहणार आहेत. या संमेलनात सहभागी होण्यासाठी आपणास हे खास निमंत्रण. आपल्या उपस्थितीने संमेलनाची शोभा वाढणार आहे.

आपले स्वागतोत्सुक,
मा. आमदार प्रशांत थिटे
(स्वागताध्यक्ष)

समीर दंडे
(अध्यक्ष, संमेलन समिती)

पवनकुमार शास्त्री
(अध्यक्ष, उदयोन्मुख मराठी साहित्य परिषद)

टीप – संमेलनाची कार्यक्रमपत्रिका सोबत पाठविली आहे.

*** कार्यक्रमपत्रिका ***

'उदयोन्मुख मराठी साहित्य परिषद' व **'अक्षरवेल प्रकाशन'** पुणे यांच्या संयुक्त विद्यमाने आठवे अखिल भारतीय नवोदित मराठी लेखक–कवी संमेलन

शनिवार दिनांक २० मे व रविवार दिनांक २१ मे, २००७

संमेलन स्थळ : पद्मनाभ कला व क्रीडा मंचाचे प्रेक्षागृह, पुणे

शनिवार दि. २० मे, २००७

सकाळी १० वाजता उद्घाटन सोहळा.

- स्वागत : समीर दंडे
- प्रास्ताविक – पवनकुमार शास्त्री
- स्वागताध्यक्षांचे भाषण
- अध्यक्ष, उद्घाटक, प्रमुख पाहुणे यांचा सत्कार
- स्वागताध्यक्षांचा सत्कार
- उद्घाटकांचे भाषण : मा. श्री. सुहास कागदे, प्रसारण व सांस्कृतिक मंत्री, महाराष्ट्र राज्य
- प्रमुख पाहुण्यांचे भाषण : कवी करुणात्मज व कथालेखिका तारा खानविलकर
- अध्यक्षीय भाषण : डॉ. अविराज पाटील
- आभार

सूत्रसंचालन – प्रा. अर्चना दंडे.

- दुपारी १ ते २ : स्नेहभोजन.
- दुपारी २ वाजता : कविसंमेलन
- सायंकाळी ४.३० वाजता : परिसंवाद (मराठी नवकथा)
- सायंकाळी ६ वाजता : समारोप

रविवार दि. २१ मे, २००७

- सकाळी १० वाजता : साहित्य चर्चा.
  विषय: साहित्य–समाज–संस्कृती यांचा परस्परसंबंध
  अध्यक्ष: सुप्रसिद्ध समीक्षक श्रीमती कमल दीक्षित
- दुपारी १ ते २ : स्नेहभोजन
- दुपारी २ वाजता : कथाकथन; अध्यक्ष: मान्यवर कथालेखक मुकुंद आलेगावकर
- सायंकाळी ५ वाजता : पुरस्कार वितरण
- सायंकाळी ६ वाजता : समारोप

नमुना ४

विद्या विनयेन शोभते

दूरध्वनी:
कार्यालय----
प्राचार्य-----
फॅक्स------

चैतन्य शिक्षण मंडळाचे अभिनव महाविद्यालय, पुणे

पुणे विद्यापीठाशी संलग्न

E-mail-principal_abhinavcollege@vsnl.net

संदर्भ क्र.अ/३३/०७-०८
दिनांक: ४ जुलै, २००७

डॉ. नीतिन सुलाखे
अध्यक्ष, नाट्यसंवर्धन संस्था,
पुणे

स. न. वि. वि.

सन २००७-०८ हे वर्ष प्रख्यात नाटककार य. र. पटवर्धन यांचे स्मृतिशताब्दी वर्ष आहे. या निमित्ताने आमच्या महाविद्यालयाने आंतरमहाविद्यालयीन एकांकिका स्पर्धा आयोजित केली आहे. या स्पर्धेत विविध महाविद्यालयातील ९ संघ सहभागी झाले आहेत. ही स्पर्धा गुरुवार दिनांक १९ जुलै, २००७ रोजी सकाळी ९.३० वाजता महाविद्यालयाच्या सभागृहात होणार आहे.

या स्पर्धेसाठी आपण परीक्षक म्हणून काम पाहावे अशी आपणास विनंती करीत आहोत. या निमित्ताने आपण विद्यार्थ्यांशी नाट्यविश्वासंबंधी मनमोकळ्या गप्पाही माराव्यात. त्यातून आपल्या मार्गदर्शनाचा लाभ आमच्या विद्यार्थ्यांना नक्कीच होईल.

कळावे ही विनंती.

आपले,

प्रा. सुरेश घाटे
समन्वयक
एकांकिका स्पर्धा

डॉ. का. स. येवलेकर
प्राचार्य

अशा निमंत्रण पत्रासोबत कार्यक्रमपत्रिकाही पाठवावी.

आंतरमहाविद्यालयीन एकांकिका स्पर्धा २००६-२००७

दि. १९ जुलै, २००६

चैतन्य शिक्षण मंडळाचे अभिनव महाविद्यालय, पुणे आयोजित नाटककार य. र. पटवर्धन स्मृतिशताब्दी वर्षानिमित्त एकांकिका स्पर्धा.

✼ कार्यक्रमपत्रिका ✼

- सरस्वतीपूजन व दीपप्रज्ज्वलन
- प्रास्ताविक
- प्राचार्यांच्या हस्ते परीक्षकांचे स्वागत व परिचय
- प्राचार्यांचे मनोगत
- नाटककार य. र. पटवर्धन यांच्या नाट्यकर्तृत्वाचा आढावा
- स्पर्धक संघांचे एकांकिका सादरीकरण

चहापान व अल्पोपहार

- विजयी स्पर्धकांना पारितोषिके प्रदान
- प्राचार्यांचे अध्यक्षीय भाषण
- आभारप्रदर्शन.

वार व दिनांक : गुरुवार, १९ जुलै, २००७

स्थळ : महाविद्यालयाचे सभागृह

वेळ : सकाळी ९.३०

निमंत्रणपत्रिकेत 'परीक्षक' या जागी अध्यक्ष/ प्रमुख पाहुणे/ चर्चक/ निबंधवाचक अशा नात्याने निमंत्रण पाठवायचे आहे हे गृहीत धरून सरावासाठी निमंत्रणपत्रिका-कार्यक्रमपत्रिका लिहून पाहाव्यात. फक्त चर्चक, निबंधवाचक म्हणून निमंत्रित करायचे असेल तर स्पर्धा असे न म्हणता 'नाटक व एकांकिका: वाटचाल' यावर व्याख्यान, चर्चा, निबंधवाचन असे म्हणावे.

नमुना ५

देवी सरस्वती प्रशाला व कनिष्ठ महाविद्यालय
नाशिक ४२२००१
४४ वा वार्षिक क्रीडा महोत्सव
दि. २२ डिसेंबर, २००७
मुख्य पाहुणे
कर्नल आनंद चित्रे

सादरीकरणाचे स्थळ : प्रशालेचे मैदान

- १०० मीटर धावणे स्पर्धा : इयत्ता ७ वी पर्यंतचे विद्यार्थी
- २०० मीटर धावणे स्पर्धा : इयत्ता ८ वी ते १२ पर्यंतचे विद्यार्थी
- सांघिक कवायत
- उंच उडी-लांब उडी इत्यादी स्पर्धा
- शालेय व कनिष्ठ महाविद्यालयीन विद्यार्थ्यांचा क्रिकेट सामना
- पारितोषिक वितरण
- मुख्य पाहुण्यांचे भाषण
- वन्दे मातरम्

शैक्षणिक वर्ष २००७-०८ मध्ये आपल्या पाल्यास पोहण्याच्या स्पर्धेत प्रथम पारितोषिक प्राप्त झाले आहे. त्याचे कौतुक पाहण्यासाठी व क्रीडा महोत्सवाच्या सर्व कार्यक्रमांचा आनंद लुटण्यासाठी आपण उपस्थित राहावे असे आग्रहाचे निमंत्रण देत आहोत.

आपले,

माधव कात्रे   सदानंद दातार
(क्रीडा स्पर्धा प्रतिनिधी)   मुख्याध्यापक

टीप- पुरस्कार वितरण सोहळा पार पडेपर्यंत व संपूर्ण कार्यक्रम संपेपर्यंत सर्व पालकांनी थांबावे व सहकार्य करावे.

या नमुन्यात कार्यक्रम सांगून झाल्यावर निमंत्रण दिले आहे.

नमुना ६

श्रीगणेश प्रसन्न

कुलदेवता प्रसन्न

स.न.वि.वि.

आमचे येथे श्रीकृपेकरून आमचे सुपुत्र

चि. अभिषेक M.D.

आणि

चि. सौ.कां. आसावरी M.B.B.S.

(सौ. कविता व श्री. नंदकुमार पंडित यांची सुकन्या)

// **यांचा शुभविवाह** //

मिती कार्तिक कृष्ण ३ शुक्रवार दि. १८ नोव्हेंबर, २००७ रोजी दुपारी १२ वा. ३ मि. या शुभमुहूर्तावर करण्याचे योजिले आहे. तरी या शुभप्रसंगी उपस्थित राहून आपण वधू-वरास आशीर्वाद द्यावेत, ही नम्र विनंती.

आपले स्नेहाभिलाषी

सौ. रेखा कसबेकर — श्री. अनंत कसबेकर

वरील विनंतीस मान देऊन अगत्य येण्याचे करावे.

सौ. प्रीती चंदशेखर साठे — डॉ. चंद्रशेखर साठे

समस्त कसबेकर, साठे, पाटोळे, रांजेकर परिवार

*** विवाहस्थळ ***

शुभंभवतु मंगल कार्यालय

लक्ष्मी रोड, पुणे -२, दूरध्वनी:.....

भोजन समारंभ	निवास पत्ता
शुक्रवार दि. १८ नोव्हें., २००७ रोजी	श्री. अनंत कसबेकर
दुपारी १२.३० ते २.३० पर्यंत	५, जुईली सोसायटी
विवाहस्थळी	म. गांधी रोड, पुणे १
	दूरध्वनी ...... मोबाईल.......

आपल्याकडे दरवर्षी विवाहाच्या निमंत्रणपत्रिका मोठ्या संख्येने येत असतात. त्यांचे बारकाईने निरीक्षण करून स्वत: अशा निमंत्रणपत्रिका सरावासाठी लिहून पाहाव्यात. आजकाल विवाहसमारंभाच्या निमंत्रणपत्रिकांमध्ये काव्यमय मजकूर घालण्याची, पारंपरिक पद्धतीपेक्षा नवनवीन प्रयोग करण्याचीही प्रथा पडत आहे.

याच धर्तीवर व्रतबंध (मुंज), वाढदिवस, इतर कौटुंबिक सोहळे यांच्या निमंत्रणपत्रिका आवश्यक तो मजकूर बदलून तयार कराव्यात.

नमूना ७

१० जून, २००७

विवेक फाउंडेशन

भक्तिगाथा बिल्डिंग, आजगावकर मार्ग, मुंबई ४०००२०

श्रीमती अनघा राजेंद्र,

स. न. वि. वि.

विवेक फाउंडेशनने आयोजित केलेल्या काव्यसंग्रह स्पर्धेचा, पुरस्कार वितरण सोहळा सोमवार दि. १९ जून, २००७ रोजी फाउंडेशनच्या सभागृहात सायंकाळी ५ ते ८ या वेळात संपन्न होणार आहे.

काव्यसंग्रह पुरस्कार स्पर्धा २००५

या स्पर्धेत आपल्या 'स्वप्नचंचला' काव्यसंग्रहास विवेक फाऊंडेशन काव्यगौरव पुरस्कार (प्रथम क्रमांक) जाहीर करण्यात आला आहे. आपले हार्दिक अभिनंदन! पुरस्कार वितरण सोहळ्यात सन्मानाने आपणास, प्रमुख पाहुणे सुप्रसिद्ध समीक्षक डॉ. पंढरीनाथ देऊळगावकर यांच्या हस्ते हा पुरस्कार प्रदान करण्यात येईल. कृपया पुरस्कार स्वीकारण्यास आपण अवश्य यावे. आपल्या उपस्थितीने संपूर्ण समारंभाची शोभा वाढणार आहे.

आपला,
चंद्रशेखर विवेक वाटवे
अध्यक्ष
विवेक फाउंडेशन, मुंबई.

अशा निमंत्रणासाठी पत्राबरोबर किंवा वेगळ्या पाकिटात कार्यक्रमपत्रिका पाठवावी.

विवेक फाउंडेशन, मुंबई आयोजित काव्यसंग्रह पुरस्कार वितरण सोहळा–

सोमवार दि. १९, जून २००७

कार्यक्रमपत्रिका.

* सरस्वतीपूजन व दीपप्रज्ज्वलन
* स्वागत : नमिता सरदेसाई
* प्रास्ताविक : चंद्रशेखर वाटवे
* निमंत्रित कवींचे काव्यवाचन
* पुरस्कार वितरण
* पुरस्कारप्राप्त कवींचे काव्यवाचन
* अध्यक्षांचे भाषण : डॉ. पंढरीनाथ देऊळगावकर
* आभार प्रदर्शन
* चहापान

सूत्रसंचालन : अपूर्वा वाटवे.

निमंत्रणपत्रिका व कार्यक्रमपत्रिका सरावासाठी काही विषय –

१) मराठी वाङ्मय मंडळाच्या उद्‌घाटन समारंभाचे प्रमुख पाहुण्यांना निमंत्रित करावयाचे आहे. त्यासाठी निमंत्रणपत्रिका तयार करा. प्रमुख पाहुण्यांना पाठविण्यासाठी कार्यक्रमपत्रिकाही तयार करा.

२) इतिहास अध्ययन मंडळ आयोजित 'ऐतिहासिक स्थित्यंतरे' या विषयावर व्याख्यानासाठी वक्त्यांना निमंत्रण देणारी पत्रिका पाठवा. सोबत कार्यक्रमाची रूपरेषा (कार्यक्रमपत्रिका) कळवा.

३) व्रतबंध मंगल सोहळ्याची निमंत्रणपत्रिका निमंत्रितांना पाठवा.

४) संस्थेच्या सुवर्णमहोत्सवी कार्यक्रमात सहभागी होण्याचे आग्रहाचे निमंत्रण माजी विद्यार्थ्यांना पाठवा. तीन दिवसांच्या सर्व कार्यक्रमांचा आराखडाही सोबत पाठवा.

५) महाविद्यालयातील पालकसभेसाठी पालकांना निमंत्रण देणारे पत्र तयार करा.

६) गुणवंत शिक्षक पुरस्कार प्राप्त झालेल्या गुरुजनांना सत्कारासाठी निमंत्रित करा.

७) विवाहाप्रीत्यर्थ आयोजित मेजवानीची निमंत्रणपत्रिका तयार करा.

८) 'आजचे वाङ्मय अभिरुचीचे हीन झाले आहे' या विषयावरील आयोजित चर्चासत्रात 'चर्चक' म्हणून सहभागी होण्यासाठी सुप्रसिद्ध समीक्षकाला निमंत्रण पाठवा. चर्चासत्राची कार्यक्रमपत्रिकाही पाठवा.

९) वार्षिक स्नेहसंमेलनाचे निमंत्रण, देणारी निमंत्रणपत्रिका सूचनाफलकावर लावण्यासाठी तयार करा. स्नेहसंमेलनाच्या तीन दिवसाच्या कार्यक्रमाची रुपरेषाही सूचनाफलकावर लावण्यासाठी बनवा.

१०) नृत्य व नाट्य अकादमीतर्फे सांस्कृतिक सोहळ्याचे आयोजन केले आहे. त्यात भाग घेण्यासाठी कलाकारांना निमंत्रित करा.

११) काव्यवाचन व कथाकथन कार्यक्रमात सहभागी होण्यासाठी संबंधितांना निमंत्रणपत्रिका पाठवा. त्यासाठी कार्यक्रमांची संपूर्ण रुपरेषाही त्यांना कळवा.

१२) शाळेच्या वर्धापन दिनानिमित्त पालकांना आमंत्रित करा. निमंत्रणपत्रिकेतच आधी कार्यक्रमांची क्रमाने माहिती द्या.

१३) आपल्या वाढदिवसासाठी मित्रांना निमंत्रणपत्रिका देऊन बोलवा.

१४) काव्यस्पर्धेचे परीक्षक म्हणून ख्यातकीर्त कवीला निमंत्रणपत्रिका पाठवा. निमंत्रणातच खुबीने कार्यक्रमाची क्रमवार आखणी कळवा.

१५) आजीच्या पंचाहत्तरी निमित्त सुहृदांना निमंत्रण पत्रिका पाठवा.

१६) H.S.C. बोर्डात प्रथम आलेल्या विद्यार्थ्याला कौतुक समारंभासाठी येण्याचे निमंत्रण द्या.

१७) महाविद्यालयात होणाऱ्या आंतरमहाविद्यालयीन सुगमसंगीत स्पर्धेसाठी सुप्रसिद्ध गायकाला प्रमुख पाहुणे व अध्यक्ष या नात्याने उपस्थित राहण्यासाठी निमंत्रणपत्रिका पाठवा.

१८) प्राचीन मंदिराचा जीर्णोद्धार चालू आहे. एखाद्या पुरातत्त्व जाणकार व्यक्तीला मार्गदर्शक म्हणून येण्यासाठी निमंत्रण पत्रिका पाठवा.

२.३ : वृत्तान्तलेखन

पूर्वसूत्र :-

वृत्तान्तलेखन म्हणजे वृत्त+अंत+लेखन. एखाद्या वृत्ताचे-बातमीचे-अंतापर्यंत म्हणजे अथपासून इतिपर्यंत कथन करणारे लेखन. कोणत्याही घटनेचे विस्तृत वर्णन याचा अर्थ इथे लांबलचक, तपशीलवार वर्णन असा अभिप्रेत नसून सर्व महत्त्वपूर्ण गोष्टींचे वर्णन असा अभिप्रेत आहे.

जाहिरात आपण नियोजित कार्यक्रमांची करतो तर तेच कार्यक्रम, समारंभ पार पडल्यानंतर त्यांचे वृत्त कथन करतो. म्हणजे भूतकाळात घडलेल्या (अर्थातच नजीकच्या भूतकाळात) गोष्टींचे वर्णन वृत्तान्तलेखनात केले जाते. ती घटना, तो प्रसंग, कार्यक्रम पार पडल्यापासून १ दिवसापासून ते १५ दिवसांच्या आत त्याचे वृत्त लिहिणे सयुक्तिक ठरते. १५ दिवसानंतर (एखादा अपवाद सोडल्यास) वृत्त कथन करणे कालबाह्य ठरते.

वृत्तान्तात सत्य घटनेबद्दलच सांगितले जावे. ती घटना, तो प्रसंग, तो समारंभ टप्प्या-टप्प्याने कसा पुढे गेला याची सत्य हकिकत वर्णन करणे म्हणजे वृत्तान्तलेखन करणे होय. ही हकिकत संबंधित लोकांना किंवा सर्वांना कळावी या हेतूने वृत्तांतलेखन केले जाते. वृत्तांतलेखनात संपूर्ण वृत्तातील क्रम राखणे, सांभाळणे अत्यंत गरजेचे आहे. ईशस्तवन, सरस्वतीपूजन या गोष्टी सुरुवातीलाच याव्यात, अध्यक्षांचे भाषण, आभारप्रदर्शन यासारख्या गोष्टींचा क्रम वृत्तान्तलेखनात शेवटीच यावा. वृत्तान्तलेखकाने स्वत:च्या मर्जीने किंवा अनवधानाने कोणताही क्रमबदल करू नये.

वृत्तान्तलेखन करणाऱ्याने प्रत्यक्ष त्या कार्यक्रमास, समारंभास उपस्थित असण्याची आवश्यकता आहे; तरच तो वास्तव वृत्तकथन करू शकेल. त्या घटना-प्रसंगातील प्रत्यक्ष अनुभवलेले क्षण त्याला वृत्तान्तात लिहिता येतील.

वृत्तपत्रांसाठी, आकाशवाणीसाठी, दूरदर्शनसाठी वृत्तान्तलेखन केले जाते. अकरावी-बारावीच्या अभ्यासक्रमात समाविष्ट असलेल्या वृत्तान्तलेखन या अभ्यासघटकामध्ये वृत्तपत्रासाठी, महाविद्यालयाच्या-संस्थेच्या वार्षिकासाठी किंवा नियतकालिकासाठी, महाविद्यालयातील सूचनाफलकावर लावण्यासाठी वृत्तान्तलेखन करणे अभिप्रेत आहे.

जाहिरात लेखनाप्रमाणे वृत्तान्तलेखन ही एक कला आहे. त्यासाठी भाषेवर प्रभुत्व हवे, सारांशाने लिहिण्याची सवय हवी, बारकाव्याने वेगळेपण टिपण्याची क्षमता हवी. वृत्तान्तलेखकाला त्या विषयातील माहिती, जाण असेल तर त्याचे लेखन नेमके, मनाची पकड घेणारे होते. तो त्या विषयाला अधिक न्याय देऊ शकतो. इतर लोकांचे कुतूहल शमले पाहिजे. मर्यादित लोकांच्या उपस्थितीत पार पडलेल्या कार्यक्रमांची माहिती संबंधित वा जास्तीतजास्त लोकांपर्यंत कौशल्याने पोहचवावी.

वृत्तान्तलेखन करण्यासाठी काही मार्गदर्शक सूचना –

१) वृत्तान्तलेखनासाठी दिलेल्या विषयावर आधी मनात पूर्ण विचार करावा. घटनाक्रमाची रूपरेषा आखावी.

२) संपूर्ण कार्यक्रमातील/समारंभातील महत्त्वाच्या गोष्टीच वृत्तान्तलेखनात याव्यात. बाकी दुय्यम गोष्टी वगळल्या तरी चालतात. उदा- दीपप्रज्ज्वलन कोणी कोणी केले त्यांच्या नावांची लांबलचक यादी देत बसण्याची गरज नाही. प्रमुख पाहुणे, अध्यक्ष, उपस्थित मान्यवर व्यक्तींनी दीपप्रज्ज्वलन केले एवढेच म्हणावे. (प्रमुख पाहुणे, अध्यक्ष यांचे नाव लिहिण्यास हरकत नाही.)

३) वृत्तान्तलेखनात संयोजकांचे नाव, आयोजनामागचा हेतू, समारंभ साजरा झाला ते ठिकाण तसेच दिनांक-वार-वेळ अशा सर्व गोष्टींचा सुस्पष्ट उल्लेख यावा.

४) कार्यक्रमाचे, समारंभाचे बोलके सजीव चित्र वृत्तान्तलेखनातून रेखाटले गेले पाहिजे.

५) वृत्तान्तलेखन करताना वर्णनात कधीही अतिशयोक्ती करू नये.

६) विनाकारण आलंकारिक शैली, नाट्यपूर्ण वर्णने टाळावीत. सहज स्वाभाविक वर्णनशैली अधिक प्रभावी ठरते.

७) परीक्षेत उत्तरपत्रिकेत वृत्तान्तलेखन एका पानात संपवावे. सलग न लिहिता आवश्यकतेनुसार २-३ परिच्छेद करावेत.

८) वृत्तान्ताला आकर्षक मथळा/शीर्षक अवश्य द्यावे. संपूर्ण वृत्ताचे सार या मथळ्यात/शीर्षकात एकवटलेले असावे. उदा - आंतरमहाविद्यालयीन वक्तृत्वस्पर्धा, वृक्ष : माणसांचे सगेसोयरे, हीरकमहोत्सवी वाटचाल वगैरे

शीर्षकातून कोणत्या घटनेचे, गोष्टीचे वृत्त लिहिले आहे हे चटकन समजते. 'पुस्तकांच्या सहवासात रमायला लावणारा पुस्तकमेळा' असे बोलके शीर्षक अर्धी बाजी मारून जाते.

वृत्तान्तलेखन कसे करावे हे प्रत्यक्ष तीन विषयांवर वृत्तान्तलेखन करून दाखविले आहे.

१) **महाविद्यालयात शिक्षकदिन साजरा झाला. त्याचे वृत्तान्तलेखन करा.**
'शिक्षकदिनानिमित्त सर्व शिक्षकांना विनम्र अभिवादन' (असा मथळा आपण देऊ शकतो.)

मॉडर्न कला व वाणिज्य महाविद्यालयाच्या सभागृहात दि. ५ सप्टेंबर २००५ रोजी शिक्षकदिन साजरा झाला. राज्यशासनाचा आदर्श शिक्षक पुरस्कार मिळालेले सन्माननीय प्राध्यापक डॉ. रा. वि. काटदरे समारंभाच्या अध्यक्षस्थानी होते. डॉ. राधाकृष्णन् यांच्या छायाचित्रास पुष्पहार अर्पण करून व त्यांचे स्मरण करून कार्यक्रमास सुरुवात झाली. महाविद्यालयाचे प्राचार्य डॉ. ना. म. सदावर्ते यांनी पुष्पगुच्छ देऊन अध्यक्षांचे स्वागत केले व त्यांचा थोडक्यात परिचय करून दिला. प्राचार्यांनी आपल्या मनोगतात शिक्षकदिनाचे महत्त्व सांगितले.

आजची शिक्षणपद्धती, विद्यार्थी आणि शिक्षक इ. विषयांवर विद्यार्थ्यांनी आपले विचार मांडले. यानंतर माननीय अध्यक्षांचे 'शिक्षणाच्या भावी दिशा' या विषयावर उद्बोधक भाषण झाले. आपल्या भाषणात विद्यार्थ्यांना मार्गदर्शन करताना ते म्हणाले, ''मला जीवनात अजून काहीतरी शिकायचे आहे हाच मंत्र जीवनात प्रत्येकाने नेहमी जपला पाहिजे. भावी काळात अनेक उपशाखांमध्ये संशोधनाला वाव असणार आहे.''

अध्यक्षांच्या हस्ते महाविद्यालयातील सर्व शिक्षकांचा गुलाबपुष्प देऊन गौरव करण्यात आला. चहापानाने कार्यक्रमाची सांगता झाली.

२) **'अध्यात्म-विज्ञान मंडळा'तर्फे गरीब विद्यार्थ्यांना वह्या व इतर शैक्षणिक साहित्याचे वाटप करण्यात आले. वृत्तपत्रासाठी यावर वृत्तान्त लिहा. अध्यात्म-विज्ञान मंडळ : दातृत्वाचे अनोखे उदाहरण.**

पुणे - दि. १० जुलै २००७. 'अध्यात्म-विज्ञान मंडळ' पुणे यांच्यातर्फे सामाजिक, सांस्कृतिक, धार्मिक क्षेत्रात नेहमीच विविध उपक्रम राबविले जातात. समाजप्रबोधनाच्या उद्देशाने झटणारी ही संस्था युवापिढीसाठी, विद्यार्थ्यांसाठी अध्यात्म-विज्ञान यांची सांगड घालणारे अनेक कार्यक्रम धडाडीने पार पाडते. विद्यार्थिहिताच्या भावनेतून शाळा व महाविद्यालयातील गरीब विद्यार्थ्यांना प्रत्येकी १

डझन वह्या व कंपास, पेन-पेन्सिली इ. शैक्षणिक साहित्य; मंडळाच्या वतीने दि. ९ व १० जुलै २००७ रोजी संस्थेच्या सभागृहात वाटण्यात आले.

या समारंभाच्या उद्घाटनप्रसंगी उपजिल्हाधिकाऱ्यांच्या हस्ते प्रातिनिधिक रूपात वह्या व शैक्षणिक साहित्य पाच विद्यार्थ्यांना वाटण्यात आले. अत्यंत गरीब परिस्थितीत शिक्षण घेऊनही हे विद्यार्थी १०-१२ वीच्या गुणवत्ता यादीत झळकल्याबद्दल त्यांचा यथोचित सत्कारही करण्यात आला. नंतर सलग दोन दिवस गरीब विद्यार्थ्यांना 'अध्यात्म-विज्ञान मंडळा'च्या पदाधिकाऱ्यांकडून असे वाटप करण्यात आले.

कार्यक्रम यशस्वी करण्यासाठी मंडळाचे कार्यकर्ते उत्साहाने पुढे सरसावले होते. **नवकेतन लेखनवाचन भांडाराने** अत्यंत कमी दरात वह्या व शैक्षणिक साहित्य उपलब्ध करून दिल्याचे मंडळाच्या अध्यक्षांनी आवर्जून नमूद केले. सुमारे ५०० गरीब विद्यार्थ्यांनी या उपक्रमाचा लाभ घेतला. दातृत्व भावनेचा एक आदर्शच या उपक्रमाद्वारे मंडळाने निर्माण केला.

३) तुमच्या महाविद्यालयाने राज्यस्तरीय आंतर-महाविद्यालयीन एकांकिका स्पर्धा आयोजित केली होती. स्पर्धेचा वृत्तान्त वृत्तपत्रात देण्यासाठी तयार करा.

एकांकिका स्पर्धेतून विद्यार्थ्यांच्या नाट्यगुणांना वाव.

औरंगाबाद : दि. २० डिसेंबर २००७. न्यू कला, वाणिज्य व विज्ञान महाविद्यालयाने विद्यार्थ्यांच्या कला व नाट्यगुणांना वाव मिळावा या हेतूने दि. १४, १५ व १६ डिसेंबर २००७ रोजी आंतरमहाविद्यालयीन एकांकिका स्पर्धा आयोजित केली होती. सुप्रसिद्ध अभिनेते श्रीराम लागू यांच्या हस्ते स्पर्धेचे उद्घाटन झाले.

राज्यातील सुमारे २५ महाविद्यालयांनी स्पर्धेत भाग घेतला. प्रत्येक संघाने एक एकांकिका सादर केली. दि. १४,१५,१६ डिसेंबर हे तीनही दिवस महाविद्यालयाचे आवार आनंदाने, उत्साहाने फुलून गेले होते. महाविद्यालयाच्या प्राचार्यांनी स्पर्धेत सहभागी झालेल्या सर्व संघांचे मनापासून कौतुक केले व आभार मानले.

अहमदनगर कॉलेजने सादर केलेली 'मागे वळून पाहताना' ही एकांकिका, उपस्थित असलेल्या रसिक जाणकारांची दाद घेऊन गेली. स्पर्धेच्या सांगता समारंभाचे अध्यक्ष माननीय श्री. निळू फुले यांच्या शुभहस्ते पारितोषिकांचे वितरण करण्यात आले. स्पर्धेत यशस्वी ठरलेल्या पहिल्या तीन क्रमांकांना अनुक्रमे रुपये १०००, रुपये ७५० व रुपये ५०० अशी पारितोषिके देण्यात आली. प्रत्येकी दोनशे रुपयांची दोन उत्तेजनार्थ पारितोषिकेही देण्यात आली. सर्व विजयी संघांना पारितोषिकांबरोबर स्मृतिचिन्ह देण्यात आले.

ही एकांकिका स्पर्धा यशस्वी होण्यासाठी महाविद्यालयातील कलामंडळाच्या विद्यार्थ्यांनी विशेष परिश्रम घेतले.

वृत्तान्तलेखन कसे करावे हे वरील तीन उदाहरणांतून स्पष्ट झाले आहे. आता सरावासाठी काही विषय पुढे दिले आहेत.

१) स्वातंत्र्यदिनी झालेल्या वृक्षारोपण कार्यक्रमाचा वृत्तान्त लिहा.

२) तुमच्या महाविद्यालयात नुकताच क्रीडा महोत्सव साजरा झाला त्याचा वृत्तान्त लिहा.

३) कलामंडळाने 'पथनाट्य सप्ताह' असा अभिनव उपक्रम आखून अनेक पथनाट्ये महाविद्यालयाच्या आवारात सादर केली त्याचा वृत्तान्त वृत्तपत्रासाठी तयार करा.

४) महाविद्यालयाच्या वार्षिक पारितोषिक वितरण समारंभाचा वृत्तान्त लिहा.

५) नाट्यस्पर्धेच्या पारितोषिक वितरण समारंभाचा वृत्तान्त लिहा.

६) एन्. सी. सी. व एन्. एस्. एस्. ने रक्तदान शिबिर आयोजित केले होते. त्याचा वृत्तान्त तयार करा.

७) 'मराठी वाङ्‌मय मंडळा'च्या उद्‌घाटन समारंभाचा वृत्तान्त लिहा.

८) महाविद्यालयात दोन दिवस भरलेल्या विज्ञान प्रदर्शनाचा वृत्तान्त लिहा.

९) तुमच्या महाविद्यालयात 'हिंदी दिवस' साजरा झाला, त्याचे वृत्तान्तलेखन करा.

१०) आंतरमहाविद्यालयीन काव्यस्पर्धेचा वृत्तान्त वृत्तपत्रासाठी लिहा.

११) सेवा संघाच्या वतीने विद्यार्थ्यांना पाठ्यपुस्तकांचे मोफत वाटप करण्यात आले, त्याचा वृत्तान्त लिहा.

१२) महाविद्यालयात झालेल्या वक्तृत्वस्पर्धेचे वृत्तान्तलेखन करा.

१३) माजी विद्यार्थिमंडळाने गुणवंत विद्यार्थ्यांचा सत्कार केला. त्या समारंभाचे वृत्तान्तलेखन करा.

१४) साक्षरता मोहीम कार्यक्रमाच्या सांगता सोहळ्याचे वृत्तान्तलेखन वर्तमानपत्रासाठी करा.

१५) आंबेडकर अध्यासनातर्फे 'भारतीय राज्यघटना' या विषयावर दोन दिवसांचे चर्चासत्र पार पडले. त्याचा वृत्तान्त लिहा.

१६) महाविद्यालयाच्या हीरकमहोत्सवानिमित्त आयोजित केल्या गेलेल्या कार्यक्रमांचे वर्णन करणारा वृत्तान्त थोडक्यात लिहा.

१७) महाकवी कालिदास स्मृतिदिन तुमच्या वर्गाने साजरा केला. त्या समारंभाचे

वृत्तान्तलेखन करा.

१८) पूरग्रस्तांच्या मदतीसाठी आयोजित केल्या गेलेल्या, संगीतरजनी कार्यक्रमाचा वृत्तान्त लिहा.

१९) महाविद्यालयात प्रजासत्ताक दिन विविध कार्यक्रमांतून सादर झाला त्याचा वृत्तान्त तयार करा.

२०) तुमच्या गावात तीन दिवस भरलेल्या जत्रेचे वृत्तपत्रासाठी वृत्तान्तलेखन करा.

२१) तुमच्या गावातील ग्रंथालयाने दोन दिवस पुस्तकमेळावा भरविला होता, त्याचे वर्णन करणारा वृत्तान्त लिहा.

२२) 'यूथ फोरम' तर्फे 'संगणक साक्षरता कार्यक्रम' राबविला गेला. त्या कार्यक्रमाचे वृत्तान्तलेखन करा.

२३) 'नागरी विकास मंचा'ने सांस्कृतिक सोहळ्याचे आयोजन केले होते वृत्तपत्रात देण्यासाठी त्याचा वृत्तान्त लिहा.

२४) तुमच्या महाविद्यालयात 'व्यक्तिमत्त्व विकासाच्या वाटा' या विषयावर कार्यशाळा घेतली गेली. त्याचे वृत्तान्तलेखन करा.

२५) 'प्रसारमाध्यमांची जबाबदारी' या विषयावर झालेल्या चर्चासत्राचा वृत्तांत लिहा.

२६) अंधश्रद्धा निर्मूलनासाठी 'विज्ञान प्रसार' मंडळाने एक कार्यशाळा घेतली. त्या कार्यशाळेचा वृत्तान्त वृत्तपत्रात देण्यासाठी तयार करा.

२७) 'आरोग्यं धनसंपदा' या विषयावर तुमच्या महाविद्यालयात एक व्याख्यान व 'स्लाइड शो' झाला. त्याचा वृत्तान्त लिहा.

२८) विद्यार्थिग्राहक भांडाराच्या उद्घाटन समारंभाचा वृत्तांत लिहा.

२९) तुमच्या महाविद्यालयाने जिल्हापातळीवर पोहण्याच्या स्पर्धा घेतल्या. वृत्तपत्रासाठी त्या स्पर्धांचे वृत्तान्त-लेखन करा.

३०) 'व्यायामाचे महत्त्व' या विषयावर महाविद्यायाने एक व्याख्यानमाला आयोजित केली होती. त्याविषयी वृत्तान्त लिहा.

■ ■ ■

प्रकरण तिसरे

पारिभाषिक शब्द

प्रास्ताविक –

व्यवहारातली बोलीभाषा, साहित्याची भाषा, शासनव्यवहाराची भाषा, ग्रांथिक भाषा आणि परिभाषा अशाप्रकारे साधारणत: भाषेच्या विविध रूपांचा विचार करता येतो. रोजच्या दैनंदिन व्यवहारात परस्पर संवाद साधण्यासाठी म्हणजे व्यवहारसापेक्ष असलेली भाषा ती **बोलीभाषा**. एकमेकांना घटना, प्रसंग, व्यक्ती यांचे संदर्भ माहीत असल्याने ही व्यवहाराची भाषा बोलणे, कळणे सहजसोपे असते. तिचे रूप बांधीव, चौकटीतले नसते. काहीसे अघळपघळ, सैल, मोकळेढाकळे असे बोलीभाषेचे स्वरूप असते. तिचे अस्तित्व माणूस बोलायला लागला तेव्हापासून म्हणजे अतिशय प्राचीन आहे. आणि रोज रोज नव्याने बोलीभाषेत भर पडत असते. कितीही शब्दांचा समावेश करून घेण्यास ती समर्थ असते. काहीवेळा कितीतरी शब्दांचे अर्थ बदलतात. काळाच्या ओघात कितीतरी शब्द नष्ट होतात. म्हणजेच या भाषेचे स्वरूप फारसे काटेकोर नसते. सहजता हा या दैनंदिन वापरातील भाषेचा स्वभाव असतो. उगीचच खूप गंभीर, विद्वज्जड, शास्त्रशुद्ध, काटेकोर शब्द व्यवहारातील बोलीभाषेसाठी हानिकारक ठरतात. भाषेला अस्वाभाविक बनवतात.

पूर्वापार अनेक शास्त्रीय ग्रंथांचे लेखन विविध ज्ञानशाखांचे लेखन भारदस्त, गंभीर, शैलीत करणारी ती **ग्रांथिक भाषा**. यातील विचार, पूर्णच्या पूर्ण वाक्ये गंभीर शैलीत असतात. व्यक्त होणारा आशय तितक्याच तोलामोलाचा असतो. थोडक्यात तिच्या स्वरूपाचे वर्णन पंडिती भाषा (व्युत्पन्न पंडितांची, विद्वानांची) असे करता येईल. जडजड शब्द, पल्लेदार वाक्ये, बुध्दिप्रधान विषय ही तिची आयुधं असतात. भाषेच्या अभिजात रूपाशी तिचे सख्य नसते.

साहित्याची भाषा त्या त्या लेखक-कवीची स्वत:ची स्वतंत्रशैली असलेली असते. ती साहित्यप्रकारानुसार बदलते. बोलीभाषेचा आणि ग्रांथिक भाषेचा तसेच परिभाषेतीलही काही शब्दांचा वापर साहित्यिक भाषेत होतो. ती गरजेनुसार आलंकारिक, श्लेषात्मक, काव्यमय असते. साहित्याची भाषा ही लेखकाचे विचार, त्याच्या भावना यांची अभिव्यक्ती करण्यासाठी असलेली एक माध्यमभाषा, साधनभाषा असते.

शासनव्यवहारातील भाषा नियम सांगणारी म्हणून भाषेच्या तंत्रशुध्दतेवर भर देणारी अशी असते. कधी कधी ती फार बोजडही वाटते. पण शासनाचे व्यवहार, कारभार सुरळीत चालावेत असे तिचे स्वच्छ, स्पष्ट, रोखठोक रूप असले की पुरते. भाषासौंदर्याचा विचार येथे अजिबात अभिप्रेत नसतो.

परिभाषा

परिभाषा हे भाषेचे एक वेगळेपण जपणारे रूप आहे. शास्त्रीय स्वरूपाची माहिती, ज्ञान, पारिभाषिक संज्ञांनी दिले जाते. अनेक पारिभाषिक संज्ञांची मिळून परिभाषा बनते. पारिभाषिक संज्ञांनी बोललेली, लिहिलेली भाषा ती परिभाषा. ही भाषा अत्यंत तर्कसंगत असते. दैनंदिन व्यवहारातील बोलीभाषा काही विषय स्पष्ट करण्यास अपुरी पडते, म्हणून त्या त्या विषयांशी निगडित वेगळे शब्द तयार केले जातात व त्यांची परिभाषा बनते. अनुभवाने, सरावाने पारिभाषिक शब्द सर्वसामान्य माणसांनाही आकलन होतात.

नेमकेपणाने विचार स्पष्ट करण्याची जबाबदारी परिभाषेवर असते. व्यवहाराच्या भाषेसारखा पाल्हाळ, अघळपघळपणा तिला चालत नाही. तपशील, विस्तार परिभाषेला खपत नाही. ती आपले काटेकोर, आटोपशीर, नि:संदिग्ध रूप यातच संतुष्ट असते. परिभाषेतील कोणताही पारिभाषिक शब्द कोणत्यातरी एकाच अर्थाशी प्रामाणिक असतो. त्याला अर्थाच्या अनेक छटा नसतात. **पारिभाषिक शब्दाला पर्यायी शब्द असू शकत नाही.** उलट बोलीभाषेतला एखादा शब्द **पारिभाषिक** म्हणून निवडला तर त्याचेही इतर बारीकसारीक छटा असलेले अर्थ गळून पडतात, पारिभाषिक संज्ञेचा एकच एक अर्थ कायम राहतो. म्हणजे पारिभाषिक शब्दांमध्ये **अर्थाचा नेमकेपणा** हे व्यवच्छेदक लक्षण आहे. व्यवहारातील भाषेचे काही उद्दिष्ट असतेच असे नाही. पण परिभाषेचे मात्र शास्त्रशुद्ध ज्ञान होणे हे उद्दिष्ट असते. वैद्यक, गणित, ज्योतिष, कृषी अशा त्या त्या क्षेत्रातील विषयांचे अचूक ज्ञान ती मिळवून देते. त्यात निश्चितता असते. त्या त्या क्षेत्रातील तज्ज्ञ लोक परिभाषेतील पारिभाषिक संज्ञा तयार करत असतात. त्या संज्ञांना सर्वमान्यता लाभते. जितकी त्या क्षेत्राची, विषयाची व्याप्ती जास्त तितकी परिभाषा अधिक समृद्ध असते.

पारिभाषिक शब्दांमुळे अर्थप्रकटीकरणाप्रमाणे विचारप्रकटीकरण देखील अचूक, सुलभ होते. अनेक शब्दांनी स्पष्ट करण्याचा प्रयत्न करूनही एखादा विषय क्लिष्ट वाटत असेल, स्पष्ट होत नसेल तर पारिभाषिक संज्ञांच्या वापराने मात्र तो नेमका, अचूक रीतीने स्पष्ट होतो.

बोलीभाषा मुद्दाम वेगळी शिकावी लागत नाही. साहित्यिकांची साहित्यभाषा प्रतिभेच्या उपजत देणगीतून व थोडे पैलू पाडून दर्जेदार होते. वाचकांच्या दृष्टीने विचार केला तर, थोड्याफार अभ्यासाने, अवघड शब्दांचे अर्थ समजून घेऊन ती कळण्यास सुकर होते. शासनव्यवहारातील भाषा नोकरदारांना व्यवहारासाठी, शासनपातळीवरील पत्रव्यवहारासाठी म्हणजे मर्यादित स्वरूपातच उपयोगी येते. ती सरावाने वापरात आणता येते. परिभाषा मात्र मुद्दाम शिकावी लागते. विशेष परिश्रमाने पारिभाषिक संज्ञा अवगत होतात. खेळ, संगीत, गणित यातली परिभाषा दैनंदिन व्यवहारात दिसते. सामान्य माणसालाही ती माहीत असते. पण भौतिक, भूगर्भ, ज्योतिष, अध्यात्म, राज्यशास्त्र, अर्थशास्त्र अशा विविध शास्त्रांतल्या पारिभाषिक संज्ञा मुद्दाम अभ्यास करूनच समजून घ्याव्या लागतात.

व्यवहारातल्या भाषेप्रमाणेच परिभाषेतही काही शब्द नव्याने स्वीकारले जातात तर काही कालबाह्य होतात. उदा. तिमाही, सहामाही, नऊमाही परीक्षांऐवजी तशाच धर्तीच्या परीक्षांना घटकचाचणी ही पारिभाषिक संज्ञा रूढ झाली. चैत्रमास, श्रावणमास या ऐवजी चैत्रमहिना, श्रावणमहिना असे उल्लेख रुळले.

बोलीभाषेत, साहित्यिक भाषेत सूचकता असू शकते पण परिभाषेत मात्र स्पष्ट अर्थ-प्रकटीकरणालाच महत्त्व असते. 'वृत्त' हा एक पारिभाषिक शब्द घेतल्यास इतिवृत्त, वृत्तचित्र, वृत्तपत्र, वृत्तलेखन, वृत्तान्तलेखन, वृत्तसमालोचन इत्यादी कितीतरी पारिभाषिक संज्ञा त्याच्याशी निगडित असतात. आणि प्रत्येक शब्दातून स्पष्ट अर्थच प्रकट होतो.

काही इंग्रजी पारिभाषिक संज्ञा आणि त्यांचा मराठीतही नेमकेपणा स्पष्ट करू शकणाऱ्या मराठी पारिभाषिक संज्ञा अवलोकनार्थ व अभ्यासासाठी उपयुक्त ठराव्यात म्हणून पुढे दिल्या आहेत. सोयीसाठी त्यांचा क्रम इंग्रजी आद्याक्षरांना अनुसरून ठेवला आहे. त्या त्या क्षेत्रातील इतर पारिभाषिक संज्ञा स्मरण्यास हे पारिभाषिक शब्द निश्चितच उद्युक्त करतील.

A

Above noted	-	वर नमूद केलेला
Academic poet	-	पंडित कवी
Academic year	-	शैक्षणिक वर्ष
Accountancy	-	लेखाशास्त्र

Accountant general	-	महालेखापाल
Acknowledgement	-	ऋणनिर्देश, अभिस्वीकृती.
Adjust	-	समायोजन
Administration	-	प्रशासन
Admissible	-	अनुज्ञेन, ग्राह्य
Affidevit	-	शपथपत्र
Agent	-	अभिकर्ता, प्रतिनिधी
Agronomy	-	कृषिविद्या
Allegory	-	रुपककथा
Ambassador	-	राजदूत
Annexture	-	जोडपत्र
Announcer	-	उद्घोषक
Anotomy	-	शरीररचनाशास्त्र
Appendix	-	परिशिष्ट
Approval	-	मान्यता
Architecture	-	वास्तुशास्त्र
Asseesment year	-	मूल्यनिर्धारण वर्ष
Asthetic	-	सौंदर्यशास्त्रीय
Audit	-	लेखापरीक्षण
Authority	-	प्राधिकार

B

Balance Sheet	-	ताळेबंद
Ballad	-	पोवाडा
Ballot paper	-	मतपत्रिका
Basic pay	-	मूळ वेतन
Board of Directors	-	संचालक मंडळ
Body Guard	-	अंगरक्षक
Bond	-	रोखा
Bookpost	-	खुली डाक
Bookkeeping	-	लेखाकार्य
Booklet	-	पुस्तिका

Break-Journey	-	यात्रा भंग
Broadcasting	-	प्रसारण
Budget	-	अर्थसंकल्प
By Law	-	उपविधी

C

Cabinet	-	मंत्रिमंडळ
Cadre	-	संवर्ग
Calender	-	दिनदर्शिका
Capital	-	भांडवल
Caption	-	शीर्षक
Cardiology	-	हृदयशास्त्र
Care of	-	द्वारा
Cashier	-	रोखपाल
Catalogue	-	सूची
Cell	-	कक्ष
Chancellor	-	कुलपती
Cheque	-	धनादेश
Circulating Advertisement	-	परिचलित जाहिरात
Clerk	-	लिपिक
Closing Balance	-	अखेरची शिल्लक
Collector	-	जिल्हाधिकारी
Columnist	-	स्तंभलेखक
Committee	-	समिती
Compartment	-	यात्राकक्ष
Computer	-	संगणक
Constituency	-	निर्वाचन कक्ष
Co-ordination	-	समन्वय
Copy right	-	स्वामित्वाधिकार
Covering Letter	-	उपरिपत्र
Credit Loan	-	पतकर्ज
Cross entry	-	प्रतिनोंद

Custodian	-	परिरक्षक
Customs	-	सीमाशुल्क
Cytology	-	पेशीशास्त्र

D

Daily	-	रोज
Dean	-	अधिष्ठाता
Deficit	-	तूट
Delivery	-	बटवडा
Demotion	-	पदावनती
Departure	-	निर्गमन
Dermatologist	-	चर्मरोगचिकित्सा
Digest	-	सारसंग्रह
Director	-	संचालक
Directorate	-	संचालनालय
Discount	-	सूट
Dismiss	-	बडतर्फ
Dissolution	-	विसर्जन
Draft	-	धनाकर्ष

E

Editorial	-	अग्रलेख, संपादकीय
Efficiency	-	कार्यक्षमता
Elected	-	निर्वाचित
Eligibility	-	पात्रता
Emergency	-	आणिबाणी
Enclosure	-	सहपत्र
Entomology	-	कीटकशास्त्र
Epic	-	महाकाव्य
Evaluation	-	मूल्यमापन
Excise	-	उत्पादन शुल्क
Executive Engineer	-	कार्यकारी अभियंता

Expert	-	तज्ञ
Express letter	-	द्रुतपत्र

F
Face value	-	दर्शनी मूल्य
Fieldwork	-	क्षेत्रकार्य
Financial	-	वित्तीय
Fine Arts	-	ललित कला
Forged Signature	-	बनावट सही
Form	-	प्रपत्र
Fortnightly	-	पाक्षिक
Freight Charges	-	वाहतूक खर्च
Fulfillment	-	परिपूर्ती

G
Gangway	-	मार्गिका
Gazetted officer	-	राजपत्रित अधिकारी
General body	-	सर्वसदस्य मंडळ
Genre	-	साहित्य व कला प्रकार
Geology	-	भूविज्ञान
Goods train	-	मालगाडी
Government circular	-	शासकीय परिपत्रक
Graduate	-	स्नातक

H
Handbill	-	हस्तपत्रक
Headquarters	-	मुख्यालय
Headline	-	मथळा
His Excellency	-	परमश्रेष्ठ
Hoarding	-	जाहिरातफलक
Home Science	-	गृहविज्ञान

Honorarium	-	मानधन
Humanities	-	मानव्यविद्या

I
Idiom	-	वाक्प्रचार
Illustrations	-	चित्रे
Imagism	-	प्रतिमावाद
Inaugural	-	उद्घाटन
Incompetant	-	अक्षम
Index card	-	निर्देशपत्रक
Inspector General of Police	-	पोलीस महानिरीक्षक
Investment	-	गुंतवणूक
Inward	-	आवक

J
Joint meeting	-	संयुक्त सभा
Journal	-	पत्रिका
Jubilee	-	महोत्सव
Judge	-	न्यायाधीश
Judiciary	-	न्यायमंडळ
Junction	-	संगम स्थानक

K
Key Position	-	सूत्रस्थान
Kindergarten	-	बालकमंदिर

L
Labour court	-	कामगार न्यायालय
Labour officer	-	श्रम अधिकारी
Landholder	-	भूधारक
Layout	-	आराखडा
Ledger book	-	खाते वही

Legal adviser	-	विधिसल्लागार
Level crossing	-	रेल्वे ओलांडणी
Lien	-	धारणाधिकार
Linguistic	-	भाषाविज्ञान
Lock out	-	टाळेबंदी
Logic	-	तर्कशास्त्र
Logogram	-	शब्दसंक्षेपचिन्ह
Lyric	-	भावकविता

M

Magistrate	-	दंडाधिकारी
Management	-	व्यवस्थापन
Manifesto	-	जाहीरनामा
Manual	-	नियमपुस्तिका
Memo	-	ज्ञाप
Merit	-	गुणवत्ता
Metaphor	-	रूपक
Metaphysics	-	अतिभौतिकशास्त्र
Mimic	-	नकलाकार
Ministry	-	मंत्रालय
Misprint	-	मुद्रणदोष
Money order	-	धनप्रेष
Monopoly	-	मक्तेदारी
Mortgage	-	गहाण
Mythology	-	पुराणसाहित्य

N

Narrative poetry	-	कथात्मक काव्य
National saving certificate	-	राष्ट्रीय बचतपत्र
Net loss	-	निव्वळ तोटा
Neurology	-	मज्जातंतुशास्त्र
No-confidence motion	-	अविश्वास ठराव

Nominee	-	नामनिर्देशित व्यक्ती
Note	-	टिप्पणी
Notification	-	अधिसूचना
Numismatic	-	नाणकशास्त्र
Nurse	-	परिचारिका

O

Oceanography	-	सागरविज्ञान
Octroi duty	-	जकात शुल्क
Office Bearer	-	पदाधिकारी
Opening Balance	-	प्रारंभिक शिल्लक
Opera	-	संगीतक
Ophthalmology	-	नेत्रचिकित्साशास्त्र
Option	-	विकल्प
Ordinance	-	वटहुकूम
Original copy	-	मूळ प्रत
Orthography	-	शुध्दलेखन

P

Parliament	-	संसद
Parody	-	विडंबन
Pay order	-	प्रदानादेश
Per annum	-	नियतकालिक
Personification	-	मानवीकरण
Petty cash	-	किरकोळ रोकड
Phonetics	-	ध्वनिविज्ञान
Platform	-	फलाट
Postage	-	टपाल खर्च
Prescribed	-	विहित
Press Reporter	-	वार्ताहार
Promotion	-	पदोन्नती
Provisional	-	तात्पुरता

Public Relation Officer	-	जनसंपर्क अधिकारी
Publicity	-	प्रसिध्दी

Q
Qualifications	-	अर्हता
Quarterly	-	त्रैमासिक
Questionnaire	-	प्रश्नावली
Quotation mark	-	अवतरण चिन्ह

R
Radiology	-	क्ष-किरण शास्त्र
Receipt	-	पावती
Record	-	अभिलेख
Recovery	-	वसुली
Reference	-	संदर्भ
Refund	-	परतावा
Registered post	-	नोंदणीकृत डाक
Registrar	-	प्रबंधक / कुलसचिव
Renewal	-	नूतनीकरण
Research paper	-	शोधनिबंध
Reservation	-	आरक्षण
Revenue	-	महसूल
Rostrum	-	व्याख्यानपीठ

S
Salesman	-	विक्रेता
Sanction	-	मंजुरी
Seminar	-	चर्चासत्र
Shorthand	-	लघुलेखन
Slogan	-	घोषवाक्य
Souvenir	-	स्मरणिका
Statement	-	विवरण

Style	-	शैली
Surcharge	-	अधिभार
Synopsis	-	प्रबंधसार

T

Tax	-	कर
Tele-communication	-	दूरसंचरण
Telephone exchange	-	दूरध्वनी केंद्र
Terminology	-	परिभाषा
Terminus	-	अंतिम स्थानक
Therapy	-	उपचार पध्दती
Tourism	-	पर्यटन
Trademark	-	बोधचिन्ह
Traffic	-	वाहतूक
Transcript	-	प्रतिलेख
Transmission	-	पारेषण
Treasury	-	कोषागार
Tribunal	-	न्यायाधिकरण
Turnover	-	उलाढाल

U

Unanimous	-	सर्वसंमत
Unconstitutional	-	असंविधानिक
Undertaking	-	हमीपत्र
Urban	-	नागरी

V

Vacancy	-	रिक्तपद
Valid	-	सप्रमाण
Veto	-	नकाराधिकार
Virology	-	अतिसूक्ष्मरोगाणुशास्त्र
Visiting Card	-	नामपत्र

| Visa | - | पारपत्र |
| Voucher | - | प्रमाणक |

W
Wage	-	मजुरी
Wagon	-	मालडबा
Waiting list	-	पतीक्षा-यादी
Walkout	-	सभात्याग
Waterproof	-	जलरोधक
Withdrawal	-	पैसे काढणे
Workload	-	कार्यभार
Workshop	-	कार्यशाळा

X
| X-Ray | - | क्ष-किरण |
| Xerox | - | झेरॉक्स |

Y
| Yearly | - | वार्षिक |
| Youth Welfar Officer | - | युवक कल्याण अधिकारी |

Z
Zero hour	-	शून्यकाळ
Zone	-	परिमंडळ
Zoology	-	प्राणिशास्त्र

■ ■ ■

प्रकरण चौथे

व्याकरण

४.१ : अलंकार

प्रास्ताविक :-

'अलम्' याचा अर्थ भूषण. जो अलंकृत, भूषित करतो तो अलंकार होय. चमत्कृती हा अलंकाराचा प्राण मानला जातो. चमत्कृतिपूर्ण रचनेमुळे मनाला आल्हाद वाटतो. भाषेला शोभा आणणे हा अलंकारांचा धर्म आहे. साहित्यालंकार म्हणजे शब्दांच्या व अर्थांच्या मोहक हालचाली होत. शब्द आणि अर्थ मिळून काव्याचे कलेवर बनते असे मानले तर अलंकार म्हणजे या शरीराच्या मोहक हालचाली मानाव्या लागतात. त्यांच्यामुळे काव्याचे सौंदर्य नि:संशय वाढते. **रसात्मक वाक्य म्हणजेच काव्य किंबहुना रस हा काव्याचा आत्मा आहे;** आणि रसनिर्मितीमध्ये अलंकारांचे स्थान महत्त्वाचे आहे. एखाद्या भाषेचे वाङ्‌मय जेव्हा परिपक्व होते, तेव्हाच त्या भाषेत अलंकार येतात; अलंकारांचे शास्त्र बनते. अलंकारांमुळे वाङ्‌मयाचे सौंदर्य वाढण्याबरोबर विचारांचे आकलन सुलभ रीतीने होणे, हेही घडले पाहिजे. वाङ्‌मय मनावर सर्व अंगांनी ठसले पाहिजे. ज्यांचे अस्तित्व भासते व रुचते, ज्यांचा व्यापकपणा व महत्त्व चटकन ध्यानात येते तेच खरोखर अलंकार होत.

प्राचीन संस्कृत ग्रंथकार आणि अलंकारशास्त्र –

प्राचीन काळी अलंकार हा शब्द व्यापक अर्थाने वापरला जाई. रस, रीती, गुण इत्यादींचा अंतर्भाव 'अलंकार' या संज्ञेत केला जाई. **भामहाने** (इ. स. ६००) साहित्यशास्त्रावरील आपल्या ग्रंथास 'काव्यालंकार' म्हटले तर **रुद्रट** (इ. स. ८५०) त्याच्या 'काव्यालंकार' ग्रंथात रसविवेचन करतो. **दंडी** (६वे शतक) च्या मते – **'काव्यशोभाकरान् धर्मान् अलंकारान् प्रचक्षते'** म्हणजे 'अलंकार' हा शब्द त्याच्या मते, व्यापक अर्थाने सौंदर्य किंवा काव्यशोभा यांचा द्योतक आहे तर वामन (९ वे शतक) 'काव्यशोभया: कर्तार:' असे अलंकारांचे वर्णन करतो. **भरताने नाट्यशास्त्रात** (४थे शतक) केवळ चारच अलंकार मानले : उपमा, दीपक, रूपक, यमक. **मम्मटाने** (११ वे शतक) **५९ अलंकार** मानले तर सतराव्या शतकात **जगन्नाथ** पंडिताने 'रसगंगाधरा'त १२१ अलंकार मानले. शास्त्रीय दृष्ट्या हेतुपुरस्सर अलंकारांची वर्गवारी

करणारा **रुद्रट** हा पहिला ग्रंथकार होय. वास्तव, औपम्य, अतिशय, श्लेष अशी वर्गवारी त्याने केली. तर **रुय्यकाने** (१२ वे शतक) अलंकारांचे मुख्य सात वर्ग केले. सादृश्यगर्भ, विरोधगर्भ, शृंखलाबन्ध, तर्कन्यायमूल, वाक्यन्यायमूल, लोकन्यायमूल व गूढार्थप्रतीतिमूल हे ते सात वर्ग. प्राचीन आलंकारिकांनी, **माधुर्य, ओज** आणि **प्रसाद** हे भाषेचे तीन गुण सांगितले आहेत. कानाला गोड वाटेल अशी जी रचना ती **मधुर**. भाषेच्या जोरदारपणाला **ओज** म्हणतात. ऐकल्याबरोबर ज्या रचनेचा अर्थबोध होतो तेव्हा त्या रचनेत **प्रसाद** गुण असतो. या तिन्हींपैकी कोणत्याही गुणाने युक्त रचना आलंकारिक समजली जाते, ती मनोहर वाटते.

अलंकारांचे प्रकार –

शब्दालंकार आणि **अर्थालंकार** असे अलंकारांचे दोन मुख्य प्रकार केले जातात. शब्दाच्या चमत्कृतिपूर्ण रचनेने काव्याचे सौंदर्य वाढले तर तेथे **शब्दालंकार** होतो आणि अर्थाच्या वैशिष्ट्यपूर्ण मांडणीने काव्य सुंदर झाले की **अर्थालंकार** होतो. ''कविस्फूर्तीतून निघालेल्या शब्दार्थांच्या चमत्कृतिपूर्ण मांडणीच्या तऱ्हांना अलंकार हे नाव आहे. त्या योगाने काव्याच्या मूळ सौंदर्यांची अधिक खुलावट होते, म्हणून त्यास अलंकार असे म्हणायचे.''[१]

शब्दाच्या अर्थाच्या शक्तीत बदल झाला म्हणजे अर्थालंकार निर्माण होतात. त्याच्या उच्चाराच्या शक्तीत बदल झाला म्हणजे शब्दालंकार निर्माण होतात. शब्दातील वर्ण, शब्दांची मांडणी ह्यावरच शब्दालंकारांची उभारणी केलेली असते. अर्थालंकारांमुळे भाषेच्या अंतरंगास तर शब्दालंकारांमुळे भाषेच्या बहिरंगास शोभा प्राप्त होते.

कधी दोन गोष्टीत साम्य दाखवून, तर कधी विरोध दाखवून; कधी नादपूर्ण रचनेतून तर कधी कल्पना अधिक विस्तारत नेऊन रम्यपणा आणून भाषा अधिक सुंदर करण्याचा प्रयत्न केला जातो. भाषेला सुंदर करण्याचे हे कार्य अलंकार करत असतात. **अलंकारांची उदाहरणे देताना मूळ रचनेतील शुद्धलेखन कायम ठेवले आहे.**

शब्दालंकार –

अनुप्रास, यमक, श्लेष आणि चित्र हे शब्दालंकारांचे प्रमुख चार प्रकार आहेत. पुढे **श्लेष** अलंकारांचे विस्ताराने विवेचन केले आहे.

१) नवे अलंकार, रा. अ. काळेले. पृ. ३

श्लेष –

शब्दांच्या एकाच वाक्यातील द्व्यर्थी योजनेने **श्लेष अलंकार** होतो.

उदा. – चंद्र दूरस्थहि पसरि निजकरांसी
दृढालिंगन सागरा द्यावयासी ।

या उदाहरणात 'कर' शब्दाचे दोन अर्थ आहेत. एक अर्थ आहे 'किरण' व दुसरा अर्थ आहे 'हात'. दोन भिन्न अर्थाचे शब्द मनात ठेऊन प्रत्यक्षात मात्र एकदाच ती शब्दयोजना केली आहे. शब्दाच्या भिन्नत्वाचा लोप होऊन ते एकच वाटतात; पण त्यात दोन किंवा अधिक अर्थ दडलेले असतात.

उदा. – हीच रीति जगि ये दिसोनि
विरहाकुल भेटती प्रतिदिनी ।
संधि साधुनी दिवसयामिनी ।।

या उदाहरणात 'संधि' शब्दाचे दोन अर्थ आहेत. एक अर्थ 'संध्याकाळ' असा असून दुसरा अर्थ 'संधी साधणे' हा आहे.

'श्लिष' म्हणजे आलिंगन देणे, एकमेकांत मिसळणे. एकाच शब्दाच्या दोन अर्थांचे आलिंगन असा भाव श्लेष शब्दात प्रकट होतो. कधी दोनपेक्षा अधिक अर्थही असू शकतात. श्लेष अलंकाराचे **शब्दश्लेष** आणि **अर्थश्लेष** असे दोन प्रकार पडतात. शब्द बदलल्यावर वाक्यातील श्लेष निघून जातो. तेव्हा **शब्दश्लेष** आणि समानार्थी पर्यायी शब्द घालूनही श्लेष कायम राहतो तो **अर्थश्लेष**.

अ) **शब्दश्लेष–**

उदाहरणे –

१) मित्राच्या उदयानं होत असे आनंद मनाला–
या उदाहरणात 'मित्र' या शब्दाचे दोन अर्थ आहेत. मित्र म्हणजे स्नेही आणि मित्र म्हणजे सूर्य. मात्र **मित्र** शब्दाऐवजी त्याच अर्थाचे दोस्त, सखा किंवा सूर्य, रवी असे शब्द योजले तर श्लेष नाहीसा होतो. म्हणून हा शब्दश्लेष.

२) शंकरासि पुजिले सुमनाने ।
या उदाहरणात 'सुमन' शब्दाचे चांगले मन व फूल हे दोन अर्थ आहेत. सुमन शब्दाच्या जागी 'शुद्ध मनाने' किंवा 'फुलाने' असे शब्द घातले तर मात्र श्लेष साधला जात नाही. 'सुमन' शब्दानेच येथे श्लेष साधला जातो. म्हणून हे शब्दश्लेषाचे उदाहरण आहे.

३) ते शीतलोपचारी जागी झाली हळूच मग बोले ।
‘औषध न लगे मजला’, परिसुनि जननी बरे म्हणुनि डोले ।।

या उदाहरणात ‘न लगे’ या शब्दाने श्लेष झाला आहे. **‘नल गे’** म्हणजे नलराजा हेच औषध आणि **‘न लगे’** म्हणजे मला औषध नको. मूळ ओळीत **‘न लगे’** शब्दाच्या जागी **‘नलराजा’** किंवा **‘नको’** असे शब्द घातले तर श्लेष नाहीसा होतो. म्हणून याला शब्दश्लेष म्हणावयाचे.

आ) अर्थश्लेष –

मूळ पंक्तीतील श्लेष साधणाऱ्या शब्दाच्या जागी दुसरा समानार्थक शब्द घातल्यावरही श्लेष कायमच राहिला तर **अर्थश्लेष** अलंकार होतो.

उदाहरणे –

१) अल्पाने उन्नत स्थान । अल्पाने स्थिती नीच ती ।
तुला–खलांची वृत्ति ही । तुल्य वरतसे किती ।

–तराजूत पदार्थ घातल्यावर एखाद्या पारड्यात थोडे कमी–अधिक झाल्यास ते पारडे खालीवर होते. त्याचप्रमाणे खल म्हणजे दुष्ट पुरुषांस थोड्याशा वैभवाने अहंकार, गर्व होतो आणि वैभव नाहीसे झाले की नीच अवस्था प्राप्त होते. वरील उदाहरणात ‘उन्नत स्थान’, ‘नीच स्थिती’ या शब्दांच्या जागी त्याच अर्थाचे दुसरे शब्द वापरले तरी अर्थहानी होत नाही. म्हणून हा अर्थश्लेष आहे.

२) तू मलिन, कुटिल, नीरस, जडहि पुनर्भवपणेहि कच साच ।
धरिला शिरीहि न स्वप्रकृतिगुण त्यजिसी, नाम कच साच ।।

या उदाहरणात मलिन, कुटिल, नीरस, जड या शब्दांच्या जागी त्याच अर्थाचे दुसरे शब्द घातले तरी श्लेष नाहीसा होत नाही. दुष्ट, कारस्थानी, मूढ अशा शब्दांनीही अर्थाला काही बाधा येत नाही. म्हणून हे **अर्थगत श्लेषालंकाराचे** उदाहरण आहे.

अर्थालंकार –

शब्दालंकारांच्या तुलनेत अर्थालंकार संख्येनं अधिक आहेत. पद्याप्रमाणे गद्यातही अर्थालंकारांची विपुल उदाहरणे सापडतात. अलंकारांच्या योजनेमुळे गद्यलेखनात काव्यात्मकता अवतरते.

अर्थालंकारांचे काही प्रकार पुढे उदाहरणांसह चर्चिले आहेत.

(१) उत्प्रेक्षा -

ईक्ष् (पाहणे) उत्प्र + ईक्ष् म्हणजे कल्पना करणे, तर्क करणे. उपमेमध्ये उपमेय व उपमान यांच्यातील सादृश्य दाखविलेले असते; पण या दोहोंतील अंतर थोडे कमी करून उपमेय हे जणू काही उपमानच आहे अशी कल्पना करून वर्णन केले गेले की उत्प्रेक्षा अलंकार होतो. प्रस्तुताच्या ठायी अप्रस्तुताची संभावना करणे म्हणजे उत्प्रेक्षा. उपमेतील उपमान ही संभवनीय गोष्ट असते, पण उत्प्रेक्षेतील उपमान ही असंभवनीय गोष्ट असते. असंभवनीयाची संभवनीय म्हणून केलेली कल्पना असा उत्प्रेक्षेचा अर्थ आहे. ही कल्पना साधर्म्यमूलक असून रमणीय असते. संभावना म्हणजे उत्कट कोटीचा संदेह. उत्प्रेक्षेतील उत्कट कोटीचा संदेह खराखुरा नसून कवी कल्पनेतून निर्माण झालेला असतो. उत्प्रेक्षेचे स्वरूपोत्प्रेक्षा, हेतूत्प्रेक्षा, फलोत्प्रेक्षा, मालोत्प्रेक्षा असे चार प्रकार पडतात.

उदाहरणे -

१) तुझ्या प्रवाही कुंकुम वाही बालरवी जणु अरुणकरी ।

- या वर्णनात नदीच्या पाण्यावर पडलेल्या तांबूस कोवळ्या उन्हाला कवी कुंकुम समजत आहे. उपमेय (उन्ह) हे जणू काही उपमानच (कुंकुम) आहे अशी कल्पना कवीने केली आहे म्हणून हा उत्प्रेक्षा अलंकार होतो.

२) रत्नाचा जणु ताटवा झळकतो मोरा पिसारा तुझा ।

- मोराचा पिसारा (उपमेय) जणू काही रत्नांचा ताटवाच (उपमान) आहे असे या पंक्तीत म्हटले आहे, म्हणून हा उत्प्रेक्षा अलंकार होतो.

३) अरुण-चितारी नभःपटाला रंगवितो काय ?
प्रतिभापूरित करी जगाला की हा कविराय ?
की नवयुवती उषासुंदरी, दारी येवोनी ।
रंगवल्लिका रम्य देखिते राजस हस्तांनी ।

- प्रस्तुत पदार्थ हा जणू काय अप्रस्तुत पदार्थ आहे अशी स्वरूपाविषयी संभावना या पंक्तींमध्ये केली आहे.

काही इतर उदाहरणे -

१) ती गुलाबी उषा म्हणजे परमेश्वराचे प्रेमच जणू ।

२) आल्या पाकोळ्या झेपावत
काळोखाच्या झाडाची जणु उडती पाने ।

३) कापसाचे शेत माझे हो फुलोनी शुभ्र सारे ।
वाटते हे की नभीचे खाली आले सर्व तारे ।।

(२) **अतिशयोक्ती** –

एखाद्या गोष्टीचे आहे त्यापेक्षा म्हणजे वस्तुस्थितीपेक्षा अधिक वर्णन केले असेल; वर्णनाला कोणतीही सीमा नसेल तर ते वर्णन अतिशयोक्तीपूर्ण ठरते. वस्तुत: नसलेल्या गोष्टी असल्या तर किंवा असलेल्या गोष्टी नसत्या तर, अशी कल्पना करून एखादे विधान केलेले असेल तर अतिशयोक्ती अलंकार होतो. अतिशयोक्तीत, चमत्कृती आणण्यासाठी लोकप्रसिद्धीचा अतिक्रम केलेला असतो.

उदा: जो अंबरी उफळता खुर लागला हे
तो चंद्रमा निजतनूवरि डाग लाहे ।

– या उदाहरणात नळराजाच्या अश्वाचा खूर चंद्राला लागल्यामुळे चंद्रावर उाग दिसतो असे वस्तुस्थितीपेक्षा फार चढवून वर्णन केलेले आहे. खरे तर अशा वर्णनात असंभाव्यताच स्पष्ट केलेली असते.

अतिशयोक्ती पुढील वेगवेगळ्या प्रकारांतून दाखविता येते.

१) उपमानाने उपमेयाला गिळून टाकणे म्हणजे **रूपकातिशयोक्ती** – भेदात अभेद दाखविणे.

उदा. शुभ्र नक्षत्रे चंद्र चांदण्यांची
दूड रचलेली चिमुकली मण्यांची
गडे ! भूवरती पडे गडबडून.

२) प्रस्तुत गोष्टीला अन्यत्व देणे– **भेदकातिशयोक्ती**– भेद नसून तो आहे असे दाखविणे.

उदा. सौंदर्याची संपदा हे विभिन्ना
चातुर्याची पद्धती तीही भिन्ना
लोकी वाटे पद्यपत्रे क्षणा ही.
स्त्रष्ट्याची की सृष्टी सामान्य नाही ।

३) 'यदि' सारखे शब्द घालून असंभाव्य गोष्टीची अथवा अर्थाची कल्पना करणे म्हणजे **यद्यर्थातिशयोक्ती** – नसलेले गुण असते तर किंवा असलेले गुण नसते तर अशी कल्पना.

उदा. स्परिसे अतिमृदु । मुखिं घातलेया स्वादु ।
घ्राणासि सुगंधु । उजलु आंगे ।।
तो आवडे तव घेता । विरुद्ध जरि नव्हता ।
तरि उपमे येता । कापुर कि गा ।

४) कारण हे कार्यानंतर घडले आहे असे दाखविणे म्हणजे **कार्यकारण – पौर्वापर्य – विपर्ययातिशयोक्ती** – आधी कार्य व मागाहून कारण असे दाखवून.

उदा. काव्य अगोदर झाले, नंतर जग झाले सुंदर
रामायण आधी, मग झाला राम जानकीवर ।

अतिशयोक्ती अलंकाराची काही उदाहरणे –

१) दमडिचं तेल आणलं सासूबाईंचं न्हाणं झालं
मामंजींची दाढी झाली भावोजींची शेंडी झाली
उरलं तेल झाकून ठेवलं लांडोरीचा पाय लागला
वेशीपर्यंत ओघळ गेला त्यात उंट पोहून गेला.

२) जरी सहस्त्रसूर्याचे तेज एकत्र येईल
तरी बरोबरी काही तेजाची त्या न होईल!

दोन्ही उदाहरणांतील अतिशयोक्ती समजायला कोणत्याही स्पष्टीकरणाची गरज नाही.

(३) स्वभावोक्ती –

कोणत्याही प्राण्याचे, वस्तूचे, स्थळाचे वा काळाचे सामान्यजनांच्या लक्षात सहसा न येणारे पण कवीच्या दृष्टीला दिसणारे अत्यंत स्वाभाविक वैशिष्ट्यदर्शक आणि चमत्कृतिपूर्ण असे वर्णन केले जाते तेव्हा स्वभावोक्ती हा अलंकार होतो.

वस्तूंची जात, स्वभाव, व्यापार (हालचाली) इत्यादींच्या सहज स्वाभाविक वर्णनाने स्वभावोक्ती हा अलंकार होतो. अलंकार म्हटले की थोडीफार कृत्रिमता आलीच असा सर्वसाधारण समज असतो; पण साधेपणात व सहजतेतही सौंदर्य प्रतीत होते आणि हे सौंदर्य म्हणजेच भाषेचा स्वभावोक्ती

हा अलंकार होतो. साधी भाषा, साधे वर्णन असूनही त्यात परिणामकारकता असते. बागेत तळ्याच्या काठी शांत झोपलेल्या हंसाचे रघुनाथपंडितांनी केलेले वर्णन स्वभावोक्ती अलंकाराचा उत्कृष्ट नमुना आहे.

पोटीच एक पद लांबविला दुजा तो ।
पक्षी तनू लपवि, भूप तया पहातो ।

हे वर्णन हुबेहूबही आहे आणि वेधक आहे. स्वभावोक्ती अलंकाराची काही चपखल उदाहरणे पुढे दिली आहेत.

१) म्हातारा इतुका न अवघे पाउणशे वयमान
तुरळक कोठे केस रुपेरी डोइस टक्कल छान ।
काठीवाचुनि नेट न पाया कंबर होय कमान
दंताजीचे ठाणे उठले, नन्ना करिते मान ।

– पंच्याहत्तरीतल्या वयस्कर माणसाचे अगदी हुबेहूब वर्णन केले आहे. विनोदाची हलकीशी डूब वर्णनाला लाभल्यामुळे अलंकाराची खुमारी अधिकच वाढली आहे. चित्र वस्तुस्थितिदर्शक आणि नेमके उभे राहिल्याने स्वभावोक्ती साधली आहे.

२) पक्षि एकटा सुतार । ठकठक करी बेसुमार ।
सारखा करी प्रहार । ध्वनि गभीर खोल हा ।।
पोपट पिंजऱ्यात शांत । चित्रसा बसे निवांत ।
श्वान हलुनि नखशिखान्त । धापा हे टाकिते ।।

– भर दुपारी पक्षी–प्राणी यांची काय स्थिती होते याचे हुबेहूब चित्रण या उदाहरणात आहे.

३) कवी माधव यांच्या 'गोकलखां' कवितेचे प्र. के. अत्रे यांनी 'कादरखाँ' कवितेत विडंबन केले. पठाणाची हुबेहूब मूर्ती, स्वभाववैशिष्ट्ये या कवितेत येतात.

तो हिंग काबुलीवाला विकणार पुढे कोण?
व्याजास्तव बसुनी दारी गरिबाचा घेइल प्राण?
खाणार कोण या पुढती ती कलिंगडे चोरुन?
सजवील नूर नयनांचा की सुरमा घालुनि कोण?

रस्त्यावर मांडुनि खाटा,
हुक्क्यासह मारिल बाता,
हिंडेल कोण बा आता,
घालून चमेली माळा? कादरखाँ काबुलीवाला !

४) कवी बा. सी. मर्ढेकर गणपत वाण्याचे स्वाभाविक, परिणामकारक वर्णन चित्रमय शैलीत करतात. ते वर्णन रोचकही आहे.

– गणपत वाणी विडी पिताना
चावायचा नुसतिच काडी;
म्हणायचा अन् मनाशीच की,
ह्या जागेवर बांधीन माडी.
मिचकावुनी मग उजवा डोळा,
आणि उडवुनी डावी भिवई,
भिरकावुनि ती तशीच द्यायचा,
लकेर बेचव जैशी गवई.

(४) रूपक –

रुपयति– एकतां नयति इति । रूपक शब्दाचा अर्थ एकरूपता किंवा अभेदप्रतीती असा आहे. प्रस्तुतावर केलेल्या अप्रस्तुताच्या आरोपाने

प्रस्तुत झाकले गेले नसल्यास 'रूपक' होते. रूपक म्हणजे साम्यानुभवाची उपमेपेक्षा पुढची पायरी. **उपमा** – मुख हे चंद्रासारखे. **रूपक** – मुखालाच चंद्र म्हणणे.

दोन वस्तूत साम्य दाखविताना त्या मुळात भिन्न आहेत हे गृहीत धरलेले असते. उपमा आणि उत्प्रेक्षा हे दोन्ही अलंकार उपमेय व उपमान यांच्यातील साम्यावर आधारलेले असतात. उत्प्रेक्षेत त्यांच्यातील भिन्नतेचे प्रमाण शून्य करून ज्यावेळी उपमेय हे उपमानच आहे असे म्हटले जाते किंवा त्यांच्यातील अभेद वर्णन केला जातो, त्यावेळी रूपक हा अलंकार होतो. उपमेय व उपमान यात पराकाष्ठेचे साम्य असल्यामुळे उभयतांत जेव्हा अभेद मानलेला असतो तेव्हा रूपक अलंकार होतो. अर्थातच हा अभेद साम्यावर अधिष्ठित व बुद्ध्या मानलेला असावा. तो भ्रांती अथवा अज्ञानामुळे निर्माण झालेला नसावा.

उदा. बाई काय सांगो । स्वामींची ती दृष्टी ।
अमृताची वृष्टी । मज होय ।।

– या उदाहरणात स्वामींची दृष्टी व अमृताची वृष्टी दोन्ही एकरूप मानले आहे. इथे उपमेय व उपमान एकच असल्याचे स्पष्ट सांगितले आहे. अभिव्यक्तीत कुठेही गुळमुळीतपणा नाही.

अपन्हुती अलंकारामध्ये उपमेयाचा निषेध केलेला असतो. तर रूपक अलंकारामध्ये निषेध नसतो तर उपमेय हे उपमानच आहे असे वर्णन असते.

उदा. सारे जग ही एक रंगभूमीच आहे !

काव्यात्मक प्रतिभेचे सर्व आविष्कार रूपक अलंकारातून प्रकर्षाने प्रकट होतात. काव्यप्रतिभेचे विशुद्ध व सौंदर्यशाली रूप या अलंकारात व्यक्त होते. रूपक हा सादृश्यगर्भ अभेदप्रधान आरोपमूलक प्रमुख अलंकार आहे. पाश्चात्त्य समीक्षक रूपकाला अलंकारांमध्ये प्रमुख स्थान देतात. त्यांच्या मते रूपक हे काव्यात्मभाषेचे प्राणतत्त्वच होय. ते काव्याच्या आशयाशी एकरूप होते. रूपकातून 'प्रतिमा' अगदी स्वाभाविक रूपात प्रकट होतात.

रूपक अलंकाराचे सांगरूपक, निरंगरूपक व परंपरित रूपक असे तीन प्रमुख प्रकार आहेत.

सांगरूपक –

जेथे एखादी वस्तू व तिचे घटक यांच्यावर वेगवेगळे आरोप केलेले असतात, पण मुख्य वस्तूवरील आरोप प्रधान असतो आणि इतर घटकांवरील आरोप गौण असतात तेथे सांगरूपक होते.

उदा. आकाशाच्या लग्नमंडपी लता करवल्या या
वृक्षबालका लाजुनि पल्लव सावरिता दमल्या ।
कळ्या कोवळ्या हलती कानी डूल मजेदार;
उषा–वधूवरि सुमाक्षताही करिती भडिमार ।।

– येथे आकाश व मंडप, लता व करवल्या, वृक्ष व बालक, कळ्या व डूल, सुम व अक्षता आणि उषा व वधू यांच्यात अभेद दर्शविला आहे. उषा हे उपमेय व वधू हे उपमान आहे. तिच्या लग्नासाठी उभारलेल्या आकाशमंडपातील अनेक वस्तूंवर उपमेय – उपमानाचा आरोप केला आहे.

निरंगरूपक –

एकाच उपमेयावर एकाहून अधिक उपमानांचा आरोप केला असेल तर निरंगरूपक होते.

उदा. चलां कल्पतरुंचे आरव । चेतना चिंतामणींचे गाव ।

बोलते जे अर्णव । पीयूषाचे ।।
चंद्रमे जे अलांछन । मार्तंड जे तापहीन ।
ते सर्वांही सदा सज्जन । सोयरे होतु ।।

– सज्जन या एकाच उपमेयावर, कल्पतरूंचे आरव (बागा), चिंतामणींचे गाव, पीयूषाचे अर्णव (सागर), चंद्रमे व मार्तंड असे अनेक आरोप केले आहेत.

परंपरित रूपक –

जेव्हा एखादे मुख्य रूपक साधले की दुसरी अनेक दुय्यम रूपकेही साधतात तेव्हा परंपरित रूपक मानले जाते.

उदा. या माझ्या मानससरसी सारखे प्रेमजलवाही
त्या तरंगलहरींवरती राजहंस पोहत राही
सारखा पोहून दमला मग मला भुकेला बाही
नयनांच्या शिंपामधुनी
अश्रूंचे मौक्तिक सुमणी
मी दिले तया काढोनी
मोत्यांचा चारा असला
राजहंस खाऊनि निजला.

परंपरित रूपकामध्ये मुख्य रूपक व दुय्यम रूपक यांचा संबंध कार्यकारणभावावर आधारलेला असतो. म्हणजेच मुख्य रूपक हे कारण व दुय्यम रूपके ही कार्ये. सांगरूपकात मुख्य रूपकाप्रमाणे दुय्यम रूपकेही समर्पकच वाटतात; परंतु परंपरित रूपकामध्ये दुय्यम रूपके स्वतंत्रपणे कशीशीच वाटतात. साध्यसाधन भाव असल्यामुळे ती परस्परावलंबी असतात. (मुख्य व दुय्यम रूपके एकमेकांवर अवलंबून)

परंपरित रूपकाचे श्लेषावर आधारलेले एक उदाहरण –

तू उच्चवंशमौक्तिक भूषण आहेस हिंदमातेस ।
पूर्वजगुणी निजगुणी, तू आदरपात्र मजसि आहेस ।।

पिलाजीने शिवाजीस उद्देशून हे उद्गार काढले.

रूपक अलंकाराची इतर उदाहरणे –

१) मद्दुःख सागराचा अगस्त्य तू काय बा तुझे नाव?
चिंता–नदीत बुडता दैवे कोठोनि धाडिली नाव?

२) यातनांची ही काळी जाळी
तिला लागले ज्वालेचे फूल.

३) येणेपरी परिसतां अति दीन वाचा ।
हेलावला नळ पयोधि दयारसाचा ।।

(५) व्यतिरेक –

व्यतिरेक हा साम्यकल्पनेवर आधारलेला अर्थालंकार आहे. रूपक अलंकारामध्ये उपमेय आणि उपमान सारख्याच योग्यतेचे असते; पण व्यतिरेकात उपमेयाची योग्यता उपमानापेक्षा जास्त होते. उपमेय हे उपमानापेक्षा श्रेष्ठ आहे असे वर्णन केले म्हणजे 'व्यतिरेक' अलंकार होतो. हे श्रेष्ठत्व दोन प्रकारे दाखविले जाते –

१) उपमेयाच्या उत्कर्षाने

२) उपमानाच्या अपकर्षाने

उपमेय श्रेष्ठ का किंवा उपमान कनिष्ठ का याचेही कारण येथे दिलेले असते.

व्यतिरेकाची काही उदाहरणे –

१) ताई तू फूल गडे माझे, ताई तू नक्षत्रचि माझे ।
ताई तू रत्न गडे माझे, ताई तू पाखरु गे माझे ।
या सर्वांहुन गोड गोड गे शील रुप तुझे ।
यांची उपमा न च साजे ।

– रेव्हरंड टिळकांच्या 'माझी ताई' या कवितेतील वरील ओळींमध्ये ताई ही, सर्व उपमानांच्या मानाने श्रेष्ठ का ते सांगितले आहे. ही संपूर्ण कविताच व्यतिरेक अलंकाराचे उदाहरण आहे. उपमानाहून निराळे असणारे जे उपमेय, त्याचे आधिक्य असणे म्हणजे व्यतिरेक, हे या उदाहरणात प्रत्ययास येते.

२) चंद्रासि लागति कळा, उपराग येतो
गंगेसि भंग, बहु पाणउतार होतो ।
जे होय चूर्ण, तरि मौक्तिक ते कशाला
नाही समान नळराज महायशाला ।

– येथे उपमानगत अपकर्ष दाखविला आहे.

३) निष्कलंक सदा पूर्ण मुख सुंदरि हे तुझे
कलंकी नि क्षयी चंद्रासमान म्हणती कसे ?

– या उदाहरणात मुख व चंद्र ही प्रसिद्ध उपमेय – उपमाने आहेत.

कवी येथे मुखाचे गुणाधिक्य दाखविण्यासाठी चंद्र या उपमानाचे दोषदाखवून मुखाचे म्हणजे उपमेयाचे निर्दोषत्व व्यक्त करीत आहे, म्हणून हा व्यतिरेक अलंकार होतो.

४) गेला वसंत येइल पुनरपि तू पाहशील बाळा ।
ज्ञानार्जन करि आता, न चि बघशिल तू गताध्ययन काळा ॥
– यंदाचा वसंत निघून गेला तरी पुढच्या वर्षी पुन्हा वसंत येईल तो अरे मुला, तुला दिसेल. पण ज्ञानार्जनाचे तुझे हे वय एकदा निघून गेले, म्हणजे ते पुन्हा येणार नाही । येथे वसंत हे उपमान आणि अध्ययनकाळाची क्षणभंगुरता अधिक असल्याचे वर्णन आहे म्हणून हा व्यतिरेक अलंकार होतो.

साहित्यशास्त्रात शब्दालंकार आणि अर्थालंकार दोन्हीचे महत्त्व अनन्यसाधारण आहे, हे वरील विवेचनातून प्रत्ययास येते. साहित्याचेसौंदर्य, अलंकारांच्या वापरामुळे अधिक खुलून दिसते हे निर्विवाद.

४.२: वृत्ते

गद्यात जे सरळ सरळ कथन केले जाते ते पद्यामध्ये सांगायचे असेल तर नियमांच्या चौकटीत सांगावे लागते. पद्यरचना तीन प्रकारची असते. १) अक्षरगणवृत्त २) जातिवृत्त ३) छंद. अक्षरगण आणि मात्रागण असे वृत्तांसाठी दोन प्रकारचे गण आहेत. अक्षरगण ८ आहेत आणि मात्रागण ५ आहेत.

अक्षरगणवृत्त

सारख्या अक्षरांच्या वृत्ताच्या ओळींना चरण असे म्हणतात. अक्षरगणवृत्तात तीन तीन अक्षरांचा एक गट करतात. या गटांनाच गण असे म्हणतात. गण पाडल्यानंतर प्रत्येक अक्षराखाली ऱ्हस्व-दीर्घ अशा खुणा कराव्या लागतात. अक्षरांची ठरावीक संख्या आणि ऱ्हस्व-दीर्घ अक्षरांचा विशिष्ट क्रम साधून केलेली पद्यरचना म्हणजे **'वृत्त'** (अक्षरगणवृत्त) होय. ऱ्हस्व अक्षराची खूण '∪' अशी असून दीर्घ अक्षर '–' या खुणेने दाखवितात. ऱ्हस्व अक्षरास लघु व दीर्घ अक्षरास गुरू असे म्हणतात. ज्या अक्षराचा उच्चार ऱ्हस्व होतो ते लघु अक्षर व ज्या अक्षराचा उच्चार दीर्घ होतो ते गुरू अक्षर. ऱ्हस्व अक्षरावर अनुस्वार असेल किंवा त्याच्यापुढे विसर्ग असेल तर ऱ्हस्व अक्षर दीर्घ होते. उदा.– लंका, अध:पतन यातील 'लं', 'ध:' ही अक्षरे गुरू

होतात. पुढे जोडाक्षर आल्यास ऱ्हस्व अक्षर गुरू मानले जाते. उदा. – 'सत्त्व' शब्दात 'स' हे अक्षर गुरू झाले. मात्र पुढच्या जोडाक्षराचा जोर आधीच्या अक्षरावर येत नसेल, तर ते गुरू मानीत नाहीत. उदा. 'तुझ्या' या शब्दात 'तु'वर पुढच्या जोडाक्षराचा जोर येत नाही म्हणून ते ऱ्हस्वच राहते. चरणाच्या शेवटचे अक्षर 'लघु' असले तरी ते गुरू मानले जाते. लघुअक्षरासाठी **'ल'** व गुरू अक्षरासाठी **'ग'** लिहितात. याला **लगक्रम** असे म्हणतात. लघुगुरूचे तीन अक्षरी एकंदर आठ गण आहेत. गणाच्या पहिल्या अक्षरावरून गणाचे नाव ठरते. **आठ गण पुढीलप्रमाणे –**

१) **य गण** - य शा चा ∪ – –
२) **र गण** - रा धि का – ∪ –
३) **त गण** - ता रा प – – ∪
४) **न गण** - न म न ∪ ∪ ∪
५) **भ गण** - भा र त – ∪ ∪
६) **ज गण** - ज ना स ∪ – ∪
७) **स गण** - स रि ता ∪ ∪ –
८) **म गण** - मा ना वा – – –

गणांची नावे लक्षात राहण्यासाठी संस्कृतमध्ये एक सूत्र आहे - **यमाताराजभानसलगा.**

या सूत्रात आठही गण आणि त्यांची लक्षणे येतात. यातली कुठलीही तीन अक्षरे घेतली तरी त्या त्या गणाचा लघुगुरूक्रम दिसतो.

उदा. य मा ता – 'य' गणाचा लगक्रम ∪ – –
न स ल – 'न' गणाचा लगक्रम ∪ ∪ ∪

वृत्तांचे गण पाडण्याची पद्धत अशी सांगता येईल.

१) एका चरणातील सर्व अक्षरे मोजावीत.
२) तीन तीन अक्षरांचा गट पाडावा.
३) प्रत्येक अक्षराखाली ऱ्हस्व – दीर्घाच्या म्हणजे लघुगुरूच्या खुणा कराव्यात.
४) त्या खुणांखाली गण कोणता ते लिहावे.
५) शेवटी एक अथवा दोन अक्षरे राहिल्यास ऱ्हस्व अक्षराखाली 'ल' व दीर्घ अक्षराखाली 'ग' अशी नावे द्यावीत. शेवटचे अक्षर ऱ्हस्व असले तरी दीर्घ मानून त्याखाली 'ग' असे लिहावे.

'यति' म्हणजे थांबणे; विसाव्याचे स्थान. वृत्त म्हणताना ते सलग न म्हणता एक किंवा दोन ठिकाणी स्वाभाविकपणे आपण थांबतो. त्या ठिकाणी 'यति' मानतात. या विसाव्याच्या ठिकाणी शब्द पुरा होणे मात्र आवश्यक आहे. नाहीतर **यतिभंग** होतो. वृत्ताचे लक्षण लिहिताना '**यति**' ४ थ्या अक्षरावर, ७ व्या अक्षरावर असे लिहितात.

अक्षरगणवृत्ताबद्दलची सर्व माहिती पुढील पद्यात पहावयास मिळते.

गणामध्ये अक्षरे तीन येती
ऱ्हस्वदीर्घांनी आठ भेद होती ।।
ऱ्हस्व स्वराते लघु बोलताती
दीर्घ स्वराते गुरू नाम देती ।।
पुढे अनुस्वार विसर्ग येतो
संयोग ऱ्हस्वास गुरूत्व देतो ।।

कोणत्याही वृत्ताचे वर्णन करताना सामान्यत: १) अक्षरसंख्या २) गणांची नावे ३) यति ४) लक्षणाची ओळ ५) उदाहरण ६) गण पाडून दाखविणे ही माहिती द्यावी लागते.

अक्षरगणवृत्ताचे **तीन** भेद आहेत.

१) समवृत्त २) अर्धसमवृत्त ३) विषमवृत्त

ज्या वृत्ताचे चारही चरण सारखे असतात ते समवृत्त होय. जेव्हा पहिला व तिसरा, दुसरा व चौथा हे चरण सारखे असतात तेव्हा अर्धसमवृत्त होते. ज्या वृत्तात चारही चरण सारखे नसतात. ते विषमवृत्त होय. वियोगिनी, माल्यमारा, हरिणिप्लुता असे काही अपवाद सोडले तर मराठीतली अक्षरगणवृत्ते समवृत्ते या प्रकारात मोडतात.

अक्षरगणवृत्तांची काही उदाहरणे –

(१) भुजंगप्रयात –

१) भुजंगप्रयात हे एक **अक्षरगणवृत्त** आहे.

२) हे एक **हरावर्तनी समवृत्त** आहे.

३) चरणसंख्या ४.

४) प्रत्येक चरणात **अक्षरे १२**.

५) **यति** ६ व्या अक्षरावर.

६) **गण** – य य य य.

७) **लक्षणाची ओळ** - भुजंगप्रयाती 'य' ये चार वेळा ।

८) **उदाहरण** -

  मना सज्जना भक्तिपंथेचि जावे ।
  तरी श्रीहरी पाविजेतो स्वभावे ।।
  जनी निंद्य ते कर्म सोडोनि द्यावे ।
  जगी वंद्य ते सर्वभावे करावे ।।

९) **गण पाडून दाखविणे** -

म ना स	ज्ज ना भ	क्ति पं थे	चि जा वे
∪ – –	∪ – –	∪ – –	∪ – –
य	य	य	य

वरील ओळीत पुढे जोडाक्षर ('ज्ज', 'क्ति') आल्यामुळे त्याच्या आधीचे अक्षर (अनुक्रमे स, भ) लघु असूनही गुरू झाले.

(२) वसंततिलका -

१) वसंततिलका हे एक **अक्षरगणवृत्त** आहे

२) **चरणसंख्या** ४

३) प्रत्येक चरणात **अक्षरे १४**

४) **यति** - ८ व्या अक्षरावर.

५) **गण** - त भ ज ज ग ग.

६) **लक्षणाची ओळ** - येती वसंततिलकी त भ जा ज गा गा

७) **उदाहरण** -

  आला वसंत कविकोकिल हा हि आला ।
  आलापितो सुचवितो अरुणोदयाला ।
  हा ऊठ, ऊठ, म्हणतो जणु भारताला ।
  ऐका, पहा उठुनि या प्रतिभारताला ।।

८) **गण पाडून दाखविणे** -

आ ला व	सं त क	वि को कि	ल हा हि	आ ला
– – ∪	– ∪ ∪	∪ – ∪	∪ – ∪	– –
त	भ	ज	ज	ग ग

(३) **शार्दूलविक्रीडित –**

१) शार्दूलविक्रीडित हे एक **अक्षरगणवृत्त** आहे.

२) हे **समवृत्त** आहे

३) चरणसंख्या ४.

४) प्रत्येक चरणात अक्षर**संख्या १९**

५) **यति** ७ व्या आणि १२ व्या अक्षरावर

६) **गण** – म स ज स त त ग

७) **सर्व लक्षणे दाखविणारे एक उदाहरण–**

आहे वृत्त विशाल त्यास म्हणती शार्दूलविक्रीडित।
मासाजासतताग येति गण हे पादास की जोडित ।
एकोणीस पहा गणूनि चरणी येतात ही अक्षरे ।
तेज:पुंज नभांगणी पसरली रत्ने पहा न क्षरे ।।

८) **उदाहरण –**

आम्ही कोण म्हणून काय पुसशी आम्ही असू लाडके ।
देवाचे, दिधले असे जग तये आम्हांस खेळावया ।
विश्वी ह्या प्रतिभाबळे विचरता चोहींकडे लीलया ।
दिक्कालांतूनी आरपार आमची दृष्टी पहाया शके ।

९) **गण पाडून दाखविणे –**

आ म्ही को	ण म्ह णू	न का य	पु स शी	आ म्ही अ
– – –	∪ ∪ –	∪ – ∪	∪ ∪ –	– – ∪
म	स	ज	स	त

सू ला ड	के
– – ∪	–
त	ग

जातिवृत्ते –

जातिवृत्ते म्हणजेच मात्रागणवृत्ते. ऱ्हस्व–दीर्घ अक्षरांच्या विशिष्ट क्रमास जातिवृत्तात प्राधान्य असते, त्यांच्या मात्रांना महत्त्व असते. मात्रा संख्येवर आधारलेल्या पद्यरचनेस **'जाति'** असे म्हणतात. पद्याची 'जाति' ठरवताना ध्रुवपदाचा विचार करीत नाहीत, कडव्याच्याच मात्रा लक्षात घ्यावयाच्या असतात. जातींमध्ये अक्षरांचे व गणांचे बंधन नसते. फक्त मात्रांचेच बंधन असते. जातींचे, मात्रांवरून **तीन** गट पडतात.

१) ८ मात्रांचा गट - पद्म (प) पद्मावर्तनी.

२) ६ मात्रांचा गट - भृंग (भृ) भृंगावर्तनी.

३) ४ किंवा ५ मात्रांचा गट - (क) कवळलिंब.

मात्रावृत्ताच्या चरणात एकच गट पुन्हा आला तर त्याला आवर्तन म्हणतात. मात्रा म्हणजे अक्षर उच्चारायला लागणारा वेळ. लघु (ऱ्हस्व) अक्षराची १ मात्रा धरतात. गुरू (दीर्घ) अक्षराच्या २ मात्रा धरतात.

जातीच्या चरणांचे भाग पाडताना तालाचे महत्त्व अतिशय असते. म्हणून जातींमध्ये पदे, गाणी यांचा समावेश अधिक आहे. गाणे म्हणताना मध्ये ताल येतो, टाळी असते किंवा ठरावीक अंतरावर विराम येतो. अक्षरगणवृत्ताप्रमाणे जातीतही **समजाती, अर्धसमजाती** व **विषमजाती** असे **तीन** प्रकार आहेत. सगळ्या चरणांमध्ये सारख्याच मात्रा असल्या तर **समजाती** होते. दोन भिन्न मात्रावली मिळून होणाऱ्या संयुक्त मात्रावलीच्या आवर्तनाने कडवे बनते. भिन्न मात्रांचे चरण कडव्यात असल्यास विषमजाती होते.

चरणाच्या शेवटी दोन मात्रांचे एक अक्षर असेल तर ते '+' चिन्हाने दाखविले जाते. दोन मात्रांचा शुद्ध गुरू दर्शविणारे हे चिन्ह आहे. या चिन्हाचा उपयोग करताना दोन लघु अक्षरे असून चालत नाहीत. '--' ही खूण (डॅश) आरंभी दिलेली असल्यास दोन मात्रांनंतर टाळी समजावी. या टाळीनंतर 'पद्म' किंवा 'भृंग' गण येतो.

जातिवृत्त / मात्रागणवृत्त काही उदाहरणे -

१) पादाकुलक -

१) पादाकुलक हे एक **जातिवृत्त** आहे.

२) याच्या प्रत्येक चरणात **१६** मात्रा असतात.

३) ८/८ मात्रांची दोन आवर्तने येतात ती **प/प** अशी दाखविली जातात.

४) हे पद्मावर्तनी **समजाती** वृत्त आहे.

५) **उदाहरण -**

चला आज हा । आला दसरा ।
पाउल पुढते । टाकायाला ।
सीमोल्लंघन । करावयाला ।
आनंदाने । नाचायाला ।
सणामध्ये तो । सण हाच खरा ।

६) **गण पाडून दाखविणे –**

च ला आ ज हा	आ ला द स रा		
∪ – – ∪ –	– – ∪ ∪ –		
१ २ २ १ २	२ २ १ १ २		
८ प	+ ८ प	=	१६ मात्रा

२) **नववधू –**

१) नववधू ही एक पद्मावर्तनी विषमजाती आहे. प्रत्येक चरणात मात्रांची संख्या एकच असली तरी मांडणी भिन्न असल्यामुळे ही विषमजाती होते.

२) भा. रा. तांबे यांच्या 'नववधू प्रिया मी बावरते' या कवितेवरून नववधू हे नाव या वृत्तास पडले.

३) प्रत्येक चरणात १६ मात्रा असतात.

४) ध्रुवपदाच्या पहिल्या दोन ओळीत २+८+६ असे मात्रांचे गट येतात.

५) अंतरेमधील तीन चरणात ८+८ अशी पद्माची दोन आवर्तने येतात.

६) मेळ साधणाऱ्या चौथ्या चरणात ध्रुवपदाप्रमाणेच २+८+६ असे मात्रागट येतात.

७) **उदाहरण –**

घन तमीं शुक्र बघ राज्य करी
रे खिन्न मना बघ जरा तरी ।।ध्रु।।
फूल हसे काट्यात बघ कसे,
काळ्या ढगिं बघ तेज रसरसे,
तीव्र हिमान्तरि वसन्तहि हसे,
रे उघड नयन, कळ पळे दुरी ।

८) **गण पाडून दाखविणे –**

ध्रुवपदातील चरण

घ न	त मीं शु क्र ब घ	रा ज्य क री
∪ ∪	∪ – ∪ – ∪ ∪	– ∪ ∪ –
१ १	१ २ १ २ १ १	२ १ १ २
२	८	६
--	+ प	+ ---

अंतरेतील चरण –

क ळे तू च आ	धा र सु खा ज रि
∪ – – ∪ –	– ∪ ∪ – ∪ ∪
१ २ २ १ २	२ १ १ २ १ १
८	८
प	प

मेळ साधणारा चौथा चरण –

रे	उ घ ड	न य न	कळ	प ळे	दु री
–	∪ ∪ ∪	∪ ∪ ∪	∪ ∪	∪ –	∪ –
२	१ १ १	१ १ १	१ १ १	१ २	१ २
२		८		६	
--	+	प	+	---	

ज्या नववधू कवितेवरून हे नाव वृत्तास पडले त्या कवितेतीलही काही ओळी पुढे दिल्या आहेत –

नववधू प्रिया, मी बावरते
लाजते, पुढे सरते फिरते ।।ध्रु.।।
कळे मला तू प्राणसखा जरि
कळे तूच आधार सुखा जरि
तुजवाचुनि संसार फुका जरि
मन जवळ यावया गांगरते ।

छंद :

छंदामध्ये फक्त अक्षरसंख्येचेच महत्त्व असते. ऱ्हस्व (∪) दीर्घ (–) क्रम, मात्रा यांना महत्त्व नसते. चरणामध्ये अक्षरांची नियमित संख्या असणे हा मुख्य नियम या प्रकारास लागू आहे. छंदाच्या चरणांतील प्रत्येक अक्षर गुरू मानले जाते. अशा अक्षरास 'छान्दस' असे म्हणतात. थोडक्यात, पद्यरचनेच्या ज्या प्रकारात लघुगुरू भेद मानला जात नाही व ज्यास फक्त अक्षरसंख्येचे बंधन असते त्यास छंद असे म्हणतात. ओवी, अभंग, घनाक्षरी वगैरे जुने पद्यप्रकार छंदात मोडतात. ओवी, अभंग हे सर्वात जुने, परंपरेने चालत आलेले लोकप्रिय छंद आहेत.

छंदाची उदाहरणे –

अ) ओवी –

१) ओवी हा मराठीतील सर्वात जुना, साधा व लोकप्रिय असा रचनाप्रकार आहे.

२) महानुभावीय लेखक कवी, ज्ञानेश्वर–एकनाथ–रामदास हे संतकवी यांनी ओवीछंदात ग्रंथरचना केली. आधुनिक काळातही ओव्या लिहिल्या गेल्या. भा. रा. तांबे, बहिणाबाई चौधरी, गोपीनाथ यांच्या ओव्या सहजस्वाभाविक काव्यरचना आहे.

३) लोकगीते, स्त्रीगीते ओवी छंदात आढळतात.

४) अभंग पुरुषांच्या तोंडी तर ओव्या प्रामुख्याने बायकांच्या तोंडी (जात्यावर, झोपाळ्यावर बसल्यावर) असतात.

५) रचनेच्या बाबतीत ओवीपेक्षा अभंग अधिक काटेकोर असतो. ओवीत अक्षरसंख्या शिथिल असते.

६) ओवीला चार चरण असतात. तीन चरणांच्या शेवटी यमक असते. चौथ्या चरणाला यमक नसते.

७) ओवीमध्ये सामान्यत: पहिल्या तीन चरणात आठ आठ अक्षरे आणि शेवटच्या चरणात ४ ते ७ अशी कितीही अक्षरे असतात. यालाच साडेतीन चरणी ओवी असेही म्हणतात. यामध्ये बदलही संभवतो. उदा. कधी कधी पहिल्या तीन चरणात ५ पासून १५ पर्यंत कितीही अक्षरे येतात. चौथ्या चरणात पहिल्या तीन चरणांपेक्षा कमी अक्षरे असतात. कधी चारही चरण प्रत्येकी ८ अक्षरांचे असतात व अशा वेळी दुसऱ्या व चौथ्या चरणांचे यमक साधलेले असते. बहिणाबाई चौधरींच्या ओव्या या प्रकारात मोडतात.

८) **उदाहरणे –**

अ) जो सर्वां भूतांचे ठायी । द्वेषाते नेणेचि काही ।।
आपपर जया नाही । चैतन्य जैसे ।। (ज्ञानदेव)

ही साडेतीन चरणी ओवी आहे. पहिल्या तीन चरणांच्या शेवटी यमक साधलेआहे. अक्षरसंख्या ८+८+८+५ अशी आहे.

आ) एकनाथी ओवीत पहिल्या तीन चरणात १० अक्षरे असतात तर चौथ्या चरणात ७ ते १० अक्षरे असतात. पहिले तीन चरण व चौथ्याचे अर्धे चरण यात यमक साधलेले असते.

उदा. चारा घालोनि मुखांत ।
जेंवी पक्षिणी पिलां पोशित ।
तेंवी आपुले प्रियभक्त ।
रक्षी भगवंत अहर्निश ।।

अक्षरसंख्या – (८+१०+९+१०) तीन चरणांत 'त'चे यमक शेवटी साधले आहे व चौथ्या अर्ध्या चरणात 'त' आला आहे.

इ) आता वंदू कवीश्वर ।
जे शब्दसृष्टीचे ईश्वर ।।
नातरी हे परमेश्वर ।
वंदावे ते ।। (रामदास)

अक्षरसंख्या – (८+९+९+४)

ई) बहिणाबाई चौधरींच्या ओव्यांत **आठ अक्षरांचे चार चरण** असून **दुसऱ्या व चौथ्या चरणाचे यमक** जुळविलेले असते.

उदा. निजवते भुक्या पोटी
तिले रात म्हनू नही
आखडला दानासाठी
तयाले हात म्हनू नही ।।

उ) स्त्रीगीत ओवी –

गाई घरा आल्या । घणघण घंटानाद ।
कुणिकडे घालू साद । गोविंदा रे ।

अक्षरसंख्या (६+८+८+४) दुसऱ्या व चौथ्या चरणाचे यमक साधले आहे.

ऊ)आधुनिक ओवी –

बाळ जातो दूर देशा ।
मन गेले वेडावून ।
आज सकाळपासून ।।

अक्षरसंख्या ८+८+८ अशी असून दुसऱ्या व तिसऱ्या चरणांचे यमक साधले आहे.

आ) अभंग –

१) अभंग हा ओवीप्रमाणेच सर्वात जुना, लोकप्रिय रचनाप्रकार आहे.

२) नामदेव, तुकाराम यांचे अभंग विशेष लोकप्रिय आहेत.

३) अभंग म्हणजे अ- भंग. ज्याला भंग नाही असा. अभंग हा केवळ छंदप्रकारच नाही तर ती एक वृत्तीही आहे.

४) अभंगाचे मुख्यत्वे दोन प्रकार पडतात -
  १) मोठा अभंग २) लहान अभंग

मोठा अभंग - मोठ्या अभंगाचे दोन प्रकार पडतात.

पहिला प्रकार - चार चरण असतात. दुसऱ्या आणि तिसऱ्या चरणाच्या शेवटी यमक असते.

उदा. काय वानू आता ।
     न पुरे ही वाणी ॥
     मस्तक चरणी ।
     ठेवियेले ॥ (तुकाराम)

अक्षरसंख्या (६+६+६+४). दुसऱ्या व तिसऱ्या चरणात 'णी' या शेवटच्या अक्षराचे यमक साधले आहे.

दुसरा प्रकार - या प्रकारात चार चरणांपैकी पहिल्या, दुसऱ्या आणि तिसऱ्या चरणांत शेवटी यमक असते.

उदा. जाणावा तो ज्ञानी ।
     पूर्ण समाधानी ।
     निःसंदेह मनी ।
     सर्वकाळ ॥ (रामदास)

अक्षरसंख्या (६+६+६+४) पहिल्या तीन चरणांच्या शेवटी **'नी'** या अक्षराचे यमक साधले आहे.

लहान अभंग -

प्रकार पहिला - या प्रकारात दोन चरण असतात. प्रत्येक चरणात आठ-आठ अक्षरे असतात. दोन्ही चरणांच्या शेवटी यमक असते.

उदा. नाम विठोबाचे घ्यावे ।
     मग पाऊल टाकावे ॥ (जनाबाई)

चरणसंख्या ८+८. 'वे' अक्षराचे अंत्ययमक साधले आहे.

प्रकार दुसरा - या प्रकारात पहिल्या चरणात आठ व दुसऱ्या चरणात सात अक्षरे असतात. चौथे अक्षर (दुसऱ्या चरणातील) यमकाक्षर असते.

उदा. पांडुरंग ऐशी नाव ।
तारि भाव असता ।। (तुकाराम)

पहिल्या चरणात अक्षरे ८

दुसऱ्या चरणात अक्षरे ६

पहिल्या चरणातील शेवटचे अक्षर 'व' याचे दुसऱ्या चरणातील चौथ्या अक्षराशी यमक साधले आहे.

अक्षरगणवृत्ते, मात्रावृत्ते, छंद या सर्व प्रकारांनी काव्याच्या सौंदर्यात भर पडते. भाषिक सौंदर्य तर वाढतेच पण आशयालाही वेगळी चमक येते.

४.३ : वाक्यरूपांतर

पूर्वसूत्र –

तोंडावाटे निघणाऱ्या मूलध्वनींना वर्ण तर या ध्वनींच्या चिन्हांना अक्षरे म्हटले जाते. अक्षरे विशिष्ट क्रमाने आल्यामुळे त्यांना काही अर्थ प्राप्त झाला की शब्द बनतो. दोन किंवा अधिक (कितीही) शब्द एकत्र आले की वाक्य बनते. आपल्या मनातील विचार, कल्पना बोलून / लिहून दाखविण्यासाठी आपण सार्थ शब्दसमूह बनवत असल्यामुळे त्यातून संपूर्ण अर्थ प्रकट होतो. **एक पूर्णविचार भाषेत व्यक्त करणाऱ्या शब्दसमूहास 'वाक्य' असे म्हणतात.**

उद्देश्य आणि **विधेय** हे वाक्यांचे मुख्य दोन भाग पडतात. ज्याच्याविषयी आपण बोलतो त्यास उद्देश्य म्हणतात आणि त्या उद्देश्याविषयी जे काही अधिक स्पष्टीकरणार्थ बोलले जाते ते विधेय. **उदा.** 'मनुष्य मर्त्य आहे' या वाक्यात मनुष्याच्या विषयी विधान केले आहे म्हणून ते उद्देश्य होय आणि 'मनुष्य' या उद्देश्याविषयी 'मर्त्य आहे' ही अधिक माहिती दिली आहे, ते विधेय होय. कारण उद्देश्याविषयी वाक्यात जे विधान करण्यात येते त्यास विधेय म्हणतात.

वाक्यांचे प्रकार –

विधानार्थी, प्रश्नार्थी, उद्‌गारार्थी, नकारार्थी, आज्ञार्थी, विध्यर्थी, संकेतार्थी असे वाक्यांचे अर्थानुरोधाने विविध प्रकार होतात; तर वाक्यांच्या रचनेवरून केवलवाक्य, मिश्रवाक्य, संयुक्त वाक्य असे वाक्यांचे तीन प्रकार पडतात. एका वाक्यात किती विधाने असतात यावरून वाक्यांचे हे तीन प्रकार केले जातात. या तीनही प्रकारांमध्ये केवल वाक्य असतेच. एकापेक्षा अनेक केवलवाक्ये प्रमुख–दुय्यम पातळीवर किंवा समान पातळीवर एकमेकांशी जोडलेली असतात. त्यावेळी क्रियाविशेषण अव्यये, उभयान्वयी अव्यये, नाम, विशेषण, सर्वनाम यांचा उपयोग होतो.

केवलवाक्य –

ज्या वाक्यात **एकच उद्देश्य असून एकच क्रियापद असते** त्यास केवलवाक्य असे म्हणतात. केवलवाक्य विधानार्थी, प्रश्नार्थी, होकारार्थी, नकारार्थी, आज्ञार्थी कुठल्याही प्रकारचे असू शकते. **उदा.** १) पंतप्रधान परदेशच्या दौऱ्यावर गेले होते. २) बागेतली फुले वेगवेगळ्या रंगाची आहेत. वरील वाक्यांमध्ये एकेकच विधान आहे. म्हणजे एकच उद्देश्य आणि एकच विधेय आहे. पहिल्या वाक्यात 'पंतप्रधान', तर दुसऱ्या वाक्यात 'बागेतली फुले' ही उद्देश्ये आहेत आणि विधानासाठी 'गेले होते', 'आहेत' ही क्रियापदे आहेत. म्हणजे प्रत्येक वाक्यात एकच उद्देश्य व एकच क्रियापद आहे. अशा वाक्यांना **केवल वाक्य** किंवा **शुद्ध वाक्य** असे म्हणतात.

केवल वाक्यामध्ये एकच एक स्वतंत्र वाक्य येते. त्यात प्रधान वाक्य किंवा गौण वाक्य असा फरक करण्याचा प्रश्नच येत नाही. केवल वाक्यात अनेक वाक्यांगे असू शकतात पण वाक्यांगांना स्वतंत्र क्रियापद नसते. उदा. एकदा मैदानात खेळताना महेश गुडघ्यावर जोरात पडला. 'मैदानात खेळताना' हे इथे वाक्यांग आहे कारण या शब्दसमुच्चयात एक विचार पूर्णपणे व्यक्त करण्याचे सामर्थ्य नाही. वाक्यांग हे साधारणपणे कृदन्तात्मक किंवा क्रियावाचक असते.

केवल वाक्यांची काही उदाहरणे –

१) घराला दिलेला मंद रंग उच्च अभिरुची दाखवितो.
२) वसंत ऋतू आल्यावर सृष्टीची शोभा वाढते.
३) एके दिवशी, पूर आल्याची बातमी येऊन धडकली.
४) ऐश्वर्या कादंबऱ्या वाचते.
५) या महिन्याच्या दहा तारखेस तो नागपूरला जाईल.
६) आई रोज शंकराची पूजा करते.
७) पोपटाने गोड पेरू खाल्ला.
८) अकबराने बोलावणे पाठविल्यावर लागलीच बिरबल दरबारात आला.
९) तो नेहमी उत्कृष्ट काम करतो.
१०) तो भयानक अपघात पाहून माझ्या पोटात खड्डाच पडला.

मिश्र वाक्य –

ज्या वाक्यात एक मुख्य उद्देश्य व एक मुख्य विधेय असते आणि दोन अथवा अधिक क्रियापदे असतात त्यास मिश्रवाक्य असे म्हणतात. मुख्य उद्देश्य व मुख्य

विधेय यांनी होणारे वाक्य ते प्रधान वाक्य आणि प्रधान वाक्यावर अवलंबून असणारी इतर वाक्ये म्हणजे गौण वाक्ये असतात. मिश्र वाक्यात प्रधान वाक्य एकच असते मात्र गौण वाक्ये एक किंवा अनेक असतात.

उदा. १) मी ज्याची वाट पहात होते ते हेच पुस्तक होय. या उदाहरणात 'मी ज्याची वाट पहात होते' हे अर्थाच्या दृष्टीने स्वतंत्र वाक्य नाही. 'ते हेच पुस्तक होय' या स्वतंत्र वाक्यावर ते अवलंबून आहे. म्हणजे 'ते हेच पुस्तक होय' हे प्रधान वाक्य आहे आणि त्याच्यावर अवलंबून राहिलेले वाक्य 'मी ज्याची वाट पहात होते' हे गौणवाक्य होय.

२) प्रमुख वक्ते भाषणात म्हणाले, की प्रत्येकाने नियमितपणाने व्यायाम करावा. - या वाक्यात 'प्रमुख वक्ते भाषणात म्हणाले' हे प्रधान वाक्य व प्रत्येकाने नियमितपणाने व्यायाम करावा हे गौण वाक्य आहे. 'की' या गौणत्वसूचक उभयान्वयी अव्ययाने ते जोडले आहे.

३) आकाशात जेव्हा इंद्रधनुष्य दिसते तेव्हा मन आनंदून जाते. - या वाक्यात 'आकाशात जेव्हा इंद्रधनुष्य दिसते' हे गौणवाक्य असून, 'तेव्हा मन आनंदून जाते' हे प्रधानवाक्य आहे. जेव्हा या गौणत्वसूचक उभयान्वयी अव्ययाने प्रधानवाक्य व गौणवाक्य जोडले आहे.

"एक प्रधानवाक्य व एक किंवा अधिक गौणवाक्ये गौणत्वसूचक उभयान्वयी अव्ययांनी जोडून जे एक संमिश्र वाक्य तयार होते त्यास 'मिश्रवाक्य' असे म्हणतात."[१]

जर-तर, जसे-तसे, ज्याला-त्याला, जो-तो, जेव्हा-तेव्हा, की अशा प्रकारच्या उभयान्वयी अव्ययांनी जोडली असतील तर ती मिश्रवाक्ये होतात. **मिश्र वाक्यातील गौणवाक्ये तीन प्रकारची असतात.** १) नाम वाक्य २) विशेषण वाक्य ३) क्रियाविशेषण वाक्य.

१) **नाम वाक्य -**

म. गांधी म्हणाले की, अहिंसा हाच खरा धर्म. या वाक्यात 'म. गांधी म्हणाले' हे प्रधानवाक्य आहे, 'अहिंसा हाच खरा धर्म' हे गौणवाक्य आहे. म. गांधी म्हणाले यातील 'म्हणाले' या क्रियापदाचे कर्म कोणते ? तर, 'अहिंसा हाच खरा धर्म' गौणवाक्य कर्माच्या जागी आले आहे. हे गौणवाक्य या वाक्यात कर्माचे कार्य करते. कर्माच्या जागी नाम येत असते. म्हणजेच

---

१. सुगम मराठी व्याकरण लेखन- मो.रा. वाळंबे (सुधारित आवृत्ती १९९४) पृ. १२३

'अहिंसा हाच खरा धर्म' हे गौण वाक्य येथे नामाचे कार्य करते. नामाचे कार्य करणाऱ्या गौणवाक्याला 'नामवाक्य' म्हणतात.

२) **विशेषण वाक्य –**

जेव्हा गौणवाक्य मिश्रवाक्यात विशेषणाचे कार्य करीत असेल तेव्हा त्याला **विशेषणवाक्य** म्हणतात.

उदा. १) जी आपल्याला मनापासून आवडतात अशीच माणसे जवळ करावीत. 'जी आपल्याला मनापासून आवडतात' हे विशेषणवाक्य आहे. ते वाक्य 'माणसे' याबद्दल विशेष माहिती सांगते.

२) आज जी जमीन त्याच्या नावावर आहे ती त्याला वडिलोपार्जित हक्काने मिळाली आहे. – या वाक्यात, 'आज जी जमीन त्याच्या नावावर आहे' हे गौण वाक्य, प्रधान वाक्यातील 'ती' या कर्माबद्दल अधिक माहिती देत असल्यामुळे येथे विशेषणवाक्य ठरते.

३) आज जे दिवाळी अंक निघतात ते १९०९ साली 'मासिक मनोरंजन' ने काढलेल्या दिवाळी अंकाचे वंशज आहेत.

– या ठिकाणी 'आज जे दिवाळी अंक निघतात' हे गौणवाक्य आह. 'ते' या कर्माबद्दल अधिक माहिती देत असल्यामुळे सदर गौणवाक्य विशेषणवाक्य ठरते.

३) **क्रियाविशेषण वाक्य –**

जे गौणवाक्य प्रधानवाक्यातील क्रियापद, विशेषण किंवा क्रियाविशेषण यांच्याबद्दल विशेष माहिती सांगते त्याला क्रियाविशेषण वाक्य म्हणतात. हे वाक्य स्थल, काल, रीत, संकेत, कारण, परिणाम याविषयी अधिक भर घालते.

१) **स्थलवाचक –** जेथे-तेथे, जिकडे-तिकडे.

उदा. आज जिकडे पहावे तिकडे दंगा, मारामाऱ्या, खून अशीच परिस्थिती आहे.

२) **कालवाचक –** जेव्हा-तेव्हा, ज्यावेळेस-त्यावेळेस, जोपर्यंत-तोपर्यंत.

उदा. जोपर्यंत मी येत नाही तोपर्यंत तू झोपू नकोस.

३) **रीतिवाचक –** जसे-तसे, ज्याप्रकारे-त्याप्रकारे. पालक मुलांवर ज्याप्रकारे संस्कार करतात त्याप्रकारे मुले मोठेपणी वागतात.

४) **कार्यकारणदर्शक –** ज्यामुळे-त्यामुळे, ज्याअर्थी-त्याअर्थी.

उदा. ज्या पुस्तकामुळे त्याला पैसा मिळाला त्या पुस्तकामुळे त्याला कीर्तीही मिळाली.

५) **विरोधदर्शक** – जरी-तरी
उदा. जरी ढग जमून आले तरी पाऊस पडत नाही.

६) **संकेतदर्शक** – जर-तर
उदा. जर सचोटीने व्यवसाय केला तर फायदा होतो.

७) **कारणदर्शक** – की.
उदा. तो इतका वेळ खेळला की अखेर दमून झोपी गेला.

८) **उद्देशदर्शक** – म्हणून. (म्हणून अव्ययाने उद्देश सूचित असेल तर ते मिश्र वाक्य असते.)
उदा. परीक्षेत पहिला नंबर यावा म्हणून त्याने कसून अभ्यास केला.

पुढे काही मिश्रवाक्ये उदाहरणादाखल दिली आहेत –

१) जितके आपल्या विचारांना महत्त्व आहे तितकेच आपल्या भावनांनाही आहे.
२) जर आज चांगले बीज पेरले तर उद्या चांगले पीक येईल.
३) जेव्हा मी तुला वीस हजार रुपये देईन तेव्हा तू दूरदर्शन संच विकत घे.
४) जिकडे जावे तिकडे माझी भावंडे आहेत.
५) ज्या ठिकाणी श्रद्धा आहे त्याठिकाणी यश येतेच.
६) तू जसे गायनाचे प्रशिक्षण घेत आहेस तसेच अभिनयाचेही घे.
७) ती इतकी रडली की तिचे डोळे सुजले.
८) जसजसे शैक्षणिक वर्ष पुढे सरकते तसतसे वार्षिक परीक्षेचे वेध लागतात.
९) जरी एखादा प्रामाणिकपणाने वागला तरी लोक त्याला त्रास देतात.
१०) ज्याअर्थी तू इतका दुःखी आहेस त्याअर्थी काहीतरी घडलेच असले पाहिजे.
११) गुरुमहाराज म्हणाले, की प्रत्येकाने चित्तशुद्धीसाठी आत्मपरीक्षण करावे.
१२) दिव्यत्वाची जेथे प्रचीती तेथे कर माझे जुळती.
१३) बुद्धी तल्लख व्हावी म्हणून आम्ही योगासने करतो.
१४) त्याला खोकला आला कारण तो पावसात भिजला होता.
१५) मी काल जो मुलगा पाहिला तो हा.
१६) बाबा म्हणाले, की कोलकाता हे एक प्रचंड मोठे शहर आहे.

संयुक्त वाक्य

संयुक्त वाक्यात दोन केवलवाक्ये, दोन मिश्रवाक्ये किंवा केवल-मिश्र (एक केवल-एक मिश्र) वाक्य प्रधानत्वबोधक उभयान्वयी अव्ययांनी जोडलेली असतात. यावरून संयुक्त वाक्याचे तीन प्रकार पडतात.

१) केवल संयुक्त (केवल + केवल)
२) मिश्र संयुक्त (मिश्र + मिश्र)
३) केवल-मिश्र संयुक्त (केवल + मिश्र)

मिश्र वाक्यात एकच वाक्य मुख्य असते. बाकीची सर्व वाक्ये गौण असतात. संयुक्त वाक्यात दोन किंवा अधिक (म्हणजे सर्व) वाक्ये प्रधानवाक्ये असतात. ती सर्व समान पातळीवर महत्त्वाची असतात. म्हणून संयुक्त वाक्यांमध्ये ज्या दोन किंवा अधिक वाक्यांचा संयोग झालेला असतो त्या वाक्यांना समानाधिकरण वाक्ये किंवा समानवाक्ये असे म्हणतात. - 'प्रयत्नाशिवाय यश नाही म्हणून तुम्ही अभ्यास करावा.' या वाक्यात एकापेक्षा अधिक प्रधान उद्देश्ये आणि एकापेक्षा अधिक प्रधान विधेये आलेली आहेत.

१) **केवल संयुक्त वाक्य** - (केवल + केवल यांचा संयोग)

उदा. १) मी रोज सकाळी लवकर उठतो व टेकडीवर फिरायला जातो.

२) प्रणव शास्त्रशाखेत प्रवेश घेईल किंवा कलाशाखेत प्रवेश घेईल.

वरील दोन्ही वाक्यांत प्रत्येकी दोन विधाने आहेत. प्रत्येक विधान हे स्वतंत्र केवल वाक्य आहे. पहिल्या वाक्यातील दोन्ही वाक्ये **'व'** ह्या समुच्चयबोधक उभयान्वयी अव्ययाने जोडली आहेत; तर दुसऱ्या वाक्यातील दोन स्वतंत्र वाक्ये **'किंवा'** या विकल्पबोधक उभयान्वयी अव्ययाने जोडली आहेत. 'व', 'किंवा' ही प्रधानत्वबोधक उभयान्वयी अव्यये आहेत. म्हणजे दोन किंवा अधिक केवलवाक्ये एकत्र येऊन तयार होणाऱ्या संयुक्त वाक्याला केवल संयुक्त वाक्य म्हणतात.

२) **मिश्र संयुक्त वाक्य** – (मिश्र + मिश्र यांचा संयोग)

या प्रकारात दोन किंवा अधिक मिश्र वाक्ये एकत्र येतात. मिश्र संयुक्त वाक्यामध्ये कमीत कमी दोन प्रधान वाक्ये असणे आवश्यक असते व त्यातील प्रत्येक वाक्यामध्ये मिश्रवाक्य असणे हेही आवश्यक असते.

उदा. जो श्रीमंत असतो त्याला विद्येची गोडी नसते आणि ज्याला विद्येची गोडी असते त्याला आर्थिक अनुकूलता नसते.

– वरील वाक्यात दोन स्वतंत्र मिश्र वाक्ये **'आणि'** या समुच्चयबोधक उभयान्वयी अव्ययाने जोडली आहेत.

३) **केवल–मिश्र संयुक्त वाक्य –** (केवल + मिश्र यांचा संयोग)

जेव्हा संयुक्त वाक्यातील एखादे तरी प्रधान वाक्य 'केवल वाक्य' असते व एखादे तरी प्रधान वाक्य 'मिश्र वाक्य' असते तेव्हा 'केवल–मिश्र' संयुक्त वाक्य बनते.

उदा. तुम्ही स्वत: या किंवा तुमचे वडील आले तरी चालतील.

– वरील वाक्यात **'तुम्ही स्वत: या'** हे **केवलवाक्य** आहे. **'तुमचे वडील आले तरी चालतील.'** हे **मिश्रवाक्य** आहे. ही दोन्ही वाक्ये **'किंवा'** या **विकल्पबोधक उभयान्वयी अव्ययाने** जोडली आहेत, म्हणून हे **'केवल–मिश्र'** संयुक्त वाक्य झाले आहे.

संयुक्त वाक्ये ज्या प्रधानत्वसूचक उभयान्वयी अव्ययांनी जोडली जातात त्या अव्ययांचे चार प्रकार पडतात. **समुच्चयबोधक, विकल्पबोधक, न्यूनत्वबोधक, परिणामबोधक** हे ते चार प्रकार होत.

अ) **समुच्चयबोधक** – आणि, व, आणखी.

उदा. १) सोसाट्याचा वारा आला आणि पाऊस गेला.

२) तू व मी मिळून हे काम पूर्ण करू.

३) मी रोज सांगतोय तुला, आणखी किती वेळा सांगू?

आ) **विकल्पबोधक –** किंवा, अथवा, अगर, वा.

उदा. १) ती बातमी खरी असेल **किंवा** खोटी असेल.

२) त्याला **अगर** तिला हे काम सांगितले पाहिजे.

३) त्या नाट्यगृहात रोज दोन **अथवा** तीन प्रयोग होतात.

४) फुले **वा** फळे यांचे चित्र काढ.

इ) **न्यूनत्वबोधक –** पण, परंतु, बाकी.

उदा. १) मी कार्यक्रमास आलो असतो **पण** मी आजारी आहे.

२) सगळे खूष होते, **बाकी** एक तूच काय तो उदास होतास.

३) मी खूप पदार्थ खाल्ले **परंतु** माझे पोट भरले नाही.

ई) **परिणामबोधक –** म्हणून, अतएव, सबब.

म्हणून अव्ययाने परिणाम सूचित होत असेल तर ते संयुक्त वाक्य असते.

उदा. १) आम्ही प्रयत्नात कमी पडलो **म्हणून** आम्ही यशस्वी झालो नाही.

२) संस्कृत व्याकरणावरील नवीन पुस्तकांची गरज होती, **अतएव** त्या प्रकाशनसंस्थेने, संस्कृत व्याकरणाची ५ पुस्तके प्रकाशित केली.

३) काल पावसामुळे गाड्या रद्द झाल्या **सबब** मला नाशिकला जाता आले नाही.

संयुक्त वाक्यांची काही उदाहरणे –

१) शाळेत **आणि** घरी सारख्याच शिस्तीने वागावे.

२) सण-उत्सव आनंद देतात **पण** गरीब लोकांचे खर्चामुळे कंबरडे मोडते.

३) तू आज ये **किंवा** उद्या ये.

४) तुला मी पैसे दिले असते पण माझ्याकडे पैसे शिल्लक नाहीत.

५) माझा अभ्यास तयार नव्हता **म्हणून** मी परीक्षेस बसलो नाही.

६) वसंत ऋतू सुरू झाला **आणि** कोकिळेला कंठ फुटला.

७) त्याने गुन्हा कबूल केला **सबब** त्याची शिक्षा कमी झाली.

८) रामभाईंनी गरिबांना अन्न, कपडे **व** पैसे वाटले. (तीन प्रधान वाक्ये असलेले हे एक संयुक्त वाक्य आहे. कारण अन्न, कपडे, पैसे अशी तीन कर्मपदे त्यात आहेत.)

९) संपतरावांनी पेसा मिळवला **पण** तो काळाबाजार करून.

१०) माणूस विज्ञानाच्या जवळ गेला **परंतु** निसर्गापासून तो दूर जाऊ लागला.

११) मी यावर्षी नवीन घर **वा** नवीन गाडी घेणार आहे.

१२) सकाळ **अगर** केसरी यापैकी एक मराठी वृत्तपत्र मी रोज वाचतेच.

१३) नदीकाठी राहणाऱ्या लोकांना पुराचा धोका आहे **सबब** सर्वांनी स्थलांतर करावे.

१४) नाटक **आणि** सिनेमा मला सारखेच आवडतात.

१५) ते चांगले खेळले नाहीत **म्हणून** ते सामना हरले.

पुढे काही **वाक्यांचे रूपांतर** करून दाखविले आहे.

१) मी जेव्हा रेल्वे स्टेशनवर पोहचलो तेव्हा गाडी आली.

वरील मिश्र वाक्याचे केवल वाक्य व संयुक्त वाक्य करा.

केवल वाक्य – मी रेल्वे स्टेशनवर पोहचल्यावर गाडी आली.

संयुक्त वाक्य – मी रेल्वे स्टेशनवर पोहचलो आणि गाडी आली.

२) त्याने आपला अपराध कबूल केला.
वरील केवल वाक्याचे मिश्र वाक्य करा.
आपण अपराधी आहोत हे त्याने कबूल केले.

३) पावसाळा संपला पण पाऊस पडला नाही.
वरील संयुक्त वाक्याचे मिश्र वाक्य करा.
पावसाळा संपला तरी पाऊस पडला नाही.

४) मला काम असल्यामुळे मी गावाला जाणार नाही.
वरील केवल वाक्याचे मिश्रवाक्य व संयुक्त वाक्य करा.
मिश्रवाक्य – मी गावाला जाणार नाही कारण मला काम आहे.
संयुक्त वाक्य – मला काम आहे म्हणून मी गावाला जाणार नाही.

५) शरदाच्या चांदण्यात गुलमोहर सुंदर दिसतो.
वरील केवल वाक्याचे मिश्र वाक्य व संयुक्त वाक्य करा.
मिश्र वाक्य – जेव्हा शरदाचे चांदणे पडते तेव्हा गुलमोहर सुंदर दिसतो.
संयुक्त वाक्य – शरदाचे चांदणे पडते आणि गुलमोहर सुंदर दिसतो.

६) सूर्यकिरणांनी सारी सृष्टी न्हाऊन निघाली.
वरील केवल वाक्याचे मिश्र वाक्यात व संयुक्त वाक्यात रूपांतर करा.
मिश्र वाक्य – जेव्हा सूर्यकिरण आले तेव्हा सारी सृष्टी न्हाऊन निघाली.
संयुक्त वाक्य – सूर्यकिरण आले आणि सारी सृष्टी न्हाऊन निघाली.

७) मी दहा निरोप पाठवले तरी तो आला नाही.
वरील मिश्र वाक्याचे केवल वाक्यात व संयुक्त वाक्यात रूपांतर करा.
केवल वाक्य – मी दहा निरोप पाठवूनही तो आला नाही.
संयुक्त वाक्य – मी दहा निरोप पाठवले पण तो आला नाही.

८) जो लवकर उठतो तो माणूस दिवसभर ताजातवाना राहतो.
वरील मिश्र वाक्यांचे केवल वाक्यात रूपांतर करा.
लवकर उठणारा माणूस दिवसभर ताजातवाना राहतो.

९) तू खोटे बोलू नयेस.
वरील केवल वाक्याचे मिश्र वाक्यात रूपांतर करा.
मिश्र वाक्य – जे खोटे असेल ते तू बोलू नयेस.

१०) दयाळू माणसे धर्माने वागणारी असतात.

वरील केवल वाक्याचे मिश्र वाक्यात रूपांतर करा.

मिश्र वाक्य – जी माणसे दयाळू असतात ती धर्माने वागणारी असतात. वाक्यप्रकारांच्या संपूर्ण विवेचनात जागोजागी उदाहरणासाठी अनेक वाक्ये घेतली आहेत. त्यांचेही उचित अशा (दुसऱ्या वाक्यप्रकारात) वाक्यप्रकारात रूपांतर करून पहावे. या सरावामुळे विद्यार्थ्यांना वाक्यरूपांतर करणे सहज जमू लागेल.

४.४ : शुद्धलेखन

भाषेमध्ये शुद्धलेखनाचे अत्यंत महत्त्व आहे. शब्दयोजना, लिंग, वचन, वाक्यरचना, ऱ्हस्वदीर्घ इकार–उकार अशा अनेक पैलूंनी लेखनाची शुद्धता पडताळता येते. शुद्धलखेनावरून आपले वाचन किती आहे हे कळते. निरीक्षण सामर्थ्य किती आहे हेही समजते. शुद्ध लिखाणातल्या शब्दांवर सारखी नजर फिरल्यामुळे शुद्ध लेखनाचे सखोल ज्ञान होते.

शुद्धलेखनात एक बाजू उपपत्तीची तर दुसरी बाजू व्यवहाराची असते. १९४७ साली मुंबई विद्यापीठाने 'मराठी शुद्धलेखन' या नावाची पुस्तिका प्रसिद्ध केली. त्यात म्हटले आहे, ''**सुसंस्कृत शिष्टांचे सभोचित (non-colloquial) भाषण हेच शुद्धलेखनाचे** प्राणभूत तत्त्व समजावे. शुद्धलेखनास व्युत्पत्ती, भाषेचा स्वभाव, मान्य ग्रंथातील प्रयोग वगैरे गोष्टी साह्यभूत ठरतात. शुद्धलेखनाचे नियम प्रमाणभाषेवर आधारलेले असतात आणि व्यवहार नियमांवर व प्रमाणभाषेवर आधारलेला असतो. '**शुद्धलेखनाचे निकष**' म्हणून पुढील गोष्टींचा विचार केला जातो. १) उच्चार २) शिष्टांचे सभोचित भाषण ३) व्युत्पत्ती ४) व्याकरण ५) परंपरा ६) शिष्टांचा आचार ७) लोकव्यवहार ८) उपयुक्तता ९) मराठीचा स्वभाव १०) मान्य ग्रांथिक प्रयोग.

शुद्धलेखन व्याकरणाचे अनुसरण करते. **व्याकरणातील नियमांना अनुसक्षपन केलेले निर्दोष लेखन म्हणजे शुद्धलेखन.** शुद्धलेखनाचे नियम प्रमाणभाषेवर अवलंबून असतात आणि **प्रमाणभाषा प्रवाही नि परिवर्तनशील असते**; त्यामुळे प्रमाणभाषा बदलली की शुद्धलेखनाचे नियम बदलतात. त्यामुळे शुद्धलेखनाच्या क्षेत्राला निश्चित सीमा नसतात. नवीन नियमांची भर पडणे, काही नियम कालबाह्य होणे हे घडतच राहते. सुधारून वाढवलेल्या महामंडळाच्या शासनमान्य नियमांना सार्वत्रिक मान्यताही मिळालेली आहे. भाषेतील शुद्धाशुद्धाचा विचार हा भाषेच्या मूळ स्वभावाचाच एक अपरिहार्य परिणाम असतो.

उच्चारानुसार लिहिणे, बोलीभाषेचा लेखनातही सर्रास वापर करणे, प्रमाणभाषेपासून दूर जाणे, इतर वंशाच्या भाषांमधील शब्द भाषेत शिरणे ही, भाषा अशुद्ध बनण्याची काही कारणे आहेत. लेखनाचा संबंध एकीकडून उच्चाराशी व दुसरीकडून त्या भाषेने स्वीकारलेल्या लिपीशी असतो. लिपीच्या मर्यादा लक्षात घेऊन शुद्धलेखनाचा विचार केला जातो. बोलण्यातील बदल स्थिर व मान्य होऊ लागल्यावर त्यांची नोंद घेणे, ही शुद्धलेखनामागची भूमिका असते.

मराठी साहित्य महामंडळाने शुद्धलेखन नियमावली करताना **चार भाग** केले आहेत.

१) अनुस्वार

२) ऱ्हस्वदीर्घ

३) सामान्य रूप

४) इतर किरकोळ नियम

या चारही भागात शुद्धलेखनाचे अनेक नियम केलेले दिसतात. प्रस्तुत विवेचनात हे नियम आधारभूत मानून; विविध नियम - उपनियमांच्या माध्यमातून शुद्ध लेखन कसे करावे याचा विचार केला आहे. स्पष्टीकरणार्थ विविध उचित उदाहरणे घेतली आहेत.

अनुस्वार –

शब्दातील एखाद्या अक्षरावर दिलेला शीर्षबिंदू म्हणजे अनुस्वार. अनुस्वाराने उच्चाराचा आणि उच्चारचिन्हांचा निर्देश होतो.

१) ज्या अक्षराचा उच्चार नाकातून स्पष्टपणे होतो त्या अक्षरावर म्हणजेच पष्टोच्चारित अनुनासिकाबद्दल शीर्षबिंदू द्यावा. **उदा.** - पंखा, कंठ, संत, बंब, आंबा, संघात, संगणक, घंटा, निबंध इत्यादी. अनुनासिकाबद्दल **'परसवर्ण'** लिहिले तरी चालतात उदा. पङ्खा, टङ्क, कण्ठ, सन्त, घण्टा, बम्ब, सङ्गणक, आम्बा, निबन्ध. मात्र हे शब्द सामान्यपणे शिरोबिंदू देऊनच लिहिण्याचा प्रघात आहे. अर्थभेद स्पष्ट करण्यासाठी मात्र परसवर्णच लिहावेत. **उदा.** शालांत (अनेक शाळांमध्ये) शालान्त (शाळेच्या शेवटची परीक्षा), वृत्तांत (अनेक बातम्यांमध्ये) वृत्तान्त (हकीकत), सिद्धांत (सिद्ध पुरुषांमध्ये) सिद्धान्त (तत्त्व, सार)

२) य, र, ल, व, श, ष, स, ह यांच्या पूर्वी येणाऱ्या अनुस्वारांबद्दल संस्कृतप्रमाणे केवळ शीर्षबिंदूच देण्यात येतो.

उदा. संसार, संरक्षण, संयम, सिंह, मांस, संहार, सारांश, अंश, संवाद, कंस.

३) नामांच्या व सर्वनामांच्या अनेकवचनी सामान्यरूपांवर विभक्तिप्रत्यय व शब्दयोगी अव्यय लावताना अनुस्वार द्यावा.

उदा. मुलांनी, लोकांना, घरांसाठी, झाडांखाली, माणसांसमोर, खेड्यांमध्ये, शिक्षकांचा.

४) मात्रेऐवजी **'दीर्घ अ'** असा उच्चार दाखविण्यासाठी शब्दान्ती येणाऱ्या 'अ' वर शीर्षबिंदू देण्याची पद्धत आहे.

उदा. फुले, झाडे याऐवजी फुलं, झाडं. माणसे याऐवजी माणसं असे लिहिले जाते. या प्रकारात स्पष्ट अनुनासिक उच्चार नसतो.

५) स्वरादी नासोच्चारात शीर्षबिंदू देतात.

उदा. भों ऽ ऽ भों, सूं ऽ सूं, बें ऽ बें.

६) शुद्धलेखनाच्या जुन्या नियमांनुसार पूर्वी ज्या शब्दांवर अनुस्वार दिले जात ते आता देऊ नयेत. उदा. नांव, पांच, गांव, यासाठीं, गहूं, कांही, जेंव्हा-तेंव्हा, कांटा, झोंप अशा शब्दातील अनुस्वार नामशेष झाले आहेत. (नवीन नियमानुसार ते अनुस्वार देऊ नयेत.)

७) जेव्हा नासोच्चार, संदर्भाशी बद्ध नसेल तेव्हा शिरोबिंदूने लेखन करता येत नाही. उदा. 'इन्किलाब' हा शब्द इंकिलाब असा लिहिता येणार नाही. कारण 'न'चा नासोच्चार पुढील 'क' संदर्भाशी बद्ध नाही. 'तन्मणी' शब्दात 'त' वर शिरोबिंदू (शीर्षबिंदू) देऊन चालणार नाही. स्पष्टोच्चारित अनुनासिक व्यंजन शिरोबिंदू ऐवजी तत्संबंधित चिन्हाने दाखविले जाते, हेही वरीलउदाहरणांतून स्पष्ट होते.

ऱ्हस्वदीर्घ –

ऱ्हस्वदीर्घाचा विचार प्रामुख्याने 'इ-उ' या स्वरांबद्दलच करावा लागतो.

१) तत्सम 'ऱ्हस्व' इकारान्त आणि उकारान्त शब्द मराठीत दीर्घान्त लिहावेत.

उदा. कवी, गती, भानू, गुरू, प्रीती, साधू तत्सम शब्दांशिवाय इतर शब्दांच्या अंती येणारा इकार-उकार ही दीर्घ लिहितात. उदा. पैलू, भीती, लाडू, जादू, मस्ती.

वरील दोन्ही नियमांना अपवाद –

अ) 'आणि', 'नि' ही उभयान्वयी अव्यये ऱ्हस्वान्त लिहावीत.

आ) तथापि, परंतु, अद्यापि, अति, इति, कदापि, किंतु, यद्यपि, यथाशक्ति, तत्रापि, संप्रति ही अव्यये ऱ्हस्वान्त लिहावीत.

२) सामासिक, साधित शब्दांत पूर्वपदी इकार-उकार असल्यास ते ऱ्हस्व लिहावेत. **उदा**. गतिमान, कविसृष्टी, अग्निभय, शक्तिशाली, गुणिजन, विद्यार्थिदशा, रविवार, प्राणिसंग्रहालय, पक्षिगण, प्रभुवर, बुद्धिशील, लघुकथा पण सामासिक शब्दांत प्रथमपदी तत्सम दीर्घान्त शब्द असल्यास संस्कृतप्रमाणे तो दीर्घान्तच ठेवला जातो. **उदा**. लक्ष्मीकांत, दासीजन, पृथ्वीतल, भगिनीमंडळ, वाणीवैभव, वधूपरीक्षा, नदीकिनारा.

३) मराठीत एकाक्षरी शब्दातील इ-कार, उ-कार दीर्घ उच्चारला जात असल्यामुळे तो दीर्घ लिहितात.
उदा. मी, तू, ही, ती, जी, की.

४) व्यक्तींची, स्थळांची, संस्थांची वगैरे नावे मूळ संस्कृतमध्ये ऱ्हस्वान्त असली तरी मराठीत ती दीर्घान्त लिहावीत.
उदा. हरी, संधी, कुलगुरू, विभक्ती.

५) दीर्घ ई-कारान्त व ऊ-कारान्त शब्दांचे उपान्त्य इकार-उकार ऱ्हस्व लिहावेत.
उदा. गरिबी, माहिती, हुतुतू, महिना, सरिता, गुणी, वकिली.
अपवाद नीती, भीती, लीला, पूर्ती, कीर्ती, मूर्ती.

६) मराठी शब्दांतील अकारान्तापूर्वीचे इकार-उकार दीर्घ लिहावेत.
उदा. खीर, पीठ, कठीण, विहीर, मूल, सून, जमीन, वसूल, वकील, वीट, चूल, सूर.

७) तत्सम शब्दातील अकारान्तापूर्वीचे इकार-उकार मूळ संस्कृतप्रमाणे ऱ्हस्व लिहावेत.
उदा. गुण, विष, प्रिय, तरुण, चतुर, मंदिर, शिव, चलित, मधुर, कुसुम, स्थानिक, प्रचुर, परिचित.

८) तत्सम शब्दांतील उपान्त्य अक्षरे दीर्घ असतील तर ती दीर्घच ठेवावीत.
उदा. संगीत, नवीन, पूर्व, चूर्ण, क्रीडा, नीच, परीक्षा.

९) मराठी शब्दातील अनुस्वार, विसर्ग, जोडाक्षर यांच्यापूर्वीचे इकार-उकार बहुतेक वेळा ऱ्हस्व असतात.
उदा. भिंग, सुंठ, विस्तव, नि:पक्षपाती, चविष्ट, चिंच, भिल्ल, सुन्न.

१०) शब्दाच्या अंती जर जोडाक्षर नसेल तर त्याच्या उपान्त्य अक्षरातील 'इ' व 'उ' हे स्वर दीर्घ असतात.
उदा. तीळ, दूध, तूप, भूक.

११) शब्दसिद्धीमध्ये नामाला लागलेला मूळ प्रत्यय 'इक' असेल तर तो शब्द ऱ्हस्व लिहावा.

उदा. सामाजिक, धार्मिक, ऐतिहासिक, शैक्षणिक, मानसिक, शारीरिक.

सामान्यरुप –

१) उपान्त्य दीर्घ ई–ऊ असलेल्या शब्दांचा उपान्त्य इकार–उकार उभयवचनी सामान्यरूपाच्या वेळी ऱ्हस्व लिहिला जातो.

उदा. गरीब–गरिबास, सून–सुनेला, नागपूर–नागपुरास, बहीण–बहिणीला, जीभ–जिभेला, चूल–चुलीपुढे या नियमाला दीर्घोपान्त्य तत्सम शब्द **अपवाद** आहेत. **उदा**. शरीरात, जीवास, सूत्रात, पूर्वेकडे, परीक्षेसाठी.

२) शब्दाचे उपान्त्य अक्षर 'ई' किंवा 'ऊ' असेल तर सामान्यरूपात 'ई'च्या जागी 'य' येतो 'ऊ'च्या जागी 'व' येतो.

उदा. देऊळ–देवळात, पाऊस–पा**व**सात, पाऊल–पा**व**लाने, फाईल–फा**य**लीत, बाईल–बा**य**लीचा, पाईप–पा**य**पात.

३) **एकारान्त** नामाचे सामान्यरूप **याकारान्त** करावे. **उदा**. राहणे – राह**ण्यास**, पोह**णे**–पोह**ण्यास**, रानडे–रान**ड्यां**नी.

४) पुल्लिंगी शब्दांच्या शेवटी 'सा' असल्यास सामान्य रुपाच्या वेळी 'शा' होतो. **उदा. पैसा–पैशा**चा, **रस्सा–रश्शा**त, **घसा–घशा**चे, मा**सा**–मा**शा**ची, **ठसा–ठशा**ला.

पुल्लिंगी शब्दाच्या शेवटी **'जा'** आल्यास तो तसाच राहतो. **उदा**. मां**जा**–मां**जा**ची, गां**जा** – गां**जा**चा.

५) शब्दाच्या मधल्या अक्षरात **'क'**, **'प'** हे अक्षर दोनदा असेल तर सामान्य रुपाच्या वेळी एक **'क'**, **'प'** निघून जातो. **उदा**. र**क्क**म–र**क**मेचा, दु**प्प**ट–दु**प**टीने. टि**प्प**ण, टि**प**णात.

६) विशेषनामात अन्ती **'ई'**, **'ऊ'** असेल तर त्याचे सामान्यरूप होताना दीर्घ 'ई', 'ऊ'च कायम राहतात. **उदा**. रघू– रघूला, मालती–मालतीने, डहाणू–डहाणूत

काही इतर नियम –

१) एखाद्या गावाच्या नावातले **'पूर'** दीर्घ लिहावे. नागपूर, कोल्हापूर, देवपूर, तारापूर, इंदापूर, संबळपूर, आनंदपूर.

२) काही विशिष्ट शब्द जशा पद्धतीने लिहिण्याचा प्रघात आहे तसेच ते शुद्ध

समजले जातात. **उदा. कोणची** न लिहिता **कोणती** असे लिहावे.
एकादा न लिहिता **एखादा** लिहावे.

३) हळूहळू, मुसूमुसू, रुखूठुकू या प्रकारच्या शब्दांमध्ये दुसरे व चौथे अक्षर दीर्घ लिहावे. मात्र नादानुकारी पुनरुक्त शब्द ऱ्हस्व लिहावेत. उदा. लुटुलुटु, दुडुदुडु, मुटुमुटु.

४) दुहेरी अवतरण चिन्हात एखाद्याच्या तोंडचे उद्‌गार तसेच लिहावेत. (शुद्धलेखनाच्या नियमानुसार नसले तरी.) मात्र आपण इतर वेळी ती भाषा वापरू नये.
उदा. पाटील म्हणाले, ''कोन्च्या गावचं व्ह तुमी?''

५) मराठीत रूढ झालेले पुढील तत्सम शब्द अकारान्त लिहावे.
उदा. – क्वचित, कदाचित, तस्मात, विद्वान, परिषद, साक्षात, भगवान, श्रीमान. या शब्दांमध्ये शेवटच्या अक्षराचा पाय मोडू नये.

६) काव्यामध्ये **वृत्तानुसार** ऱ्हस्व-दीर्घ रूप ठेवले असेल तर शुद्धलेखनाचे काटेकोर नियम लावू नयेत.

७) राहणे, पाहणे, वाहणे ही रूपे बरोबर आहेत. ती अन्य प्रकारे (पहाणे, वाहाणे) लिहू नयेत.

८) **ईय** प्रत्यय अनेक तत्सम शब्दांना लागतो.
उदा. भारतीय, स्थानीय, शास्त्रीय, कुटुंबीय
इय प्रत्यय – क्षत्रिय, श्रोत्रिय
ईत प्रत्यय अनेक तत्समेतर शब्दांना लागतो.
उदा. – चकचकीत, खणखणीत, लखलखीत
इत प्रत्यय – **उदा.** पुष्पित, गंधित, कल्पित, त्वरित, उपेक्षित.

आपले लिखाण शुद्ध असावे यासाठी रोज थोडे तरी शुद्ध लिहिण्याची सवय ठेवावी. पुस्तकात पाहून मजकूर लिहिणे, भाषेवर प्रभुत्व असणाऱ्यांचे बोलणे ऐकून ते लिहिणे, स्वत: स्वतंत्र स्फूर्तीने लिहिणे व नंतर शुद्धलेखनाच्या नियमानुसार ते तपासणे अशा वेगवेगळ्या पद्धती सरावासाठी उपयोगी पडतात.

नियमाप्रमाणे शुद्धलेखन करताना शब्द शुद्ध कसे लिहावेत हे स्पष्ट करण्यासाठी पुढे काही शब्द प्रत्यक्ष लिहून दाखविले आहेत.

(शब्दांचा क्रम आद्याक्षरांनुसार ठेवला आहे.)

अंकित
अंगीकार
अंतर्मुख
अकल्पित
अणू-रेणू
अतींद्रिय
अध:पात
अधुरा
अनिर्णीत
अनुपस्थिती
अभीष्टचिंतन
अवीट
अशिक्षित
अहेतुक
आतिथ्य
आत्मीय
आज्ञांकित
आशीर्वाद
इंद्रिय
इच्छित
ईर्षा-र्ष्या
ईश्वरनिर्मित
उच्चारित
उतावीळ
उत्तीर्ण
उदासीन
उद्धृत
उपजीविका
उर्वरित
उष:काल
उन्ह
ऊहापोह

ऋणाईत
ऋषिपंचमी
एकांकिका
ऐच्छिक
औदासीन्य
औद्योगिक
औपचारिक
कंदील
कणीस
कदापि
कबुतर
करण्यासाठी
करिता
कलियुग
कष्टार्जित
कारकुनी
कारागिरी
काहिली
किरकीर
कुटुंब
कुतूहल
कूपमंडूक
कोट्यधीश
कौतुक
क्षणभंगुर
क्षत्रिय
क्षितिज
खचीत
खजिना
खर्चिक
खुशामत
खेडूत

गनिमी
गाऊन
गालिचा
गिरिजा
गुंतवणूक
गुरुपौर्णिमा
गुलामगिरी
गृहीत
घनश्याम
घोषित
चकित
चक्रवर्ती
चतु:सूत्री
चातुर्वर्ण्य
चाळिशी
चित्रित
चुटपूट
चौऱ्याऐंशी
छापील
जंजीर
जडित
जणू
जन्मभूमी
जवळीक
जागतिक
जात्यभिमान
जामिनकी
जाहिरात
जिवलग
ज्येष्ठत्व
ज्योतिषी
झिमझीम

टापटीप
टिपण
टीका
टुरटूर
ठरावीक
ठीक
डाळिंब
ढेकूळ
तजवीज
तत्त्वनिष्ठ
तथास्तु
तरतूद
तहकूब
तात्कालिक
तार्किक
तिकीट
तिमिर
तिरीप
तीक्ष्ण
तृतीया
त्रिकूट
थिएटर
दक्षिणा
दांभिक
दागिना
दिलगिरी
दीक्षित
दीपिका
दीर्घायुषी
दु:सह
दुरभिमान
दुर्गुण

दुर्बीण
दूरचित्रवाणी
दृढप्रतिज्ञा
ज्ञानपीठ
द्वितीय
धनिक
धरित्री
धिटाई
धूमकेतू
ध्वनिक्षेपक
नगरपालिका
नलिनी
नागरिक
नागीण
नामांकित
नावीन्य
नि:संदिग्ध
नि:स्पृह
निगडित
निमंत्रित
निरीक्षण
निरूपण
निर्णीत
निर्भर्त्सना
निष्क्रिय
नीतिमान
नैमित्तिक
न्यायाधीश
पंचेंद्रिय
पंडित
पत्रिका
परकीय

परिपूर्ती
परिस्थिती
पलिकडे
पाकीट
पाठिराखा
पारितोषिक
पिळदार
पुन:पुन्हा
पुलकित
पूर्वग्रहदूषित
पूर्वपीठिका
प्रकाशित
प्रचिती
प्रतिनिधी
प्रतीक
प्राचुर्य
प्राप्तिकर
प्रामाणिक
प्रावीण्य
प्रोत्साहित
फलद्रूप
फलित
फिकीर
फीट
फुटीर
फुलपाखरू
बंदिशाला
बत्तिशी
बहिर्मुख
बहुश्रुत
बांधिलकी
बालिश

बीभत्स	यथोचित	विचलित
बुलबूल	यांत्रिक	विचारपूस
भक्तिमार्ग	युगानुयुगे	विदीर्ण
भगीरथ	योगिनी	विद्यार्थिगृह
भरपूर	रंगीत	विनामूल्य
भाषिक	रविवार	विपरीत
भीष्मप्रतिज्ञा	रसभरित	विरहाकुल
भुरभुरीत	रहिवासी	विलीनीकरण
भूकंप	रागिणी	विविध
मंजूर	राजकीय	विशिष्ट
मंदिर	राष्ट्रीयीकरण	विसर्जित
मठाधीश	रुचिर	विहित
मताधिकार	रुणुझुणू	विहीर
मथितार्थ	रोमंचित	वीज
मधुसूदन	रोहिणी	वृद्धिंगत
मन:स्थिती	लक्षाधीश	वेदान्त
मर्यादित	लग्नपत्रिका	वैकल्पित
मलिन	लघुतम	व्यक्तिचित्र
मसुदा	लवचीक	शकुन
महिषासुरमर्दिनी	लिखित	शक्तिमान
माणुसकी	लीलावती	शनिवार
मातृभूमी	लुडबूड	शशिकला
मामुली	लेकुरवाळा	शापित
मार्गप्रतीक्षा	लोकाभिमुख	शाब्दिक
माहीत	वगैरे	शारीरिक
मुक्तछंद	वडिलोपार्जित	शार्दूलविक्रीडित
मुशाफिरी	वर्गीकरण	शाहिरी
मूलतत्त्व	वर्तणूक	शिथिल
मृत्युंजय	वसतिगृह	शिबिर
मैत्रीण	वागणूक	शुश्रूषा
मोकळीक	वाणिज्य	शैथिल्य
यजुर्वेद	वास्तविक	श्रीमंत

षष्ट्यब्दीपूर्ती	सहानुभूती	सूर्यग्रहण
संकलित	सहिष्णुता	सोशीक
संगीत	सांकेतिक	स्नेहांकित
संग्रहित	सात्त्विक	स्वाभाविक
संधिसाधू	सामुदायिक	हकिकत
संपादित	साहजिक	हस्तिदंत
सक्रिय	साहित्यिक	हिंदुस्थान
सचित्र	सुकीर्ती	हितगूज
सत्ताधीश	सुगंधित	हितेच्छू
सद्य:स्थिती	सुनील	हिरिरी
सपत्नीक	सुपूर्त	हुकुमशाही
समयसूचकता	सुमुहूर्त	हुकूम
सयुक्तिक	सुरळीत	हुबेहूब
सर्वांगीण	सुरक्षित	हृदयस्पर्शी
सलिल (पाणी)	सुसंबद्ध	

४.५ : विरामचिन्हे

बोलताना माणूस वाक्यात गरज असेल तिथे, कधी थोडावेळ तर कधी जास्तवेळ थांबतो. यालाच, बोलण्यात विराम घेणे असे म्हणतात. बोलताना माणूस कधी आश्चर्यचकित होतो, कधी बोलणे अर्धवट सोडतो तर कधी प्रश्न विचारतो; या गोष्टी तो हावभाव, हातवारे, बोलण्यातील चढउतार यांतून साध्य करतो; पण हे सर्व जेव्हा लिखाणातून दाखवायचे असते तेव्हा कोणतीतरी चिन्हे निवडावी लागतात. ही चिन्हे सर्वमान्य व्हावी लागतात. बोलताना आपण मधूनमधून थांबतो, विराम घेतो हेच लेखनात ज्या चिन्हांनी दाखविले जाते त्यांना **'विरामचिन्हे'** असे म्हणतात. विरामचिन्हांचे **दोन प्रकार** केले जातात.

१) विराम दाखविणारी चिन्हे.

२) अर्थ सूचित करणारी चिन्हे

आपल्या मनातील आशय सुस्पष्टपणे व्यक्त करताना वाक्य कुठे संपवायचे याची आपल्याला स्वच्छ कल्पना हवी. आपण दुसऱ्याला प्रश्न विचारला आहे का, आपल्याला आश्चर्य वाटले आहे का इत्यादी गोष्टी कळणेही आवश्यक असते; आणि ते विरामचिन्हांच्या वापरातून साध्य होते.

विरामचिन्हांचे महत्त्व काय आहे हे प्रथम विरामचिन्हे न घालता व नंतर विरामचिन्हे घालून (एकच उतारा दोन्ही प्रकारे) लिहून दाखविले आहे. उतारा काकासाहेब कालेलकरांच्या 'रविंद्र-वीणा' या पुस्तकातील आहे. पृ. ९५ गीत क्र. २५ (पॉप्युलर बुक डेपो. प्रथमावृत्ती जुलै १९६१)

उतारा – (विरामचिन्हे न घालता)

जेव्हा आपण श्रीरामचंद्रकी जय अथवा श्रीकृष्णचंद्रकी जय म्हणतो तेव्हा आपल्या मनात कोणता भाव असतो जगात सर्वत्र भगवंताचेच राज्य आहे ना ज्याच्यापुढे कोणी शत्रूच नाही त्याचा जयजयकार बोलण्यात काय अर्थ आहे ख्रिस्ती लोक आपल्या प्रार्थनेत म्हणतात भगवंता स्वर्गात जसे तुझे राज्य आहे तसे या पृथ्वीवरही होवो अर्थात स्वर्ग ईश्वराचा पण पृथ्वी मात्र अजून त्याची झाली नाही आमच्या प्रार्थनेच्या बळाने ती त्याची व्हावी असाच ख्रिस्ती लोकांचा भाव असला पाहिजे ना

रामकृष्ण परमहंस स्वतःच्या प्रार्थनेत म्हणत असत जगन्माते मी नाही तूच आहेस मी यंत्र आहे तू यंत्र चालविणारी यंत्री आहेस

उतारा (विरामचिन्हे घालून)

जेव्हा आपण 'श्रीरामचंद्रकी जय' अथवा 'श्रीकृष्णचंद्रकी जय' म्हणतो तेव्हा आपल्या मनात कोणता भाव असतो? जगात सर्वत्र भगवंताचेच राज्य आहे ना? ज्याच्यापुढे कोणी शत्रूच नाही त्याचा जयजयकार बोलण्यात काय अर्थ आहे? ख्रिस्ती लोक आपल्या प्रार्थनेत म्हणतात – 'भगवंता, स्वर्गात जसे तुझे राज्य आहे तसे या पृथ्वीवरही होवो.' अर्थात स्वर्ग ईश्वराचा पण पृथ्वी मात्र अजून त्याची झाली नाही. आमच्या प्रार्थनेच्या बळाने ती त्याची व्हावी असाच ख्रिस्ती लोकांचा भाव असला पाहिजे ना!

रामकृष्ण परमहंस स्वतःच्या प्रार्थनेत म्हणत असत, 'जगन्माते, मी नाही; तूच आहेस. मी यंत्र आहे, तू यंत्र चालविणारी यंत्री आहेस.'

विरामचिन्हांचे प्रकार –

१) **पूर्णविराम** – (.)
पूर्णविराम हे चिन्ह एका टिंबाने दर्शवितात.
   अ) लेखनात एखादे वाक्य पूर्ण झाले आहे हे दर्शविण्यासाठी पूर्णविराम या चिन्हाचा वापर करतात.

उदा. रोज संध्याकाळी फिरायला जाणे हा माझा नेमच आहे.

आ) एखाद्या शब्दाचा संक्षेप दाखविण्यासाठीही पूर्णविरामाचा वापर केला जातो.

उदा. सा. न. 'साष्टांग नमस्कार' असे पूर्ण न लिहिता केवळ दोन्ही शब्दांचे पहिले अक्षर लिहून त्यापुढे टिंब दिले आहे. म्हणजे शब्द संक्षेपाने सुचविला आहे. ता.क. म्हणजे ताजा कलम. उ. मा. शि. मंडळ म्हणजे उच्च माध्यमिक शिक्षण मंडळ.

इ) व्यक्तीचे पूर्ण नाव न लिहिता आद्याक्षराने ते दाखविले जाते. तेव्हाही आद्याक्षरापुढे पूर्णविराम देतात.

उदा. मधुकर केशव देशपांडे असे पूर्ण नाव न लिहिता म. के. देशपांडे असे लहिले जाते.

२) अर्धविराम - (;)

दोन वाक्ये जोडताना प्रत्यक्ष उभयान्वयी **अव्यये** न घालता अर्धविराम चिन्हाने ती जोडली जातात.

उदा.१) आम्ही नाटकगृहात पोहचलो ; नाटक सुरू व्हायला अवकाश होता.

२) सोसाट्याचा वारा आला ; पाऊस गेला.

म्हणजे अर्धविराम हे चिन्ह ; असे दिले जाते.

३) स्वल्पविराम / अल्पविराम - (,)

स्वल्पविराम हे चिन्ह , असे दिले जाते.

अ) वाक्यात २-३ वेळा थांबायची गरज असल्यास प्रत्येक उपवाक्यानंतर स्वल्पविराम दिला जातो.

उदा. तुम्ही आमच्या घरी केव्हाही या, थोडा वेळ थांबा, संध्याकाळी उशिरा घरी जा.

आ) एका स्वरूपाचे / जातीचे अनेक शब्द एकानंतर एक लागोपाठ लिहायचे असतील तेव्हा प्रत्येक शब्दानंतर स्वल्पविराम दिला जातो.

उदा. बागेत गुलाबाची, मोगऱ्याची, जास्वंदीची, तगरीची अशी सर्व प्रकारच्या फुलांची झाडे होती.

इ) वाक्यातील संबोधनानंतरही स्वल्पविराम येतो.

उदा. मुलांनो, रस्ता काळजीपूर्वक ओलांडा.

ई) एकेरी किंवा दुहेरी अवतरणचिन्ह सुरू होण्यापूर्वीच्या शब्दानंतरही स्वल्पविराम दिला जातो.

उदा. दुकानदार हसत हसत अभिमानाने म्हणाला, ''मी फक्त स्वदेशी वस्तूच दुकानात ठेवतो.''

३) प्रश्नांची उत्तरे देताना वाक्याच्या सुरुवातीला हो, नाही असे शब्द येतात तिथे स्वल्पविराम येतात.

उदा. १) हो, आम्हाला कालच सभेची सूचना मिळाली.
२) नाही, मी सिनेमाला येणार नाही.

४) **अपूर्णविराम** - (:)

क्रम, तपशील, अधिक स्पष्टीकरण द्यायचे असल्यास अपूर्णविराम दिला जातो.

उदा. १) अतिवृष्टीमुळे पुढील गाड्या रद्द झाल्या आहेत : कन्याकुमारी-मुंबई एक्सप्रेस, हावडा-पुणे आझादहिंद एक्सप्रेस, वाराणसी-पुणे ज्ञानगंगा एक्सप्रेस.

२) ऑगस्ट महिन्यातील सुट्टीचे दिवस: १ ऑगस्ट- लोकमान्य टिळक पुण्यतिथी, ९ ऑगस्ट- क्रांतिदिन, १५ ऑगस्ट- स्वातंत्र्यदिन.

३) भ्रष्टाचार : समाजमनाला लागलेली कीड.

महानुभावीय गद्यपद्यात प्रत्येक वाक्यानंतर अपूर्णविरामाचा उपयोग पूर्णविरामाच्या हेतूने केला जातो. कदाचित पुढचे प्रत्येक वाक्य आधीच्या वाक्याच्या स्पष्टीकरणासारखे येत असावे.

५) **प्रश्नचिन्ह** - (?)

अ) प्रश्नसूचक वाक्याच्या शेवटी प्रश्नचिन्ह येते.

उदा. तुला कोणती पुस्तके आवडतात?

आ) कधीकधी एकाच वाक्यात २-३ ठिकाणीही प्रश्नचिन्हं येतात.

उदा. काय झालंय तुला? बरं वाटत नाही का? डॉक्टरकडे जाऊन आलीस का? असे एकावर एक प्रश्न ती विचारीत होती.

इ) कधी एखाद्या गोष्टीबद्दल संभ्रम, साशंकता असेल तर त्या शब्दाच्या पुढे कंसात प्रश्नचिन्ह वापरले जाते.

उदा. माणसाने माणसासारखे (?) वागावे.

ई) कधी प्रश्नाचे उत्तर आपल्याला हवे असते म्हणून तर कधी उत्तर गृहीत धरून प्रश्न विचारला जातो.

उदा. सुट्टीत कुठे गावाला जाणार आहेस का?(उत्तर मिळणे अपेक्षित) काय मग सुट्टीत खूप मजा करायची ना? (उत्तर गृहीत धरून)

६) उद्गारचिन्ह - (!)

आश्चर्याचा, आनंदाचा, विस्मयाचा, दु:खाचा धक्का बसला; हे दाखविण्यासाठी उद्गारचिन्हाचा वापर केला जातो.

उदा. १) अरे! केवढा पसारा घातलास हा!

२) बापरे! समुद्र किती खवळलाय आज!

३) वा! किती सुंदर आहेत ही फुलं!

कधी कधी आनंद, आश्चर्य, दु:खाच्या भावना अधिक तीव्रतेने, उत्कटतेने व्यक्त करायच्या असतील तर दोन-तीन उद्गारचिन्हेही दिली जातात. उदा.- खरंच! फारच 'विद्वान' आहेस रे तू!!

७) एकेरी अवतरण चिन्ह - (' ')

अ) वाक्यात एखादा शब्द वेगळेपणाने, ठळकपणाने बिंबवायचा असल्यास एकेरी अवतरणाने दाखवितात.

उदा. आमच्या घराचे नाव 'स्वस्तिश्री' आहे.

आ) दुसऱ्याचे विचार अप्रत्यक्षपणे नोंदवायचे असल्यास एकेरी अवतरण चिन्ह वापरतात.

उदा. 'अहिंसा हा परमधर्म आहे' असे गांधीजी म्हणत असत.

८) दुहेरी अवतरण चिन्ह - (" ")

एखाद्या व्यक्तीच्या तोंडचे उद्गार जसेच्या तसे उद्धृत करायचे असल्यास दुहेरी अवतरण चिन्हाचा उपयोग केला जातो.

उदा. १) आईनं बजावलं, "अभ्यासासाठी रोज पहाटे पाच वाजता उठायचं आहे."

२) पंतप्रधान आपल्या भाषणात म्हणाले, "अतिरेक्यांची पाळंमुळं उखडून टाकून त्यांची देशातून हकालपट्टी करण्याची वेळ येऊन ठेपली आहे."

९) संयोगचिन्ह - (-)

अ) दोन किंवा अधिक शब्द जोडायचे असल्यास उभयान्वयी अव्यये न वापरता संयोगचिन्ह वापरले जाते.

उदा. १) जात-धर्म यांचा अडसर राष्ट्रविकासात येऊ नये.

२) सुखं-दु:खं ही मानवी जीवनात लपंडाव खेळत असतात.

३) कवितेत चंद्र-सूर्य या प्रतिमा नेहमी येतात.

आ) लिहिताना शब्दाचा अर्धा भाग वरील ओळीत व अर्धा भाग खालील ओळीत गेल्यास संयोगचिन्हाचा वापर करतात.

उदा. पुढील वाक्यातील **इंद्रधनुष्य** शब्दः पाऊस थांबल्यावर थोड्यावेळाने इंद्र-धनुष्याचा रम्य देखावा आकाशात दिसला.

१०) **अपसारण चिन्ह** -- (--)

अपसारण चिन्हाची रेघ संयोग चिन्हाच्या रेघेपेक्षा मोठी/लांब असावी.

अ) आपले म्हणणे अधिक स्पष्ट मांडताना अपसारण चिन्हामध्ये दुसरा शब्द येतो.

उदा. १) मी त्या काळोख्या--अमावस्येच्या--रात्री भुताचा सिनेमा पाहिला.

२) त्या गृहस्थाच्या बोलण्यात गोडी--मार्दव--प्रकर्षाने जाणवत होती. वरील दोन्ही उदाहरणांमध्ये आपले म्हणणे अधिक स्पष्ट करण्यासाठी अपसारण चिन्हाचा वापर केला आहे.

आ) कधी आपल्या विवेचनात अनेक उदाहरणे देताना अपसारण चिन्ह वापरतात.

उदा. या कवितेची वैशिष्ट्ये पुढीलप्रमाणे --

१) उत्कट भावना

२) वत्सल व करुण रसाचा परिपोष

३) अनन्यभक्ती

४) सहजता

इ) आपले बोलणे अर्धवट सोडून द्यायचे असल्यास अपसारण चिन्ह वापरले जाते.

उदा. मी पावसात भिजलो असतो पण -- म्हणजे बोलणाऱ्याला कारण, स्पष्टीकरण अध्याहृत ठेवायचे असते किंवा समोरच्या व्यक्तीला आपले मन फार उघड करून सांगावे असे वाटत नाही. कधी अनिश्चितता दर्शवायची असते, तर कधी काय बोलावे हे सुचत नाही. त्यावेळी अशा स्वरूपाच्या अपसारण चिन्हाचा आधार घेतला जातो.

११) **विवरणचिन्ह** - (:-)

जेव्हा एखाद्या गोष्टीचे उत्तर पुढच्या ओळीत द्यायचे असते किंवा एखादे

उदाहरण पुढच्या वाक्यात द्यायचे असते तेव्हा विवरणचिन्हाचा उपयोग करतात.

उदा. संधींचे तीन प्रकार पुढीलप्रमाणे :-
१) स्वरसंधी २) व्यंजनसंधी ३) विसर्गसंधी.

वरील सर्व विरामचिन्हांशिवाय लेखनात आणखीही काही चिन्हे घालावी लागतात. त्यांचा परामर्श थोडक्यात घेऊ.

१) **विकल्पचिन्ह - (/)**
हा किंवा तो दोन्ही पैकी कोणताही शब्द वापरला तरी चालेल अशा हेतूने दोन्ही शब्द / या विकल्प चिन्हाने दर्शविले जातात.

उदा. १) त्या रौद्र / भीषण वातावरणामुळे मी भयचकित झाले होते.

२) साहित्यिक / वाङ्मयीन भाषा संस्कारित असते.

२) **लोपचिन्ह - (----)**

अ) बोलता बोलता किंवा लिहिता लिहिता पुढचे नीट सांगता येत नाही अशी अवस्था बऱ्याच वेळा येते. तेव्हा बोलताना आपण वाक्य अर्धवट बोलून थांबतो, सुस्कारे टाकतो, केवळ 'हं' असे म्हणतो आणि लिहिताना ---- या चिन्हाचा वापर करतो. अनेक गोष्टी यात अंतर्भूत आहेत असे सुचवायचे असते म्हणून लोपचिन्ह दिले जाते.

उदा. १) रिकाम्या मनाचे खेळ हे असेच ---

२) बोलून बोलून काय बोलायचे नेहमीचेच रडगाणे ---

आ) लोपचिन्ह एखाद्या शब्दाच्या पुनरावृत्तीच्या वेळीही दिले जाते. उदा. लहान मुलाच्या रडण्याचा ट्यँ---ट्यँ---असा आवाज अचानक कानावर आला.

३) **अधोरेखा चिन्ह - ( )**
वाक्यातील एखादा शब्द किंवा परिच्छेदातील एखादे वाक्य मुद्दाम ठसवायचे असेल, त्याकडे वाचकांचे लक्ष वेधायचे असेल तर त्या शब्दाखाली, वाक्याखाली अधोरेखा दिली जाते.

उदा.१) जे वर्तमानकाळात स्वप्नं पाहतात ते भविष्यकाळात सुखी होतात.

२) काही अपरिहार्य कारणामुळे २४ जुलै २००७ रोजी होणारी वक्तृत्व स्पर्धा आता ३ ऑगस्ट २००७ रोजी होईल याची सर्व विद्यार्थ्यांनी नोंद घ्यावी.

अधोरेखा चिन्हाचे कार्य, तेवढा शब्द किंवा तेवढे वाक्य ठळक अथवा मोठ्या अक्षरात लिहूनही साधले जाते.

४) **काकपद चिन्ह** - (⁁)

यालाच त्रुटिपूरक चिन्ह असेही म्हणतात.

चुकून एखादा शब्द वाक्यात लिहायचा राहून गेल्यास संपूर्ण वाक्य खोडून ते पुन्हा लिहिण्यापेक्षा राहून गेलेला शब्द काकपद चिन्हाने ओळीच्यावर लिहिला जातो.

गतिमान

उदा. आजचे जीवन फारच धकाधकीचे, कष्टाचे आणि ⁁ झाले आहे.

कधी ओळीच्या खाली शब्द लिहूनही हे चिन्ह वापरले जाते.

उदा. काल मला ⁁ पत्र मिळाले.

तुझे

५) **फुल्यारूपातले चिन्ह** - (---)

चारचौघात वापरण्यासारखा एखाद्या शब्द नसेल किंवा एखाद्या शब्दाच्या वापराने रसहानी होणार असेल तर लेखनात अशा शब्दाच्या जागी फुल्या (---) हे चिन्ह देणे योग्य ठरते. एखादी शिवी, अपशब्द, असभ्य शब्द टाळण्यासाठी फुल्यांचा वापरत करतात.

उदा. --- आता अभ्यासाला बैस.

वरील वाक्यात फुल्यांच्या जागी कदाचित 'गधड्या', 'घोड्या', 'गाढवा', 'मूर्खा' यापैकी एखादा शब्द वापरायची ऊर्मी असते; पण सामाजिक संकेत पाळला जाऊन प्रत्यक्ष शब्द अध्याहृत ठेऊन फुल्यांचा उपयोग केला जातो. वाचणाऱ्यालाही वास्तव अर्थाचा बोध होतो.

६) **वरीलप्रमाणे मजकूर असे दर्शविणारी चिन्हे** - ('' '')

वरच्याच वाक्यातला, ओळीतला मजकूर खालच्या ओळीत लिहायचा असल्यास '' '' या चिन्हाने तो दर्शविला जातो.

उदा.

१)

बटाटे - १५ रु. किलो
कांदे - '' ''
टोमॅटो - ५ रु. किलो

२)

अनिल शहाणे - उपस्थित
प्रिया ताटे - '' ''
कुणाल भावे - '' ''

७) गोलकंस ( ), चौकोनी कंस [ ] महिरपी कंस { } शब्द जोडणारा कंस या चिन्हांनाही लेखनात अर्थ आहे.

१) आपल्या विवेचनाच्या ओघात अधिक माहितीची भर घालायची असेल तर शब्दाच्या पुढे कंसात तो मजकूर लिहिला जातो.
उदा. मला भारतीय साहित्यिकांप्रमाणे पाश्चात्त्य साहित्यिकांबद्दलही (शेक्सपीअर, शेले, वर्डस्वर्थ इ.) अतिशय आदर वाटतो.

२) एकापेक्षा अनेक कंसांचा वापर करायचा असेल तर मोठ्या चौकोनी कंसात लहान गोल कंस दिले जातात.
उदा. अभंग हा जुना मराठी छंद आहे. [अभंगात मुख्य प्रकार दोन. एक मोठा अभंग (चार चरण) व एक लहान अभंग (दोन चरण) मोठ्या अभंगाचे दोन व लहान अभंगाचे दोन असे उपप्रकार पडतात.]

३) महिरपी कंस गणितात वापरतात. वृत्तांचे उदाहरण देताना वापरतात.
उदा. आर्या { चरण १ व ३ – मात्रा १२
चरण २ व ४ – मात्रा १८ }

लेखनात सजावटीच्या हेतूनेही महिरपी कंस वापरतात.
उदा. आपल्या भागातील **{पुस्तकांचा प्रचंड खजिना}** असलेले एकमेव ग्रंथालय.

४) एखादा शब्द आपल्याकडून चुकून तोडून लिहिला गेला पण तो एकच आहे असे दर्शवायचे असल्यास ⁀ अशाप्रकारे चिन्ह दिले जाते.
उदा. आयुष्यात काय मिळवले, काय गमावले याचा जमा⁀खर्च मांडणे आवश्यक आहे.

८) कधी कधी एखाद्या शब्दातील एखादे अक्षर लांबवून दीर्घ उच्चारायचे असेल तर ऽ ऽ असे चिन्ह वापरतात.
उदा. पेरुवा ऽ ला आ ऽ ऽ ला हो पेरुवा ऽ ला आला ऽ ऽ. घ्या गो ऽ ऽ ड गो ऽ ऽ ड पेरू.

विरामचिन्हांच्या व लेखनातील इतर चिन्हांच्या वापरामुळे लेखनात सुस्पष्टता, नि:संदिग्धता येते

लिहिणारा व वाचणारा, दोघांचेही काम त्यामुळे सुकर, सुलभ होते. म्हणून अशा चिन्हांचा वापर हे लेखनकलेला वरदान आहे. शिवाय ही चिन्हे आशयाच्या सौंदर्यात कुठे काही बाधा आणत नाहीत. म्हणून त्यांचे स्थान कोणी हिरावून घेऊ शकत नाही.

४.६ – वाक्प्रचार व म्हणी

पूर्वसूत्र –

'व्याकरण' हा शब्द मूळ संस्कृत धातू 'कृ' याला 'वि' आणि 'आ'हे उपसर्ग पूर्वी लागून व पुढे 'अन्' (ल्यूट) प्रत्यय लागून सिद्ध झाला आहे. व्याकरण म्हणजे स्पष्टीकरणाचे साधन हा एक अर्थ व स्पष्टीकरण करणारे शास्त्र हा दुसरा अर्थ. स्पष्टीकरणाचे साधन या अर्थाने पाहिले तर वाक्प्रचार हा घटक विचारात घेता येतो. अर्थात हे स्पष्टीकरण नीरस नसून भाषा–सौंदर्य वाढविणारे, मनावर परिणामकारकपणे अर्थ ठसविणारे असते. आधी भाषा बनते व नंतर तिचे व्याकरण ठरते. त्यामुळे भाषा सुंदर बनविणाऱ्या वाक्प्रचार–म्हणींना महत्त्व आहे. वाक्प्रचार म्हणजे वाक्यांश असतो तर म्हणी या स्वतंत्र पूर्ण वाक्य असतात.

वाक्प्रचार –

वाक्प्रचार म्हणजे रूढीने कायम केलेली बोलण्याची पद्धती. व्याकरणाच्या नियमपद्धतीनुसार वाक्प्रचारांची शब्दरचना असावयास पाहिजे असे नाही. समाजजीवनातल्या अनेक घडामोडींची अभिव्यक्ती वाक्प्रचारांतून अनुभव, रुढी, चालीरीती, समजुती या पातळ्यांवर होते. भाषेत असे काही शब्दसमूह येतात की त्यांचा शब्दश: अर्थ घेऊन चालत नाही. रूढीने किंवा परंपरेने त्यांना त्यांच्या मूळ अर्थापेक्षा वेगळाच अर्थ प्राप्त झालेला असतो व तोच भाषेत रूढ होऊन बसतो. मो. रा. वाळंबे यांच्या मते 'शब्दश: होणाऱ्या अर्थापेक्षा भिन्न व विशिष्ट अर्थाने रूढ होऊन बसलेल्या शब्दसमूहाला 'वाक्प्रचार' असे म्हणतात.'[१]

वाक्प्रचारांतून आपले म्हणणे दुसऱ्याला परिणामकारकरीत्या समजावून दिले जाते. त्यात 'अनुभव' दडलेले असतात. समाजातील अनुभवांची, सार्वजनिक समजुतींची नोंदच वाक्प्रचारांत असते. तीही अत्यंत संक्षिप्त रूपात पण परिणामकारक शैलीत. एखादे औषध अचूक लागू पडते, अत्यंत गुणकारी आहे हे सांगताना 'रामबाण उपाय' एवढा वाक्प्रचार पुरेसा होतो. वाक्प्रचारांमध्ये कधी कधी एखादे रूपक अंतर्भूत असते. पुष्कळ वेळा अतिशयोक्तीने आपले आचारविचार, वागणूक, गुणावगुण, दोष यांचे प्रतिबिंब वाक्प्रचारांत पडते. एखाद्या भाषेची पूर्वपीठिका अथवा परंपरा जितकी प्राचीन तितके त्या भाषेत वाक्प्रचार अधिक आढळून येतात. आज मराठी भाषेत रूढ असलेला 'चक्षुर्वैसत्यम्' हा वाक्प्रचार निदान तैतिरीय ब्राह्मणाइतका तरी जुना आहे. वाक्प्रचारांच्या बाबतीत चिनी भाषा फारच समृद्ध आहे. वाक्प्रचारांमध्ये

१) सुगम मराठी व्याकरण लेखन – मो. रा. वाळंबे पृ. ११२

तीन गुण असतात. लघुत्व, सूज्ञत्व आणि तीक्ष्णत्व (चटकदारपणा). या तीन गुणांच्या कसोटीस उतरल्यास वाक्प्रचारांना कोणताच विषय वर्ज्य असत नाही.

वाक्प्रचार व शब्दशक्ती –

अभिधा, लक्षणा, व्यंजना या शब्दांच्या तीन शक्ती आहेत. अभिधा शक्तीने निष्पन्न होणारा अर्थ हा शब्दाचा वाच्यार्थ. लक्षणेच्या द्वारा व्यक्त होणारा अर्थ हा लाक्षणिक अर्थ असून व्यंजनेने सूचित होणारा अर्थ म्हणजे ध्वन्यर्थ किंवा व्यंगार्थ. वाक्प्रचारांमध्ये शब्दाचा केवळ वाच्यार्थ नसतो म्हणून ते 'लक्षणे'मध्ये मोडतात. उदा. **कुशल असणे** याचा वाच्यार्थ कुश म्हणजे दर्भ तोडण्यात विवेचक असलेला. नानाप्रकारच्या गवतांमधून 'कुश' जातीचे गवतच नेमके शोधून काढणारा तो कुशल. त्यावरूनच कोणत्याही कलेमध्ये प्रावीण्य मिळविलेला या व्यापक अर्थाने हा वाक्प्रचार रूढ झाला. कधी कधी लक्षणेने 'अर्थच्युति' होते. उदा. गळ्याशी येणे, घशात घालणे. कधी 'अर्थप्रशस्ति' होते. उदा. कळी खुलणे, उजवा हात असणे, तर कधी अर्थभ्रंश होतो. उदा– डोक्यावर बसणे, धारेवर धरणे. वाक्प्रचारांत 'लक्षणा' असल्याने बोलण्यात ते वापरले की दुसऱ्यावर प्रभाव पडतो, लिहिण्यात वापरले की वाङ्मयीन सौंदर्य वाढते. वाक्प्रचारांत लक्षणेमुळेच सार्वत्रिकता, लोकप्रियता येते.

वाक्प्रचारांचे सौंदर्य–

वाक्प्रचारांचे भाषिक आणि वाङ्मयीन मूल्य सारखेच महत्त्वाचे असते. त्यांच्यामुळे भाषेची समृद्धी वाढते. कालबाह्य ठरलेल्या गोष्टींवर जे वाक्प्रचार असतात त्यांचे अर्थ आजच्या पिढीला कळत नाहीत. उदा. 'खाल्ल्या घरचे वासे मोजणे' या वाक्प्रचारातील 'वासे' आता भूतकाळात गेले आहेत. ऐतिहासिक संदर्भ माहीत नसेल तर 'पानिपत होणे' या वाक्प्रचाराचा अर्थबोध होणार नाही. 'भगीरथ प्रयत्न करणे' म्हणजे काय हे भगीरथाची कथा माहीत असल्याशिवाय कळणार नाही. वाक्प्रचारांना असलेले पौराणिक, ऐतिहासिक, सामाजिक, सांस्कृतिक, धार्मिक, राजकीय संदर्भ माहीत असतील तर त्यांचा आस्वाद घेता येतो. भाषेत काळानुसार वाक्प्रचारांची भर पडणे गरजेचे असते. पोखरण, संगणक, इंटरनेट, इलेक्ट्रॉनिक्स जगत इत्यादींवरून आजच्या मराठीत काही वाक्प्रचार रूढ करण्याची आपणा सर्वांचीच जबाबदारी आहे. आपले म्हणणे प्रभावीपणे सांगण्यासाठी अत्यंत उपयुक्त साधन / माध्यम असलेल्या वाक्प्रचार–म्हणींचा संग्रह वाढला तर भाषाप्रदूषण थांबेल. वाक्प्रचारांचा अर्थ कळून समर्पकपणे त्यांचा वाक्यात उपयोग करता

आला पाहिजे. म्हणींचा सौंदर्यासह अर्थ स्पष्ट करता आला पाहिजे. एखाद्या वाक्प्रचार किंवा म्हणीवरून निबंधलेखन, कथालेखन करून भाषिक सौंदर्य, वाङ्मयीन सौंदर्य यांची जाण वाढविता येते.

वाक्प्रचारांनी वाङ्मयीन सौंदर्य वाढले आहे असे काही गद्य-पद्य उतारे उदाहरणासाठी पुढे दिले आहेत.

पद्य उतारे –

१) मोकळा करूनि कंठ तेधवा ।
आठवूनि मनिं जानकीधवा । (वामन-भरतभाव)
वाक्प्रचार – कंठ मोकळा करून रडणे – ओक्साबोक्शी रडणे.

२) गुळ खोबरे विलोकुनि भलत्याहि जनास बालक वळवा ।
सत्य प्रेमचि दावुनि सुज्ञें तो विश्‍वपाळ कवळावा ।। (मोरोपंत-भारत, उद्योगपर्व)
वाक्प्रचार– गूळ खोबरे देणे – लाच देणे.

३) ब्राह्मण कणसा खुपतो तुमच्या नेत्री,
नसो, सवे काढा । (मोरोपंत-भारत, आदिपर्व)
वाक्प्रचार – डोळ्यात खुपणे – मत्सर, द्वेष वाटणे.

४) तेव्हा धाऊनि बैसे पार्थ सुभद्रारथी जसा पाटीं ।
सुचिर क्षुधित ब्राह्मण हां हां म्हणताहि वाढिल्या ताटीं ।। (मोरोपंत-सुभद्राहरण)
वाक्प्रचार – हां हां म्हणता– नको नको म्हणत असता, थोड्या अवधीत.

वाक्प्रचार विपुल आल्यामुळे **भाषिक सौंदर्य** वाढलेले काही **गद्य उतारे** :-
उताऱ्यांतील अधोरेखित शब्द वाक्प्रचार आहेत.

१) सुधाकर : उतावळेपणानं आपल्या उदार मनाचा उपमर्द केला याची क्षमा करा; पण मला आता मिळालेल्या अनुभवाच्या औषधाचा कडवटपणा अजून माझ्या तोंडात घोळत आहे. प्रसंगात सापडलेल्या आपल्या जिवलग मित्राचं नाव आठवत नसलं म्हणजे आपल्या सोयीसाठी त्याला नावं ठेवायला सुरुवात करावी, हा जगातला राजमार्ग आहे. ओळखीचा चेहरा पटत नसला, म्हणजे इतका चिकित्सकपणा दाखवावा लागतो की हुंडीवरची सही पटवून घेताना पेढीवरच्या कारकुनांना सुद्धा तो कित्त्यादाखल पुढे ठेवावा, पण जाऊ द्या. तुमच्यासारख्या सत्पुरुषाला हे ऐकविणं असभ्यपणाचं आहे. रावसाहेब, मी आज विलक्षण परिस्थितीत आहे. मला एवढी

नोकरी पाहिजे. अतिशय काकुळतीनं आपणाजवळ एवढी भीक - रावसाहेब, अगदी पदर पसरून भीक मागतो की, कुठं तरी एखादी नोकरी मला लावून द्या.

(संगीत एकच प्याला - कै. राम गणेश गडकरी
गो.य. राणे प्रकाशन १९६८.
अंक चौथा - प्रवेश तिसरा, पृ. ६९)

२) असल्या अनुभवांमुळे संदेश देणे हे मला मोठे प्राणसंकट वाटते आणि कोठल्याही सभेत भाषणाच्या प्रारंभी जरी माझे मन गोंधळून जात असले तरी भाषण संपल्यावर मात्र मी कावराबावरा होतो. आभाराचे भाषण सुरू असतानाच अनेक तरुण-तरुणी वह्या सरसावून माझ्याकडे पाहू लागलेल्या दिसतात. गळ्यात पडलेला हार हातात घेऊन कोठल्या दरवाज्याने पोबारा करावा याचा विचार मी करतो न करतो तोच, पातळांच्या आणि पायजम्यांच्या पलटणींनी मला वेढून टाकल्याचे दृश्य दिसू लागते. या संकटातून सहीसलामत सुटण्याचा मार्ग एकच असतो- मुकाट्याने शत्रूला शरण जाणे.

(लघुनिबंध आणि लघुनिबंधकार-संपादक डॉ. भिवाजी अर्जुन परब.
कर्नाटक मुद्रणालय, गिरगाव, मुंबई ४.
चौथी आवृत्ती १९६२.
लघुनिबंध-अकल्पित संदेश-लेखक-वि. स. खांडेकर. पृ. १०८)

३) संकटाच्या प्रसंगी गडबडून गेले असताना सुद्धा धैर्याचा मुखवटा चेहऱ्यावर चढविणे फार थोड्यांना साधते. शोकप्रसंगी तर सहानुभूतीच्या साध्या चार शब्दांनी आपल्या डोळ्यांतून गंगायमुना येऊ लागतात. अशा प्रसंगी शांत व धीरोदात्त मुद्रा ठेवणाऱ्या व्यक्तींविषयी मला अतिशय कौतुक वाटते आणि मला ते कधीच जमत नाही, म्हणून त्यांच्याबद्दल थोडा फार हेवाही वाटू लागतो. संकटाचा लहानसा ढग जरी माझ्या मस्तकावर आला तरी माझा चेहरा गोरामोरा होतो. प्रयत्न करूनही माझ्या भावना मला लपविता येत नाहीत.

(मनाची मुशाफरी - म. ना. अदवंत.
प्रकाशक - दामुअण्णा रानडे, १९५६.
'मुखवटे' या लघुनिबंधातून पृ. २४)

४) संसाराला बहिणाबाईंनी तापलेल्या तव्याची उपमा दिली आहे. दोन चार चटके लागल्याशिवाय खरपूस भाकरी मिळायची नाही. थोडक्यात म्हणजे संसार ही सुळावरची पोळी नसली तरी तापलेल्या तव्यावरची पोळी आहे. वातावरण थंड

असलं तर थंड स्वयंपाकाइतकाच संसारही बेचव. अधूनमधून वाहणारे उष्ण वारे संसार कसा उबदार ठेवतात आणि म्हणूनच संसारातल्या बारीकसारीक चकमकीतून उडणाऱ्या ठिणग्यांना एवढं महत्त्व आलं आहे. लग्नपत्रिकेत छत्तीस गुण जमतात की नाही हे मोठं बारकाईनं पाहिलं जातं आणि अशा या छत्तीसगुणी पत्रिका लग्नानंतर एकत्र आल्या की त्या पत्रिकांतील गुणांपेक्षा छत्तीस या आकड्यांचंच वजन वाढू लागतं. अधूनमधून कुणाच्या तरी बत्तिशीचा गुण म्हणा नाहीतर काही म्हणा, एरवी अतिशय प्रेमानं वागणारं जोडपं एकदम छत्तिसच्च्या थाटात एकमेकांकडं पाठ फिरवतं.

(गोळाबेरीज : पु.ल. देशपांडे. या पुस्तकातील
'घरगुती भांडणे' हा लेख. पृ. ११३.
श्रीविद्या प्रकाशन, पुणे ३०. तिसरी आवृत्ती १९८१)

वाक्प्रचारांचे वर्गीकरण –

१) पौराणिक, ऐतिहासिक, राजकीय इ. संदर्भ असलेले वाक्प्रचार–

१. अग्निदिव्य करणे
२. कर्णाचा अवतार असणे
३. कामास येणे
४. गमिनी कावा
५. घागरगडचा सुभेदार
६. छातीचा कोट करणे
७. जमदग्नीचा अवतार
८. झेंडा फडकविणे
९. पानिपत होणे
१०. फत्ते होणे
११. बेलभंडार उचलणे
१२. भीष्मप्रतिज्ञा करणे
१३. विडा उचलणे
१४. सर करणे

२) ज्योतिषविषयक वाक्प्रचार –

१. उदरी शनी येणे
२. कपिलाषष्ठीचा योग
३. गर्गाचार्याचा मुहूर्त
४. गंडांतर येणे
५. घबाड मुहूर्त
६. चंद्रबळ आणणे
७. तारांबळ होणे
८. राशीस लागणे
९. साडेतीन मुहूर्त
१०. संक्रांत येणे

३) गणित, आकडे यांच्याशी संबंधित वाक्प्रचार –

१. अकरावा बृहस्पती
२. अठरा धान्यांचे कडबोळे
३. अष्टपैलू असणे
४. औट घटकेचे राज्य मिळणे
५. चौदावे रत्न दाखविणे
६. छत्तिसाचा आकडा असणे
७. तेरा बारा चालणे
८. दस गेले पाच उरले

९. नव्याचे नऊ दिवस संपणे १०. पांचावर धारण बसणे
११. बारा वाजणे १२. शंभर नंबरी असणे

४) शरीर अवयवांवरून पडलेले वाक्प्रचार –

१. ओठ काढणे २. कपाळमोक्ष होणे
३. कानउघाडणी करणे ४. कंबर कसणे
५. गळ्यात गळा घालणे ६. घसा फोडून सांगणे
७. चेहऱ्याची रया जाणे ८. छाती फाटणे
९. जिभेला हाड नसणे १०. टाळूवरचे लोणी खाणे
११. डोक्यावर बसणे १२. डोळे उघडणे
१३. तोंड वेंगाडणे १४. दातओठ खाणे
१५. नाक मुरडणे १६. पाठ थोपटणे
१७. पोटात शिरणे १८. बोटे मोडणे
१९. मानेवर सुरी ठेवणे २०. हात धुऊन पाठीस लागणे

५) दैनंदिन वापरातल्या वस्तूंवरून पडलेले वाक्प्रचार –

१. उखळ पांढरे होणे २. ताटाखालचे मांजर होणे
३. पालथ्या घागरीवर पाणी ४. मुसळाला अंकुर फुटणे
५. सगळे मुसळ केरात ६. हाती धुपाटणे येणे

६) प्राण्यांवरून पडणारे वाक्प्रचार –

१. उंटावरचा शहाणा २. गरीब गाय होणे
३. गाढवाचा नांगर फिरवणे ४. घोडे पेंड खाणे
५. बैलबुद्धीचे असणे ६. माकडाच्या हातात कोलीत देणे
७. मांजराच्या गळ्यात घंटा बांधणे ८. वाघाचे कातडे पांघरणे
९. सापाला दूध पाजणे १०. हत्तीशी टक्कर घेणे

७) खाद्यपदार्थांवरून पडणारे वाक्प्रचार –

१. आपल्या पोळीवर तूप ओढणे २. डाळ शिजणे
३. मनात मांडे खाणे ४. मूग गिळणे
५. राईचा पर्वत करणे ६. रेवडी उडविणे
७. वड्याचे तेल वांग्यावर काढणे ८. वाटाण्याच्या अक्षता लावणे

८) जन्म-मरण, नशीब-दैव यावरून झालेले वाक्प्रचार –

१. तिलांजली देणे २. दैव काढणे

३. नशीब नशीब करीत बसणे ४. भाळी लिहिलेले असणे
५. महानिर्वाण होणे ६. मातीत मिसळणे
७. वैकुंठाला जाणे ८. हालहाल होणे

९) देव-देवता, सण-उत्सव यावरून आलेले वाक्प्रचार -

१. कळीचा नारद असणे २. गुळाचा गणपती असणे
३. दसरा-दिवाळी असणे ४. दिवाळं निघणे
५. देव पावणे ६. पोळ्याच्या बैलासारखे सजविणे
७. मारुतीचे शेपूट ८. लंकेची पार्वती असणे
९. शिमगा करणे १०. होळी होणे

१०) व्यवसायावरून पडलेले वाक्प्रचार -

१. कसाईवृत्तीचे असणे २. चांभारचौकशा करणे
३. बांध घालणे ४. भटगिरी करणे
५. सोनाराने कान टोचणे ६. हलवायाच्या घरावर तुळशीपत्र ठेवणे

११) रडणे, हसणे, बोलणे इत्यादींवरून निर्माण झालेले वाक्प्रचार -

१. बोलघेवडे असणे २. रडकुंडीला येणे
३. वाचा बसणे ४. शंख करणे
५. हसता हसता मुरकुंडी वळणे ६. हास्यास्पद होणे

१२) दिवा, प्रकाश-अंधार यावरून आलेले वाक्प्रचार -

१. अत्तराचे दिवे जाळणे २. टेंभा पाजळणे
३. दिवे ओवाळणे ४. दिवे लावणे
५. दिव्याखाली अंधार ६. प्रकाशाची वाट धरणे

वाक्प्रचारांचे अर्थ व त्यांचे वाक्यात उपयोग -

१) **अग्निदिव्य करणे** - मोठा त्याग करणे.
स्वा. सावरकरांची कोणतेही अग्निदिव्य करायची तयारी होती.

२) **आतड्याला पीळ बसणे** - अत्यंत दु:ख होणे.
मुंबईतील बॉंबस्फोटानंतरची दृश्ये पाहून आतड्याला पीळ बसत होता.

३) **आहुती देणे** - सर्वस्व अर्पण करणे.
प्रकाशाचे युग आणण्यासाठी धडपडणारे तरुण सुखाची आहुती देत असतात.

४) **इकडचा डोंगर तिकडे करणे** - अशक्य गोष्ट प्रचंड कष्टाने शक्य करून दाखविणे.

साध्या साध्या गोष्टीतही काही लोक इकडचा डोंगर तिकडे केल्याचा आव आणतात.

५) **उदो उदो करणे** – फार महत्त्व देणे.
राजकारणी लोकांचा उदो उदो करण्याने राष्ट्र मोठे होत नाही.

६) **ऋण फेडणे** – उपकाराची परतफेड करणे.
आईवडिलांचे ऋण कधीच फिटले जात नाही.

७) **एका नावेत बसणे** – सगळ्यांची सारखीच स्थिती असणे.
आजच्या दहशतीच्या वातावरणामुळे समाजाच्या सर्व थरांतले लोक एकाच नावेत बसले आहेत.

८) **ओढ लागणे** – आतुरता वाढणे
दहावीची परीक्षा संपली आणि सुट्टीत मला कॉलेजजीवनाचीच ओढ लागली.

९) **औषधाला नसणे** – मुळीच नसणे.
आजकालच्या जगात माणुसकी औषधालाही उरली नाही.

१०) **कामास येणे** – युद्धात मृत्यू येणे.
कारगिलच्या युद्धात किती सैनिक कामास आले त्याला काही गणतीच नाही.

११) **काळिमा फासणे** – कलंक लावणे
विद्यार्थ्यांनी महाविद्यालयात गोंधळ घातला, होळी पेटवली आणि महाविद्यालयाच्या शुद्ध, शैक्षणिक प्रतिमेला काळिमा फासला.

१२) **केसाने गळा कापणे** – विश्वासघात करणे.
आपण ज्याला जवळचा मित्र समजतो तोच एखाद दिवशी केसाने आपला गळा कापतो.

१३) **कुरघोडी करणे** – आपले वर्चस्व प्रस्थापित करणे
एका राजसत्तेने दुसऱ्या राजसत्तेवर कुरघोडी केल्याची कितीतरी उदाहरणे इतिहासात आहेत.

१४) **खाण्यापिण्याच्या नावाने शिमगा** – अतिशय गरिबी असणे
भारतात दारिद्र्यरेषेखालील लोकांच्या घरात खाण्यापिण्याच्या नावाने शिमगा असतो.

१५) **खो घालणे** – अडथळा आणणे.
उदात्त हेतूने समाजकार्यात उतरलेल्या सुधारकांच्या मार्गात समाजकंटक खो घालीत राहिले.

१६) **गयावया करणे** – क्षमायाचना करणे.
गयावया करून कार्यभाग साधण्यापेक्षा स्वकष्टाने व ताठ मानेने संपादन केलेले यश अधिक मोलाचे असते.

१७) **गहिवरणे** – मनात सहानुभूती-दया-कणव अशा अनेक भावना दाटून येणे.
त्या छोट्या मुलाची दुःखी कहाणी ऐकून मला गहिवरून आले.

१८) **घोडे मारणे** – नुकसान करणे.
शेजाऱ्यांचे आम्ही असे काय घोडे मारले आहे म्हणून ते त्रास देतात!

१९) **चव्हाट्यावर आणणे** – उघडकीस आणणे.
भ्रष्टाचारी लोकांची सर्व प्रकरणे सामान्य जनतेने चव्हाट्यावर आणली पाहिजेत.

२०) **छत्तिसचा आकडा असणे** – वैर असणे.
तरुण पिढीचा व्यसनांशी छत्तिसचा आकडा असायला हवा.

२१) **जिकिरीचे असणे** – खूप कष्टप्रद असणे.
आजकाल पदवीशिक्षण घेणे सुद्धा अत्यंत जिकिरीचे झाले आहे.

२२) **जीव खाली पडणे** – काळजी दूर होणे.
मी प्रथम वर्गात उत्तीर्ण झालो असे समजल्यावर माझा जीव खाली पडला.

२३) **टेंभा मिरवणे** – दिमाख दाखविणे.
विवाह सोहळ्यात अंगावर जास्त दागदागिने घातलेल्या स्त्रिया टेंभा मिरवत असतात.

२४) **डोळे उघडणे** – पश्चात्ताप होणे.
एक वर्ष परीक्षेत नापास झाला तेव्हाच मिलिंदचे डोळे उघडले.

२५) **तोंडाला पाणी सुटणे** – अधिक हाव वाढणे.
दोन दिवस बागेतल्या चिंचा-पेरू तोडणाऱ्या मुलांच्या तोंडाला तिसऱ्या दिवशीही पाणी सुटले.

२६) **दातओठ खाणे** – जळफळणे.
आपला संघ जिंकू शकणार नाही हे लक्षात आल्यावर संघप्रमुख दातओठ खाऊ लागला.

२७) **नावलौकिक संपादणे** – प्रतिष्ठा वाढणे.
आपल्या न्यायपूर्ण वागण्याने सरपंचांनी गावात नावलौकिक संपादन केला होता.

२८) **पथ्यावर पडणे** – फायद्याचे होणे.
एक आठवडा स्पर्धा पुढे गेली हे आमच्या पथ्यावरच पडले कारण आमची बरीच तयारी होणे बाकी होते.

२९) **पदरात पाडून घेणे** – स्वतःचा फायदा करून घेणे.
संपकऱ्यांनी ऐन मोक्याच्या वेळी सरकारला अडचणीत आणून आपल्या सर्व मागण्या पदरात पाडून घेतल्या.

३०) **फळास येणे** – फलद्रूप होणे.
अविरत परिश्रमाने कोणतीही इच्छा फळास येते.

३१) **बोळवण करणे** – रवानगी करणे.
संयोजकांनी चर्चासत्रासाठी आलेल्या निमंत्रितांची बोळवण करताना प्रत्येकाला सरस्वतीची मूर्ती भेट दिली.

३२) **भीड चेपणे** – सवयीने भीती दूर होणे.
वक्तृत्वस्पर्धेत दरवर्षी भाग घेतला की हळूहळू आपली भीड चेपते.

३३) **भांबावून जाणे** – गोंधळून जाणे.
नवीन शहरात गेल्यावर कुणीही भांबावून जाते.

३४) **मिनतवारी करणे** – काकुळतीला येऊन विनंती करणे.
मला सहलीला पाठवावे म्हणून मी आईबाबांची खूप मिनतवारी केली.

३५) **मुसळाला अंकुर फुटणे** – अशक्य गोष्ट घडून येणे.
या वर्षी पहिल्यांदाच आमच्या महाविद्यालयात स्वातंत्र्यदिनी पेढे वाटले. आम्हाला जणू मुसळाला अंकुर फुटल्यासारखा आनंद झाला.

३६) **रक्ताचे पाणी करणे** – अतिशय कष्ट घेणे.
पतीच्या मृत्यूनंतर नीताने रक्ताचे पाणी करून मुलांना वाढविले.

३७) **लष्कराच्या भाकरी भाजणे** – दुसऱ्याची कामे करावी लागणे.
काही लोकांना घरचे खाऊन लष्कराच्या भाकरी भाजण्याची सवयच असते.

३८) **विचारांचे वादळ फैलावणे** – काय करावे ते न सुचणे.
व्यवसाय करावा की नोकरी याविषयी मंदारच्या डोक्यात विचारांचे वादळ फैलावले होते.

दुसरा अर्थ – क्रांतीचे विचार दूरपर्यंत पसरणे.
समाजसुधारकांच्या विचारांचे वादळ फैलावले की सुधारणा घडून येतात.

३९) **वेशीवर टांगणे** - सर्वांसमोर उघड करणे.
आपली दु:खे कधी वेशीवर टांगू नयेत.

४०) **शहानिशा करणे** - खात्री करून घेणे.
शिधापत्रिका देताना अधिकारी नाव, पत्ता, वय अशा सर्व गोष्टींची शहानिशा करुन घेतात.

४१) **साकडे घालणे** - आपली संकटे दूर करण्यासाठी विनंती करणे.
परमेश्वराला साकडे घातले की अवघड प्रमेये सुटायला आणि जीवन सुखकर व्हायला सुरुवात होते.

४२) **सुगावा लागणे** - ठावठिकाणा लागणे.
आपल्या मुलाच्या अपहरणकर्त्यांचा अद्यापही पोलिसांना सुगावा लागत नाही हे समजल्यावर आईवडील हबकून गेले.

४३) **हतबल होणे** - अत्यंत निराश होणे.
या महागाईच्या दिवसांत प्राप्ती आणि खर्च यांचा मेळ घालता न आल्याने सामान्य माणूस हतबल होतो.

४४) **हिंग लावून न विचारणे** - काहीही महत्त्व न देणे.
आजकाल आपल्या मात्यापित्यांनाही हिंग लावून न विचारण्याची प्रवृत्ती वाढत आहे.

४५) **क्षिती न बाळगणे** - पर्वा न करणे.
रात्र रात्र जागून गणेशोत्सवाची पूर्वतयारी करताना कार्यकर्ते कशाचीच क्षिती बाळगत नाहीत.

४६) **ज्ञान पाजळणे** - ज्ञानाचे वस्तुस्थितीपेक्षा जास्त प्रदर्शन करणे.
थोडे फार शिक्षण घेतले की लोक लगेच ज्ञान पाजळायला सुरुवात करतात.

सर्व भाषांमध्ये वाक्प्रचारांचे महत्त्व खूप असते. आपल्याला परिचित अशा संस्कृत-हिंदी-इंग्रजी भाषेतील काही वाक्प्रचार पुढे दिले आहेत. अशा प्रकारच्या वाक्प्रचारांची योजना आपल्या बोलण्यात, लिहिण्यात करता आली तर आपल्या भाषेचे सौंदर्य खुलते.

१) **संस्कृत** - संस्कृतमधील काही वाक्ये, वाक्यांचे खंड मराठीत वाक्प्रचार म्हणींसारखे रूढ झाले आहेत. त्यातील काही निवडक वाक्प्रचार- म्हणी-

(संस्कृतमधील म्हणी असा वेगळा विचार पुढे 'म्हणी' या सदरात केला नाही.)

१. अति सर्वत्र वर्ज्ययेत् –
२. अव्यापारेषु व्यापार: –
३. कर्मणो गहना गति: –
४. दूरत: पर्वता रम्या: –
५. न भूतो न भविष्यति –
६. प्रथमग्रासे मक्षिकापात: –
७. पिंडे पिंडे मतिर्भिन्ना –
८. यथा राजा तथा प्रजा –
९. राजा कालस्य कारणम् –
१०. वचने किं दरिद्रता –
११. विनाशकाले विपरीत बुद्धि: –

२) हिंदी –

१. अँगूठा दिखाना
२. अंधे की लकडी
३. अपनी खिचड़ी अलग पकाना
४. अपने पाँवपर कुल्हाडी मारना
५. करवटें बदलना
६. घर का न घाटका होना
७. दौड़धूप करना
८. बट्टा लगाना
९. रंग उतरना
१०. हाथ मलना

या वाक्प्रचारांतून सूचित होणारा अर्थ काही मराठी वाक्प्रचारांशी अगदी साम्य असलेला आहे. उदा. 'स्वत:ची वेगळी चूल मांडणे' या वाक्प्रचाराचे 'अपनी खिचड़ी अलग पकाना' या वाक्प्रचाराशी केवढे तरी साम्य आहे. 'बट्टा लगाना'साठी 'कलंक लावणे' असा वाक्प्रचार मराठीत आहे.

३) इंग्रजी –

मराठी–इंग्रजी वाक्प्रचारांमध्ये सुद्धा बरेच वेळा कमालीचे साम्य दिसते. असे काही निवडक वाक्प्रचार अभ्यासणे बौद्धिक आनंद देऊन जाते.

१) अळंटळं करणे – To be dilatory
२) आगीत तेल ओतणे – To add fuel
३) उदरी शनी येणे – To have a run of good luck

४) उरावर धोंड ठेवणे - To repress one's feelings
५) कपाळ फुटणे - To have misfortune
६) कणीक तिंबणे - To beat soundly
७) खडे चारणे - To humble
८) घोडा मैदान जवळ येणे - The hour has come and also the man
९) जिवात जीव येणे - To revive lost strength or courage
१०) टेंभा मिरविणे - To make a show of
११) डोळ्यात तेल घालून पाहणे - To be watchful
१२) तोंडात शेण घालणे - To put one to shame
१३) दाती तृण धरणे - To be humble before
१४) धुळीस मिळविणे - To ruin utterly
१५) नाक घासणे - To crounch or cringe before
१६) पाठ दाखविणे - To turn tail
१७) फाटे फोडणे -To make difficulties
१८) बेलभंडार उचलणे - To take a kind of oath
१९) भिवया चढविणे - To frown
२०) मन उडणे - To be disgusted with
२१) लावालावी करणे - To set by the ears
२२) वड्याचे तेल वांग्यावर काढणे- To blame one for another's fault
२३) सुताने सूत लावणे - To trace by means of a clue
२४) हातपाय गाळणे - To lose courage
२५) क्षिती बाळगणे - To care for

म्हणी -

म्हणींमध्ये अनेक वाक्प्रचार सुप्त रूपात असल्याने वाक्प्रचारांचा विचार करताना म्हणी म्हणजे काय हेही पहावे लागते. म्हणी स्वतंत्र वाक्यांप्रमाणे स्वयंपूर्ण असतात. त्यांना सिद्धांतांप्रमाणे सार्वत्रिक मान्यता मिळते. **'सर्वांच्या बोलण्यात सतत येणारे चिमुकले, चटकदार, बोधप्रद व सर्वमान्य वचन म्हणजे म्हण.'** अशी मो. रा. वाळंबे यांनी म्हणीची व्याख्या केली आहे. [१]

१) सुगम मराठी व्याकरण लेखन - मो. रा. वाळंबे पृ. २००

म्हणी म्हणजे अनुभवांच्या खाणी. त्या स्वतंत्र वाक्यासारख्या वापरता येतात आणि नित्य व्यवहारात सातत्याने वापरल्या जातात. लोकांच्या सतत म्हणण्यात येणारी ती 'म्हण', असे म्हणीचे स्पष्टीकरण करता येईल. म्हणींना **तोंडचे वाङ्मय** असेही म्हटले जाते. वाक्प्रचारांप्रमाणेच म्हणींनाही परंपरेने अर्थ प्राप्त झालेला असतो. म्हणींमधल्या कल्पना, त्यातील विचार इतके सर्वपरिचित असतात की ऐकणाऱ्याला, वाचणाऱ्याला त्यांचा औचित्यपूर्ण अर्थ चटकन उमगतो. मात्र परंपरा, रूढी माहीत नसेल तर म्हणींचा अर्थबोध चटकन होत नाही. एरवी अडाणी माणसालाही म्हणींचा अर्थ चटकन समजतो. त्यांचा वेगळा खुलासा करावा लागत नाही.

वाक्प्रचारांच्या तुलनेत म्हणी मोठ्या असतात. एक किंवा क्वचित दोन वाक्यांच्याही असतात. पुष्कळ वेळा म्हणींची रचना लयबद्ध, यमक साधणारी, ठेका धरता येईल अशी असते. पूर्वी घडून गेलेल्या एखाद्या प्रसंगाचे उदाहरण म्हणीत दडलेले असते. इतिहास, पुराणातील ते उदाहरण असेल तर ते सुपरिचित असतेच, पण व्यवहारातला एखादा प्रसंगही सर्वपरिचित असतो. समाजाचा अनेक शतकांचा इतिहाससुद्धा एका छोट्याशा म्हणीत साठवलेला असतो. पुराणे, इतिहास, व्यावहारिक जीवन अशा सर्वांचा समावेश करण्याइतके म्हणींचे सामर्थ्य मोठे आहे. पुराणातली वांगी पुराणात, ताकापुरते रामायण, पै दक्षिणा लक्ष प्रदक्षिणा, दाम करी काम अशांसारख्या म्हणींमध्ये समाजमनाचे मानसशास्त्र दडलेले असते. छोटी, लयबद्ध, आटोपशीर, अर्थपूर्ण अशी म्हणींची रचना असल्यामुळे त्या चटकन स्मरणात राहतात. संक्रमित होत होत पिढ्यान् पिढ्या टिकून राहातात. परंपरेने चालत आलेले म्हणींचे रूप कायम राहते; अगदी एखाद्या दुसऱ्या शब्दांची फिरवाफिरव सुद्धा त्यात केली जात नाही.

आपल्या नित्याच्या बोलण्यात म्हणींचा उपयोग सहज स्वाभाविकपणे करता येणे हे आपली भाषा समृद्ध असल्याचे एक लक्षण आहे. निबंध लिहिताना, सारांश-आकलनात खूप शब्दांसाठी एकच म्हण वापरण्यात, वृत्तान्तलेखन परिणामकारक करण्यासाठी सुयोग्य म्हणींचा औचित्यपूर्ण उपयोग करता आल्यास त्यातून आपल्या संपन्न भाषेचे दर्शन घडते.

म्हणींचा अर्थ स्पष्ट करताना त्यांना असलेला ऐतिहासिक, पौराणिक, धार्मिक, सामाजिक, सांस्कृतिक संदर्भ देता आला तर नेमका व परिणामकारक अर्थ स्पष्ट होतो. म्हणींचा अर्थ समजणे, त्या वापरता येणे हा एक मनोरंजक अनुभवही ठरतो. घरोघरी मातीच्या चुली, गरज सरो वैद्य मरो, गुरूची विद्या गुरूस फळली, पालथ्या घड्यावर पाणी, हाजीर तो वजीर अशा परिणामकारक शब्दयोजना असलेल्या कितीतरी

म्हणींनी आपले म्हणणे आपण दुसऱ्याला पटवून देतो, भाषेचे सौंदर्य वाढवितो, विचार सुसंगतपणे मांडतो. आशयातील अर्थ सूचकतेने पण थोडक्यात, शब्दांचा पसारा न मांडता आपण व्यक्त करतो. विंचवाचे बिऱ्हाड पाठीवर, साखरेचे खाणार त्याला देव देणार, तळे राखील तो पाणी चाखील यांसारख्या म्हणी अर्थाबरोबरच आपल्या चटकदार रूपामुळेही सर्वमान्य, लोकप्रिय होतात. आजवर पटलेल्या अनुभवांचे सार सूत्ररूपाने त्यात सांगितलेले असते. म्हणी म्हणजे आपले मनोगत दुसऱ्यापर्यंत पोहचविण्याचे प्रभावी माध्यम आहे.

नमुन्यादाखल काही म्हणी त्यांच्या अर्थासह पुढे दिल्या आहेत.

१) **अडला हरी गाढवाचे पाय धरी** – गरजू मनुष्य कितीही शहाणा असला तरी प्रसंगी त्याला मूर्ख माणसालाही शरण जावे लागते.

२) **अति तिथे माती** – कुठल्याही गोष्टीचा अतिरेक घातक ठरतो.

३) **अंथरूण पाहून पाय पसरावे** – आपली कुवत पाहूनच एखादी गोष्ट करण्यासाठी पुढे व्हावे, परिस्थिती पाहून वागावे.

४) **आधी पोटोबा मग विठोबा** – आधी स्वार्थ साधणे मग देवपूजा किंवा परमार्थ, दुसऱ्यांचे कल्याण यांचा विचार करणे.

५) **आपलेच दात आणि आपलेच ओठ** – चुका करणारी व्यक्ती आपल्या अगदी जवळची असल्याने नाइलाजाने त्याच्या चुकांवर पांघरूण घालावे लागते.

६) **इकडे आड तिकडे विहीर** – संकटातून वाचण्यासाठी कुठलाही मार्ग स्वीकारला तरी दोन्ही मार्गांवर सारख्याच अडचणी असणे.

७) **उचलली जीभ लावली टाळ्याला** – अविचाराने बोलणे, मनाला येईल ते सारासार विचार न करता बोलणे.

८) **उंदराला मांजर साक्ष** – एखाद्या बाबतीत ज्याचे हितसंबंध गुंतले आहेत त्यालाच त्या गोष्टीबद्दल काही निर्णय घेताना विचारणे.

९) **एक ना धड भाराभर चिंध्या** – एकाच वेळी अनेक गोष्टीत लक्ष घातल्याने एकही गोष्ट नीट पार पडत नाही.

१०) **कर नाही त्याला डर कसली?** – जर आपण वाईट कृत्य केलेच नाही तर त्याच्या परिणामांची भीती कशाला बाळगायची?

११) **कामापुरता मामा** – काम साधून घेण्यापुरते गोड वागणे–बोलणे.

१२) **कोल्हा काकडीला राजी** – सामान्य माणसे साध्या साध्या गोष्टींचीच अपेक्षा ठेवतात.

१३) **खाई त्याला खवखवे** – एखादे वाईट कृत्य करणाऱ्याला मनातून अपराधी वाटत असते.

१४) **खायला काळ भुईला भार** – निरुद्योगी, निरुपयोगी मनुष्य कोणालाही हवासा वाटत नाही.

१५) **गर्जेल तो पडेल काय?** – बढाया मारणाऱ्याच्या हातून तसे कृत्य मात्र घडत नाही.

१६) **गाढवाला गुळाची काय चव?** – एखाद्या गोष्टीचे महत्त्व समजायला त्याच योग्यतेचा माणूस लागतो.

१७) **गाव करी ते राव न करी** – सर्वसामान्य माणसांसारखे एखादा उच्च, प्रतिष्ठित, असामान्य माणूस वागत नाही.

१८) **घरचे झाले थोडे, व्याह्याने धाडले घोडे** – स्वतःची कामे, जबाबदाऱ्या भरपूर असताना दुसऱ्याकडून नवीन जबाबदारी लादली जाणे.

१९) **चढेल तो पडेल** – उत्कर्षासाठी झटणाऱ्याला अपयश आले तरी तो ते पचवतो.

दुसरा अर्थ – गर्व बाळगणाऱ्याच्या गर्वाचे हरण होतेच.

२०) **जेवीन तर तुपाशी नाही तर उपाशी** –
चांगले काही मिळाले तरच हवे. साधेसुधे काहीच नको. आळशी माणसाला पळवाट काढायला ही वृत्ती उपयोगी पडते किंवा एखाद्या महत्त्वाकांक्षी माणसाला प्रेरणा द्यायलाही ही वृत्ती साहाय्यभूत ठरते.

२१) **झाकली मूठ सव्वालाखाची** – ज्यांच्यामुळे आपल्या उणिवा, दोष उघडकीला येतील, ज्यांच्यामुळे आपल्याला कमीपणा येईल अशा गोष्टींचा उघड उच्चार करू नये.

२२) **टाकीचे घाव सोसल्याशिवाय देवपण येत नाही** – कठोर परिश्रमाशिवाय यश, मोठेपणा मिळत नाही.

२३) **डोळ्यात केर कानात फुंकर** – योग्य मार्ग सोडून वेगळ्याच, भलत्याच मार्गाने एखादा प्रश्न सोडविण्याचा प्रयत्न करणे.

२४) **ताकापुरते रामायण** – आपले काम साधून घेण्यापुरती एखाद्याची खुशामत करणे, त्याच्या पुढे पुढे करणे.

२५) **तेरड्याचा रंग तीन दिवस** – ओढून ताणून आणलेला गुण फार काळ साथ देत नाही.

२६) **थेंबे थेंबे तळे साचे** – थोडा थोडा संग्रह करीत गेले की कालांतराने त्याचा मोठा संचय होतो.

२७) **दात कोरून पोट भरत नाही** – थोडीशी काटकसर केल्याने एखादी मोठी गोष्ट प्राप्त करता येत नाही.

२८) **दोन डोळे शेजारी भेट नाही संसारी** – जवळ असूनही एकमेकांना हवी तशी मदत करता येत नाही.

२९) **नव्याचे नऊ दिवस** – नावीन्य असेपर्यंतच एखाद्या गोष्टीत रस वाटणे नंतर त्याकडे दुर्लक्ष करणे.

३०) **निंदकाचे घर असावे शेजारी** – काही वेळा दुसऱ्याने दोष दाखविले तर स्वत:त सुधारणा करण्याची इच्छा होते व ते आपल्या पथ्यावरच पडते.

३१) **पाचामुखी परमेश्वर** – पाच लोकांनी म्हणजे पंचांनी दिलेला न्याय परमेश्वराची इच्छा मानून स्वीकारणे, पंचांचा निवाडा चुकीचा असू नये हा भाव इथे अभिप्रेत आहे.

३२) **पुढच्यास ठेच मागचा शहाणा** – आपल्यापेक्षा वयाने, अनुभवाने मोठ्या असलेल्या माणसांचे अनुभव लक्षात घेऊन स्वत: चुका टाळणे.

३३) **बाप दाखव नाहीतर श्राद्ध कर** – आपल्या वागण्याचे पुराव्यासह उचित समर्थन तरी द्यावे नाहीतर अपराध कबूल करावा.

३४) **बुडत्याचा पाय खोलात** – एकदा घसरणीला सुरुवात झाली की अधिकाधिक ऱ्हासच होत जातो.

३५) **भटाला दिली ओसरी आणि भट हातपाय पसरी** – एखाद्याला थोडीशी सवलत दिली की तो अधिकच लुटू पाहतो.

३६) **मऊ लागले म्हणून कोपराने खणू नये** – एखाद्याच्या भलेपणाचा गैरफायदा घेऊ नये.

३७) **मांजराच्या गळ्यात घंटा कोण बांधणार?** – त्रासाची, धोक्याची, अशक्य कोटीतली कामं करायला कोणी पुढे येत नाही.

३८) **रोज मरे त्याला कोण रडे?** – नेहमीच घडणाऱ्या गोष्टींकडे कोणी लक्ष देत नाही.

३९) **लेकी बोले सुने लागे** – एकाला उद्देशून बोलताना, मनातला खरा हेतू मात्र ते बोलणे दुसऱ्याला लागू पडेल असा असतो.

४०) **वासरात लंगडी गाय शहाणी** – इतर अज्ञानी लोकांमध्ये थोडे ज्ञान असणाऱ्यालाही मोठेपण लाभते.

४१) **व्याप तितका संताप** – कामाची जबाबदारी जितकी अधिक तितकी चिडचिड जास्त होते.

४२) **शेंडी तुटो की पारंबी तुटो** – एखादी गोष्ट करण्यास कितीही त्रास झाला तरी दृढ निश्चयाने ती पूर्ण करणे.

४३) **सरड्याची धाव कुंपणापर्यंत** – प्रत्येक गोष्टीच्या सीमा ठरलेल्या असतात.

४४) **हत्ती गेला अन् शेपूट राहिले** – हाती घेतलेले काम जास्तीत जास्त उरकले जाणे पण थोड्या राहिलेल्या कामात सुद्धा अडचणी येणे किंवा जास्तीत जास्त काम उरकताना खूप कष्ट पडणे व आता थोडेच शिल्लक राहिले असा दिलासा वाटणे.

४५) **हिरा तो हिरा, गार ती गार** – खऱ्या गुणी माणसाचे गुण व्यक्त झाल्याशिवाय, सर्वांसमोर आल्याशिवाय राहात नाहीत. गारेला कधी हिऱ्याचे तेज येत नाही.

आशय खुलविण्यासाठी वाक्प्रचारांइतक्या म्हणीही उपयुक्त ठरतात. अगदी हिंदी, इंग्रजी भाषेतील काही म्हणींचा सुद्धा बोलताना लिहिताना वापर करता येईल. त्यासाठी काही म्हणी –

हिंदी –

१. एक पंथ दो काज ।

२. ओखलीमें सिर दिया तो मुसलों से क्या डर ?

३. खोदा पहाड़ निकली चुहिया ।

४. जब तक साँस तब तक आँस ।

५. जान बची, लाखों पाये ।

६. फिकर फकीरे खाय ।

७. बंदर क्या जाने अद्रकका स्वाद

८. भागते चोर की लंगोटी भली ।

९. मुँह में राम बगल में छुरी ।

१०. साँच को आँच नहीं ।

इंग्रजी –

१. Actions speak louder than words.
२. Better be alone than in a bad company.
३. Clothes do not make the man.
४. Friends are thieves of time.
५. Keep some till more will come.
६. Many a small make a great.
७. Peace hath her victories more glorious than war.
८. Time lost cannot be recalled.
९. Virtue has all things in itself.
१०. Youth and age will never agree.

इतर देशांतील प्रचलित अशा काही निवडक म्हणी –

१. एकदा निघून गेलेला शब्द चार घोड्यांची गाडी पाठविली तरी परत येत नाही – **चिनी**
२. कल्पना ही सर्वात जुलमी राजासारखी असते – **जर्मन**
३. नावे बदलली की गोष्ट तुला लागू होईल – **रोमन**
४. रागाचा उगम मूर्खपणात व अंत पश्चात्तापात होतो – **ग्रीक**
५. शहाणा मनुष्य दोनदा फसत नाही – **अरबी**
६. अंधाराला कोसत बसण्यात वेळत दवडण्यापेक्षा एखादी पणती लावावी.
– **चीनी**
७. जे रक्तात असते ते स्वभावात वागण्यात प्रतिबिंबित होतेच – फ्रेंच
८. जातीच्या मूर्खांना शहाणपणाचे विचार पटवत बसणं हा मूर्खपणा आहे.
– **जपानी**
९. क्षमता तुम्हा उंचीवर नेते पण शील त्या उंचीवर तुम्हाला टिकवून ठेवते
– **इंग्लंड**
१०. आधारवडाच्या मूळावरच घाव घालू नये – **रशियन**

■ ■ ■

प्रकरण पाचवे

आधुनिक भाषाविज्ञानाचा परिचय

आधुनिक भाषाविज्ञानाचा स्थूल परिचय होण्याच्या दृष्टीने ध्वनी, स्वन, स्वनिम, रुपिम या अभ्यासघटकांचा समावेश उच्च माध्यमिक वर्गांच्या नवीन अभ्यासक्रमात केला आहे. इथे प्रत्येकाचा अतिशय ढोबळ परिचय करून दिला आहे. सखोल, सूक्ष्म भाषाशास्त्रीय विवेचन फारसे केलेले नाही.

५.१ ध्वनी – (sound)

ध्वनी हा भाषेचा आद्य घटक आहे. मानवाला ध्वनी निर्माण करण्याची शक्ती टप्प्याटप्प्याने प्राप्त झाली. आवाजाच्या सामर्थ्याचे ज्ञान होण्यापूर्वी अंगविक्षेप, हावभाव, अभिनय या माध्यमातून माणूस आपले विचार, विकार, भावना स्पष्ट करत असला पाहिजे. यानंतर मुखावाटे निरनिराळे ध्वनी काढून त्यातून माणसाने भाषा निर्माण केली. ध्वनीपासून निर्माण झालेली भाषा हीच खरी भाषा. भाषा ही मूलत:च ध्वनिरूप असते. प्रत्येक भाषेत जे ध्वनी असतात त्यांच्यावरून त्या भाषेचे स्वरूप निश्चित होते. मुखावाटे उच्चारले गेलेले अर्थयुक्त ध्वनी म्हणजे भाषा. भाषा ही ध्वनींनी बनलेली असते असे म्हणण्यापेक्षा, ती ध्वनिसंकेतांनी बनलेली असते असे म्हणणे अधिक योग्य ठरेल. सर्व वर्ण व अक्षरे मूलत: ध्वनिरूपच आहेत. लिखित स्वरूपातली भाषा ही खरे म्हणजे ध्वनिरूप वर्णांची किंवा अक्षरांची चिन्हे असतात. ध्वनी दाखविणारी लिखित चिन्हे म्हणजे वर्ण. माणसाच्या 'ध्वनी निर्माण शक्ती'चा संबंध त्याच्या श्वसनसंस्थेशी जोडला जातो. नासिका विवर, स्वरयंत्र आणि फुफ्फुसे ही ध्वनिर्मितीची तीन प्रमुख साधने आहेत.

ध्वनिचिन्हांचे स्वर आणि व्यंजन असे उच्चारावरून दोन प्रकार पडतात. व्यंजनांचे कंठ्य, तालव्य, मूर्धन्य, दन्त्य, ओष्ठ्य असे मुखातील अवयवांवरून निरनिराळे प्रकार पडतात. त्या प्रकारांवरून '**अल्पप्राण**' व '**महाप्राण**' ध्वनी असेही वर्गीकरण केले जाते. ध्वनीच्या उच्चारणाच्या वेळी हवा जास्त प्रमाणात बाहेर सोडली गेली की 'महाप्राण' ध्वनी निर्माण होतो, तर अल्पप्राण ध्वनींच्या उच्चाराच्या वेळी फुफ्फुसातून बाहेर पडणाऱ्या हवेचे प्रमाण अत्यल्प असते.

संस्कृतमधील '**ध्वन**' पासून आवाज याअर्थी ध्वनी शब्द निर्माण झाला. संस्कृतमध्ये ध्वनींच्या शास्त्राला प्राचीन काळी **शिक्षाशास्त्र** असेही म्हटले जात

असे. ग्रीक मधील Phone या शब्दाचा ध्वनी असा अर्थ होतो. भाषाशास्त्रात ध्वनिशास्त्रासाठी **फोनेटिक्स** (Phonetics); **फोनॉलजी** (Phonology) या दोन संज्ञा योजल्या जातात. जगातील कुठल्याही भाषेस ध्वनिशास्त्राचे जे नियम लावता येऊ शकतील त्याला फोनेटिक्स म्हणतात आणि विशेष प्रकारच्या भाषेचे जे ध्वनिशास्त्र ते फोनॉलजी. फोनॉलजीमध्ये व्यावहारिक विचार अधिक असतो.

शरीरशास्त्राच्या दृष्टीने ध्वनींचे विवेचन करणारा पहिला ग्रंथ १८५६ साली लिहिला गेला. जर्मन शरीरशास्त्रज्ञ **ब्रूक** यांच्या या ग्रंथाने ध्वनिशास्त्राच्या अभ्यासाला चालना मिळाली. चेर्माक, होल्मसोल्स, ब्रेल, झिफेर्स या शास्त्रज्ञांनी ध्वनींचा शास्त्रीय अभ्यास केला. स्वीट, रुसलो यांनी यंत्रसाह्याने ध्वनींना मूर्त रूप देऊन सूक्ष्म भेदांच्या अभ्यासास सुरुवात केली. १८२२ साली **ग्रिम** यांनी ध्वनिविषयक सिद्धांत मांडून भाषाशास्त्राचा पाया पक्का केला.

मानवाप्रमाणे प्राण्यांमध्येही आवाज उत्पन्न करण्याचे सामर्थ्य असते. प्राणीही ध्वनी निर्माण करून आपले भाव काही प्रमाणात का होईना पण व्यक्त करतात. अर्थात त्यांचे हे सामर्थ्य मर्यादित आहे. त्यांच्या ध्वनींची संख्याही मोजकी आहे. मानवी ध्वनींमध्ये स्वतंत्र भाषानिर्मितीचे सामर्थ्य आहे. मात्र मानवी ध्वनी हे कोणा एका माणसाच्या मालकीचे नसतात. ते समाजाच्या, एका संपूर्ण समूहाच्या मालकीचे असतात. ईश्वराने प्रत्येक व्यक्तीला व्यक्तिगत ओळख त्याच्या आवाजावरून बहाल केली आहे. किमान श्रम हा ध्वनीचा एक गुण आहे. ध्वनींच्या उच्चारणात कमीत कमी शारीरश्रम लागतात. ध्वनी हा सहज उपलब्धही आहे आणि आपण त्याचा सदैव वापर करू शकतो. म्हणजेच ध्वनी कालातीत असतात. ध्वनीचे प्रसरण जलद गतीने सर्व दिशांनी होते. लवचिकता या गुणामुळे आशयाबरोबर आशयामागची भावनाही व्यक्त होते. एखादी व्यक्ती आपल्याशी बोलताना प्रेमाने, रागाने का आश्चर्याने बोलत आहे हे ध्वनींच्या लवचिकतेमुळे कळते. ध्वनींच्या अशा विविध गुणांमुळे ध्वनी संप्रेषणातील सर्वात प्रभावी व श्रेष्ठ माध्यम ठरते. उच्चारणात ध्वनी श्राव्य असतो. लेखनात तो दृश्य होतो. भाषेत वापरले जाणारे ध्वनी आणि त्यांच्या लेखनासाठी वापरली जाणारी चिन्हे यांचे प्रमाण समान नसते म्हणून उच्चार व लेखन यात फरक पडतो. हे अंतर कमी करण्यासाठी लेखन जास्तीत जास्त ध्वनिनिष्ठ करण्याचा प्रयत्न केला जातो.

मराठीत वापरात असलेली ध्वनिचिन्हे किंवा वर्ण ह्यांना देवनागरी लिपीचे वर्ण म्हणतात. उच्चाराधिष्ठित म्हणजेच स्वनीय वर्णमाला रोमन लिपीमध्ये देण्याचे एक मोठे कार्य **'इंटरनॅशनल फोनेटिक असोशिएशनने'** (IPA) केले आहे.

एखाद्या ध्वनीने किंवा ध्वनिसमुच्चयाने ठरावीकच अर्थबोध का होतो हे सांगणे कठीण आहे. कारण एखाद्या समाजाने विचारभावना आदान-प्रदानासाठी विशिष्ट ध्वनींनी बनलेला शब्द विशिष्ट अर्थाने उपयोगात आणला एवढाच त्याचा अर्थ असतो. म्हणून ध्वनिनियम कोणत्या तरी एखाद्या विशिष्ट भाषेचा असतो. एका भाषेचा ध्वनिनियम दुसऱ्या भाषेसाठी लागू पडत नाही. उदा. मराठीतील 'चादर' शब्दाचा उच्चार हिंदीतील 'चादर' शब्दापेक्षा वेगळा आहे. हिंदीत 'च' फक्त 'तालव्य'च आहे; पण मराठीत चिवडा, चिंच, चयन (तालव्य) आणि चूल, चौक, पाच (दन्त्य तालव्य) अशा दोन्ही प्रकारे येतो. मराठीतील ध्वनी व त्यांची चिन्हे (वर्ण), त्यांच्या उच्चाराची स्थाने, त्यांचे प्रकार यांची एकत्रित माहिती खालील तक्त्यात दिली आहे.[१]

ध्वनी व त्याचे लिपीतील योग्य चिन्हांत लेखन करताना काही गोष्टींकडे लक्ष द्यावे

स्वर	व्यंजने	उच्चारस्थान (स्पर्शाचे स्थान)	प्रकाराचे नाव
अ आ	क् ख् ग् घ् ङ् ह्	कंठ	कंठ्य
इ ई	च् छ् ज् झ् ञ् श् य्	तालू	तालव्य
ऋ	ट् ठ् ड् ढ् ण् र् श्	मूर्धा	मूर्धन्य
लृ	त् थ् द् ध् न् स् ल्	दंत	दन्त्य
उ ऊ	प् फ् ब् भ् म् व्	ओष्ठ	ओष्ठ्य
ए ऐ	-	-	कंठतालव्य
ओ औ	-	-	कंठौष्ठ्य
य् र् ल् व्	-	-	अंतस्थ अर्धस्वर
श् ष् स्	-	-	उष्म
ह्	-	-	महाप्राण

लागते.

१) भाषेच्या आविष्कारासाठी उच्चारल्या जाणाऱ्या ध्वनींचा उच्चार योग्य रीतीने करणे.

२) ध्वनींचा निर्देश लेखनात योग्य चिन्हांनी करणे.

३) उच्चारात ध्वनींचा क्रम असेल तोच क्रम लेखनात कायम ठेवणे.

४) ध्वनींच्या उच्चारात घेतला गेलेला विराम लेखनातही दर्शविणे.

ध्वनींच्या उच्चारात फरक पडला तरी उच्चारणस्थान, उच्चारण्याचा प्रयत्न आणि

१) मराठी व्याकरणाचे व्याकरण - कृ. पां. कुलकर्णी. ग. मो. पाटील पृ. ६

उच्चारासाठी उपयोगात येणारे अवयव या दृष्टींनी त्यांच्यात साम्य असते. उदा. 'ग'चा उच्चार वेगवेगळ्या प्रकारे केला जातो. जसे गहू, गाव, गायन, गॅरिसन, गॉस्की या सर्व शब्दांत 'ग'चा उच्चार भिन्न आहे; पण वेगळ्या ध्वनिचिन्हांनी तो दर्शविला जात नाही.

कालाच्या ओघात ध्वनी बदलतात. ध्वनींचे उच्चार बदलतात, त्यांचा क्रम बदलतो, क्वचित अर्थही बदलतो; पण असे बदल हे भाषेच्या जिवंतपणाचे लक्षण आहे. ऋ, लृ हे ध्वनी कालबाह्य झाले आहेत तर ॲ, ऑ हे ध्वनी मराठीत नव्याने सामील झाले आहेत. एकदा एक ध्वनी उच्चारला की तोच तसाच परत उच्चारला जात नाही, म्हणून ध्वनींचे वर्णन ध्वनी अद्वितीय असतात असे केले जाते.

ध्वनीत वेळोवेळी होणाऱ्या बदलास '**ध्वनिपरिवर्तन**' म्हणतात आणि ध्वनिपरिवर्तन अमर्याद असते, नकळत होत असते. कालांतराने होणाऱ्या बदलाचा तर्क करता येत नाही. म्हणूनच ध्वनिपरिवर्तन अज्ञेय असते. ध्वनि परिवर्तन शब्दात न होता त्यातील वर्णात अथवा वर्णसंघात घडून येते. जगातील सर्व भाषांच्या ध्वनीच्या इतिहासात ध्वनिपरिवर्तन आढळते.

५.२ : स्वन (Phone)

ध्वनी हा शब्द व्यापक आहे आणि भाषेतील ध्वनी हा शब्द मर्यादित आहे. इंग्रजीत ध्वनीला Sound आणि भाषेतील ध्वनीला Phone असे म्हणतात. ध्वनिनिर्मीतीमध्ये मुखाचे स्थान महत्त्वाचे असते हे आपण पाहिलेच. मानवी मुखावाटे निर्माण झालेल्या आणि भाषेसाठी वापरल्या जाणाऱ्या ध्वनींना 'स्वन' असे म्हणतात. मानवी मुखावाटे कितीतरी ध्वनी निर्माण होतात; पण ते सगळेच भाषानिर्मितीसाठी वापरले जात नाहीत. काही ध्वनींमध्ये (आवाजांमध्ये) भाषिक क्षमता नसते. उदा. माणसाच्या घोरण्याच्या, जांभईच्या, शिंक-खोकल्याच्या आवाजात, टाळी-चुटकी यांच्या आवाजात भाषानिर्मितीची क्षमता नाही. तसेच प्राणी-पशुपक्षी यांचे आवाज ध्वनी आहेत पण स्वन नाहीत. विमान, रेल्वे यांचे आवाजही ध्वनी आहेत पण स्वन नाहीत.

"जे मुखावाटे उच्चारले जातात, ज्यांचे उच्चारण मोठ्या प्रमाणात अनेकांकडून केले जाते, जे स्वतंत्रपणे आणि एकामागोमाग एक उच्चारले जातात, ज्यांच्या संयोगातून शब्द बनविता येतात असे भाषाध्वनी म्हणजेच स्वन."[१] अशी स्वनांची व्याख्या करता येईल. भाषेकरता उपयुक्त असे कार्य करू शकणारा कोणताही ध्वनी म्हणजे स्वन होय. ध्वनी असंख्य असतात आणि स्वन मर्यादित असतात ते यामुळेच. मानवी मुखावाटे स्वन निर्माण होण्याची एक प्रक्रिया आहे. श्वासनलिकेतून फुफ्फुसापर्यंत

१) अभिनव भाषा विज्ञान - डॉ. ग. ना. जोगळेकर पृ. ३२

शुद्ध हवा पोहचविली जाते. त्यातून प्राणवायूचा पुरवठा शरीराला होतो. फुफ्फुसातून अशुद्ध हवा बाहेर टाकली जाते आणि पुन्हा नव्याने शुद्ध हवा आत घेतली जाते. अशुद्ध हवा बाहेर टाकली जात असतानाच स्वननिर्मितीचे कार्य सुरू होते. स्वरतंत्रीचा खालचा भाग स्वननिर्मितीच्या दृष्टीने क्रियाशील असतो. स्वरतंत्रीतील तंतूंचे कंपन होणे व न होणे या एका क्रियेमुळे दोन प्रकारचे ध्वनी निर्माण होतात. कंपनयुक्त ध्वनींना (स्वनांना) 'घोष' किंवा नाद म्हणतात. सर्व स्वर आणि ग्-घ्, ज्-झ्, ड्-ढ्, द्-भ् ही व्यंजने; 'घोष' ध्वनी आहेत. कंपनरहित ध्वनींना 'अघोष' असे म्हणतात. क्, त्, प् ही व्यंजने अघोष ध्वनी आहेत. घोष आणि अघोष हे दोन प्रकारचे स्वन आहेत. अल्पप्रमाण आणि महाप्राण हेही स्वनांचे प्रकार पडतात. हवा कमी वापरल्याने निर्माण होणाऱ्या स्वनांना अल्पप्रमाण स्वन म्हणतात. (उदा. क्-ग्, च्-ज्, ट्-ड्, त्-द्, प्-ब्) तर हवा अधिक वापरल्याने निर्माण होणाऱ्या स्वनांना महाप्राण स्वन म्हणतात. (उदा. ख्-घ्, छ्-झ्, ठ्-ढ्, थ्-ध्)

स्वरनिर्मितीच्या वेळी कंपन होणे हा प्रयत्न व्हावाच लागतो, व्यंजननिर्मितीच्या वेळी मात्र कंपन होणे आणि कंपन न होणे हे दोन्ही प्रकारचे प्रयत्न होत असतात. काही विशिष्ट स्वन नाकाच्या पोकळीतून हवा बाहेर पडल्यासच निर्माण होऊ शकतात. ङ्, ण्, न्, म् यांसारखे स्वन अनुनासिक आहेत.

स्वनाचा उच्चार हा व्यक्तिसापेक्ष असतो. लहान-मोठा, स्त्री-पुरुष असा भेद स्वन उच्चारातून कळतो. स्वनाच्या उच्चारणावरून व्यक्तीची मन:स्थितीही कळते, भौगोलिक वैशिष्ट्ये लक्षात येतात. प्रत्येक स्वन दुसऱ्या स्वनापासून वेगळा असतो, म्हणून तर शब्दांमध्ये वेगळेपण राहते. तोडा-फोडा हे दोन शब्द 'त्' व 'फ्' या दोन वेगवेगळ्या स्वनांमुळे वेगळे ठरतात. स्वनांचे उच्चारण कधी एकसुरी नसते. त्यामुळे प्रत्येक शब्द आपल्याला स्वतंत्रपणे कळतो. प्रत्येक भाषेच्या प्रकृतीनुसारही स्वनांचे गुणधर्म ठरतात. स्वन या संज्ञेत अभिप्रेत आहे की, ज्याचे अधिक विभाजन करता येणार नाही असे उच्चारणाचे लहानात लहान रूप.

५.३ : स्वनिम – (Phoneme)

एखादा स्वन जेव्हा प्रत्यक्ष एखाद्या भाषेत वापरला जातो तेव्हा तो स्वन न राहता '**स्वनिम**' बनतो. भाषेत प्रत्यक्ष स्वनिमे वापरली जात नाहीत तर त्या स्वनिमांची 'स्वनांतरे' (Allophone) वापरली जातात. एखादा भाषानिरपेक्ष स्वन जेव्हा एखाद्या भाषेत वापरला जातो तेव्हा तो भाषासापेक्ष बनतो. म्हणजेच विशिष्ट भाषेपुरता तो मर्यादित बनतो. अशा भाषासापेक्ष स्वनालाच 'स्वनिम' म्हणतात. स्वनिम हा भाषेतील

लघुतम ध्वनिघटक आहे. स्वनाला त्या त्या भाषेचा संदर्भ प्राप्त होतो म्हणून त्यास स्वनिम म्हणतात. भाषानिरपेक्ष स्वन प्रत्यक्ष एखाद्या भाषेत कार्यरत झाले की स्वनिम बनतात. उदा. मराठीतील 'त' आणि 'ट' यांच्यामध्ये बसणारा इंग्रजीतील 'T' (ट) हा स्वन आहे; खरे तर 'त-ट' या दोन्ही वर्णांत न बसणारा स्वन आहे.

स्वनिम हा प्रत्यक्ष ध्वनींचा उच्चार नसतो; तर सारख्याच वाटणाऱ्या ध्वनींच्या उच्चारांना एकत्र बांधून ठेवणारा तो काल्पनिक संबोध असतो. म्हणजे तो भाषाव्यवस्थेच्या पातळीवरचा अमूर्त घटक असतो. भाषेचे मूलभूत घटक म्हणजे स्वनिम आणि स्वनिमविचार हा वर्णनात्मक भाषाशास्त्राचा मूलाधार आहे. स्वनिमांची व्याख्या अशी करता येईल -

''विशिष्ट भाषेतील अनेक सदृश्य स्वनांच्या गटाला किंवा स्वनिक साम्ये असलेल्या स्वनांच्या गटाला स्वनिम असे म्हणतात.''[१] अमूर्त स्वनिम सदृश्य गटांचे नेतृत्व करीत असतात. अर्थभेद नसणाऱ्या आणि उच्चारात भिन्नता असूनही साम्यतत्त्व असणाऱ्या गटांचे प्रतिनिधित्व स्वनिम करीत असतात.

मुखावाटे बाहेर पडणाऱ्या व भाषेत वापरल्या जाणाऱ्या ध्वनीस/स्वनास '**खंडकीय स्वनिम**' असे म्हणतात. खंडकीय स्वनिमांना लेखनात चिन्हे ठरलेली आहेत; पण प्रत्यक्ष लिपिचिन्ह नसलेल्या आणि खंडकीय स्वनिमांवर आधारित असणाऱ्या स्वनिमांना '**खंडाधिष्ठित स्वनिम**' असे म्हणतात. वंश, कंस, हिंसा, सिंह, संहार, दंश इत्यादी अनेक नासिक्य स्वनांना चिन्ह नसल्याने त्यांचा समावेश खंडाधिष्ठित स्वनिमांमध्ये करावा लागतो.

भाषेतील वाक्य जे मुख्यत: त्या भाषेच्या स्वनव्यवस्थेमधल्या स्वनिमांचे बनलेले असते. मराठी भाषेत अ/आ/क्/म्/त्/ट् असे कितीतरी स्वनिम आहेत. या स्वनिमांना स्वत:चा वेगळा असा अर्थ नसतो. भाषेत येताना अनेक स्वनिम एकत्र होऊन त्यांचा शब्द बनतो. क्, आ, ढ्, आ हे स्वनिम एकत्र अनुक्रमाने आले की काढा असा शब्द तयार होतो. मूलत: निरर्थक असलेले वर्ण एकत्र आले की सार्थक शब्द तयार होतो. एखाद्या शब्दाचा अचूक बोध ठरावीक रचनेने का होतो? 'पूजन' म्हणजेच ईश्वराला भजणे का? नपूज, जनपू, नजपू म्हणजे 'भजणे' का नाही? याचे एकच कारण देता येते ते म्हणजे लोकरूढी. लोकरूढी का व कशी पडते याचे उत्तर ऐतिहासिक भाषाविज्ञानात मिळते. आभाळ शब्द उच्चारल्यावर मराठी भाषेच्या माहीतगाराला प्रत्येकाला एकच बोध होतो. कोणता स्वन आपल्या भाषेतला आहे व कोणता

१) मराठीचे वर्णनात्मक भाषाविज्ञान – डॉ. महेंद्र कदम पृ. १०५

आपल्या भाषेतला नाही हे अंत:प्रज्ञेने ओळखता येते. म्हणूनच 'खातो' शब्द मराठी बोलणारा माणूस 'खाटो' असा उच्चारणार नाही.

ध्वनिशास्त्र म्हणजेच स्वनविज्ञान. वर्णनात्मक ध्वनिशास्त्र, ऐतिहासिक ध्वनिशास्त्र, तुलनात्मक ध्वनिशास्त्र या वर्गीकरणाप्रमाणे उच्चारणावर आधारित ध्वनिशास्त्र- कोणाही भाषा अभ्यासकाला याचा अधिक उपयोग होतो - (Articulatory phonetics), भौतिक ध्वनिशास्त्र (Acoustic phonetics), श्रोतिक ध्वनिशास्त्र (Auditory phonetics) असेही वर्गीकरण केले जाते. यालाच ध्वनीची निर्मिती-प्रसृती-स्वीकृती असे म्हणता येईल.

स्वनांतरे - (Allophones)

एखादा स्वन भाषेत वापरला जातो तेव्हा तो स्वनिम न राहता स्वनांतर बनलेला असतो. उदा. कागद, आगपेटी, गद्‌गद्, माग या सर्व शब्दांमध्ये 'ग्' या स्वनाचा उच्चार प्रत्येक ठिकाणी वेगळ्या पद्धतीने होतो. आद्य 'ग्' पेक्षा मध्य 'ग्'चा उच्चार (कागद) अधिक अल्प प्रमाणात होतो. 'माग' मधील 'ग्' स्वररहित उच्चारला जातो. आगपेटी मधील 'ग' 'क' सारखा उच्चारला जातो. प्रत्येक 'ग्'चा उच्चार भिन्न असूनही त्यांच्या उच्चारात साम्यही आहे, ते परस्परपूरक आहेत. सर्व पद्धतीने उच्चारल्या जाणाऱ्या 'ग्' ला /ग/ या स्वनिमाची स्वनांतरे म्हणतात. स्वनिक साम्य असलेली स्वनांतरे आहेत. झाक, झगा, झकास, झगमग या प्रत्येक शब्दातील 'झ' चा उच्चार वेगळा होतो; पण त्याचे संदर्भ मात्र निश्चित असतात. भेदापेक्षा साम्यच त्यात अधिक असते. /झ/ या स्वनिमाची ती स्वनांतरे आहेत. स्वनिम-स्वनांतर यांची काही उदाहरणे तक्ता स्वरूपात पाहू-

स्वनिम — स्वनांतर

[ढ़] गाढ, लढा

/ढ/

[ढ्] ढग, ढाल

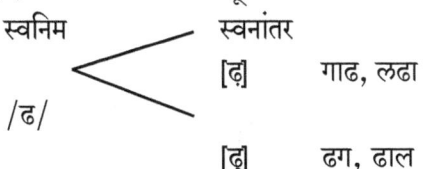

स्वनिम // अशा तिरप्या रेषांनी दर्शविले जातात. स्वनांतरे चौकोनी कंसाने दर्शविली जातात. खालील प्रकारे स्वन-स्वनिम-स्वनांतरे ही संकल्पना अधिक स्पष्ट होईल-

'घ'- स्वन: भाषाविरहित अवस्था. 'घडा'- भाषिक अवस्था. 'घ' आणि 'डा' ही स्वनिमे. घडा, घंगाळ, घेरा, घाऊक या शब्दांमधील 'घ'ची विविध रूपे म्हणजे 'घ'ची स्वनांतरे होत. अंदाजक्षम व परस्परपूरक विनियोग असलेल्या स्वनांना एकाच

स्वनिमाची भिन्न स्वनांतरे म्हटले जाते. उदा. - 'डाळ' आणि 'सडा' यातील 'डा'चा उच्चार वेगळा होतो हे ओळखता येते. यातील 'डा' व 'ड़ा' हे भिन्न स्वन नाहीत तर भिन्न स्वनांतरे आहेत.

यावरून आपण म्हणू शकतो की एखाद्या भाषेत वापरल्या जाणाऱ्या आणि काही प्रमाणात उच्चारसाम्य असणाऱ्या स्वनांचा वर्ग म्हणजे 'स्वनिम' होय आणि त्या स्वनिमाची विविध रूपे म्हणजे 'स्वनांतर' होय. स्वनांतरांना स्वनिम एकत्र बांधून ठेवतो. वेगवेगळ्या स्वनांतरांना एकत्र ठेवण्याचे कार्य स्वनिम करत असतो. स्वनिम-स्वनांतराचे कार्य पुढील उदाहरणातून लक्षात येईल.

उदाहरण -

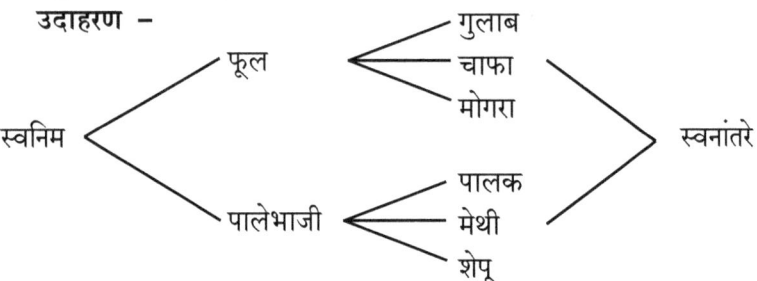

'फूल' या स्वनिमाचे प्रत्यक्ष अस्तित्व सिद्ध करणे अवघड आहे. ते अस्तित्व गुलाब, चाफा, मोगरा यांच्या संदर्भाने मात्र स्पष्ट होते. तसेच 'पालेभाजी' चे अस्तित्व सिद्ध करण्यासाठी पालक, मेथी, शेपू हे संदर्भ उपयोगी ठरतात. म्हणजे 'फूल', 'पालेभाजी' या संज्ञा स्वनिमाप्रमाणे काल्पनिक आहेत; पण गुलाब, चाफा, मोगरा; पालक, मेथी, शेपू या संज्ञा स्वनांतरासारख्या प्रत्यक्ष अस्तित्वात आहेत. येथे स्वनिम आणि स्वनांतरे दोघांचे अस्तित्व परस्परावलंबी आहे. स्वनिम काल्पनिक असूनही स्वनांतरांवर सत्ता गाजवतात. स्वनिम हा एक काल्पनिक बोध आहे; स्वनांतरे ही त्याची प्रात्यक्षिके आहेत. त्यामुळे भाषेत वापर स्वनांतरांचाच होतो. स्वनिम आणि स्वनांतरे ही कोणत्या तरी एका भाषेची विशेषके असतात. त्यांचा भाषानिरपेक्ष विचार होऊ शकत नाही. भाषेच्या अभ्यासासाठी त्या भाषेत असणाऱ्या स्वनिमांचा शोध प्रथम घ्यावा लागतो. स्वनांतर हे स्वन असतात; पण प्रत्येक स्वन हा स्वनांतर असेलच असे नाही.

५.४ : रूप (Morphe) व रुपिम (Morpheme)

अर्थपूर्ण ठरणाऱ्या भाषिक घटकांना 'रूप' असे म्हणतात. स्वनविचाराप्रमाणे रूपविचारही भाषानिरपेक्ष असतो. रूपविचार 'व्याकरणसापेक्ष' असतो. म्हणजे एखाद्या रूपाला जो कोशगत (lexicon) अर्थ असतो. त्याअंगाने रूपविचाराचा

अभ्यास केला जातो. **रूपे जेव्हा भाषेत वापरली जातात तेव्हा ती रुपिमे बनतात.** उदा. 'मुलगा खेळत आहे' या वाक्यात 'मुलगा' शब्दाचा अर्थ केवळ कोशगत नसून त्यास भाषासापेक्ष असा अर्थ प्राप्त झाला आहे. त्याचा खेळण्याच्या प्रक्रियेशी संबंध आला आहे. म्हणजे 'मुलगा' या रूपाला केवळ कोशगत अर्थ न राहता खेळण्याच्या क्रियेशी संबंध आल्याने ते रुपिम बनले आहे. त्याचा मराठी भाषेच्या संदर्भातही विचार होतो. कोणतीही रूपे भाषेत उपयोजिली जातात तेव्हा ती रुपिमे बनतात.

रुपिम शब्द 'रूप' या शब्दावरून आला आहे. भाषेत वाक्य हे रूप आहे, शब्द हे रूप आहे, शब्दातील वर्ण हेही रूप आहे; पण 'रुपिम' या सर्वांहून भिन्न आहे. **लघुतम सार्थ घटकांना 'रुपिम' म्हणतात.** 'न्यायदान' या शब्दाचे न्याय + दान अशा दोन सार्थ घटकांत विश्लेषण करता येते. त्याहून अधिक लहान सार्थ घटकांचे विश्लेषण करता येऊ शकत नाही म्हणून न्याय आणि दान या दोन घटकांना लघुतम सार्थ घटक मानावे लागते. हे लघुतम सार्थ घटक म्हणजेच रुपिम. 'बाधा' या शब्दात 'बा' आणि 'धा' हे दोन घटक किंवा रूपे दिसतात; पण ती रुपिमे नाहीत. कारण स्वतंत्रपणे या रूपांना काहीच अर्थ नाही; पण ते एकत्र आल्यावर त्यांना अर्थ प्राप्त होतो. म्हणजेच 'सार्थ रूपा'ला 'रुपिम' म्हणतात. सामान्य-असामान्य या उदाहरणात सामान्य शब्द रुपिम आहे कारण त्याचे आणखी सार्थ लघुतम रूपात विश्लेषण होऊ शकत नाही. 'असामान्य' हा शब्द 'साधित शब्द' आहे. त्यातील 'अ' हे रूप पूर्वप्रत्ययाचे काम करते. असामान्य शब्दातील 'अ' या रूपाचा स्वतंत्र किंवा मुक्त प्रयोग मराठीला मान्य नाही. म्हणजेच 'अ' हे बद्ध रूप आहे. दुसऱ्या कोणत्याही रूपाला जोडूनच ते येऊ शकते; मुक्त येऊ शकत नाही. मात्र या शब्दातील 'सामान्य' हे मुक्त रूप आहे.

स्वन, स्वनिम यांनाच भाषेचे मूलद्रव्य असेही म्हणतात. या मर्यादित मूलद्रव्याच्या आधारे कितीतरी संरचना बनवता येतात. 'रुपिम' ही अशीच एक संरचना आहे. अर्थपूर्ण स्वनिमसमूह म्हणजे रुपिम. रुपिम विचार म्हणजे शब्दविचार. भाषाशास्त्रज्ञ शब्दकोशातील शब्द आणि व्याकरणातील शब्द यांची गल्लत होऊ नये म्हणून 'रुपिम' ही संज्ञा व्याकरणातील 'शब्द' साठी योजतात.

'रुपिका' म्हणजे भाषेतील अर्थपूर्ण लहान घटक. उदा. 'रस्ता' या रूपाचे रस्+ता असे अर्थदृष्ट्या विभाजन होऊ शकत नाही. 'पाट' या रूपाचे पा + ट असे विभाजन होऊ शकत नाही. हे शब्द लघुतम भाषिक रूपे म्हणजेच 'रुपिका' आहेत. अर्थ असणे, लहानात लहान रूप असणे आणि अधिक विभाजन करता न येणे या 'रुपिका' या संज्ञेच्या महत्त्वाच्या कसोट्या आहेत. उदा. 'भर' या स्वनसमूहाला

आधिक्य असा अर्थ दिला जातो; पण 'रभ' हा स्वनसमूह असला तरी त्याला कोणताही अर्थ आपण देत नाही. शब्दकोशातील शब्द हे एका दृष्टीने (भाषेत वापरले गेल्याने विशिष्ट संदर्भ प्राप्त होतो म्हणून) रुपिका असतात. स्वन भाषानिरपेक्ष असतो पण स्वनिम भाषासापेक्ष असतो; त्याच धर्तीवर 'रुपिका' संदर्भनिरपेक्ष असते पण 'रुपिम' संदर्भ सापेक्ष. उदा. मोहन सुंदर काढ चित्र. हे शब्द रुपिका आहेत आणि ते संदर्भनिरपेक्ष आहेत; पण 'मोहनने सुंदर चित्र काढले' यामध्ये संदर्भसापेक्षता असल्याने हे शब्द रुपिम ठरतात. रुपिका जेव्हा वाक्यात उपयोजिल्या जातात तेव्हा त्यांना संदर्भ प्राप्त होतो आणि संदर्भसापेक्ष रुपिकेला 'रुपिम' म्हणतात.

ज्याप्रमाणे एका स्वनिमाची अनेक स्वनांतरे असू शकतात त्याप्रमाणे एका रुपिमाची अनेक रुपिकांतरे असू शकतात. रुपिकांतरांची स्थाने ठरलेली असतात. एका रुपिकांतराच्या जागी दुसरे रुपिकांतर येऊ शकत नाही. 'घोडा' चे 'घोड्या' हे सामान्यरुप आहे. (विभक्तिप्रत्यय लावण्यासाठी योग्य रूप) उदा. 'घोड्याला' एकवचनी सामान्यरूप हे एकच रुपिम आहे. आ, या, ए ही रुपिमाची रुपिकांतरे आहेत.

उदा. फळ + आ = फळा.
घोडा + या = घोड्या
शाळा + ए = शाळे

मराठी रुपिमांच्या संरचनेच्या दृष्टीने पूर्वप्रत्यय व उत्तरप्रत्यय ही बद्ध रुपिमे महत्त्वपूर्ण आहेत. उदा. 'अभिमानी' या शब्दात 'अभि' हा पूर्वप्रत्यय तर 'ई' हा उत्तरप्रत्यय आहे. 'घरघर' हा शब्द 'घर' व 'घर' ह्या दोन मुक्त रुपिकांच्या संयोगाने बनला आहे असा सामासिक शब्द ठरतो; तर गडगडाट हा साधित शब्द आहे. कारण 'गडगड' या शब्दाला 'आट' हा प्रत्यय लागला आहे. 'गडगड' या ध्वनियुक्त पण अर्थहीन रूपास तो लागला आहे.

आपण 'शब्द' हा भाषेचा लघुतम सार्थ घटक आहे असे नेहमी समजतो, वास्तविक तसे नसून भाषेचा लघुतम सार्थ घटक रुपिम आहे. एका रूपाची वेगवेगळी रूपे भाषेत उपयोजिली जातात. उदा. केस, केश, केसं, क्यास अशी एका शब्दाची वेगवेगळी रूपे बोली/लिखित भाषेत येत असतात. अशा सर्व वेगवेगळ्या रूपांना एकत्र बांधून ठेवणारा प्रतिनिधी म्हणजे रुपिम होय. प्रत्यक्ष भाषेत रुपिमे न येता त्यांची रुपिकांतरे येतात. स्वनिमाप्रमाणेच रुपिम ही संकल्पना अमूर्त आहे. 'केस' या रुपिमाची केश, केसं, क्यास अशी वेगवेगळी रूपे असली तरी त्यांचा अर्थ 'केस' या रुपिमाने सीमित झाला आहे. म्हणजे 'केस' ह्या रुपिमाची ती सर्व रुपिकांतरे आहेत. रुपिकांतरांनाच

'पदांतरे' असेही म्हणतात. रूप चौकोनी कंसात [ ] तर रुपिम महिरपी कंसात { } दाखवितात.

रुपिमे आणि रुपिकांतरे यांचा परस्परसंबंध पुढील उदाहरणावरून स्पष्ट होईल.

शब्द	ए. व. सामान्यरूप	अ. व. सामान्यरूप	ए. व. सामान्य रुपिकांतरे	अ. व. सामान्य रुपिकांतरे
जागा	जागे	जागां	ए	आं
नदी	नदी	नद्यां	–	यां
पुस्तक	पुस्तका	पुस्तकां	आ	आं

रुपिमांचे प्रकार:

१) अनन्यसाधारण रुपिम –

काही शब्दांचे विभाजन करत असताना पहिले रूप/ रुपिम सार्थ असते व दुसरे सार्थ नसते. उदा. मारपीट, कपडालत्ता, यांचे विभाजन मार+पीट, कपडा+लत्ता असे होते. या विभाजनातील दुसरी पदे सार्थ नाहीत; म्हणजे त्यांचा इतरत्र स्वतंत्रपणे उपयोग करता येत नाही. अशा मर्यादित वापरल्या जाणाऱ्या रुपिमांना 'अनन्यसारधारण रुपिम' असे म्हणतात.

२) मीलन रुपिम –

'ती बाजारात गेली' या वाक्यातील 'गेली' या क्रियापदात 'गे-ल-ई' ही रुपिमे मिळतात. यातील 'ई' हे रुपिम स्त्रीलिंगी एकवचनी, तृतीयपुरुषी आहे. अशा स्त्रीलिंग, वचन, पुरुष या तीन मिश्र रुपिमांनी बनलेल्या रुपिमाला 'मीलन रुपिम' म्हणतात.

३) आशयसूचक रुपिम –

भाषेत नुसते सुट्टे शब्द येऊन चालत नाही; सुट्या शब्दांमध्ये परस्परसंबंध असावा लागतो. हे संबंध सिद्ध होण्यासाठी बद्ध रुपिमांची गरज असते. संरचनेतील अन्वयानेच संप्रेषण अर्थपूर्ण होते. आशयसूचक रुपिमांचे संच प्रत्येक भाषेत असतात. गोपाळ, सफरचंद, पर्वत हे भाषेत अर्थपूर्ण लघुतम घटक आहेत. परंतु केवळ या घटकांच्या आधारे भाषिक व्यवहार पूर्ण होत नाही.

४) कार्यसूचक रुपिम –

भाषेतील आशयसूचक रुपिमांचा अन्वय लावण्याचे महत्त्वाचे कार्य 'कार्यसूचक रुपिमे' करत असतात. उदा. गाव पाऊस नाही अशा वाक्याने अर्थबोध होत नाही; पण हे वाक्य, 'गावाकडे पाऊस पडला नाही.' असे उच्चारल्यास अर्थपूर्ण होते. या

वाक्यात 'आ-कडे-ला' अशी रुपिमे मिळतात. या रुपिमांमुळे गाव पाऊस नाही या आशयसूचक रुपिमांमध्ये अन्वय लावला जातो. म्हणजेच ज्यांना कार्यसूचकतेचा अर्थ असतो अशा रुपिमांना 'कार्यसूचक रुपिमे' म्हणतात.

या सर्व प्रकारच्या रुपिमांची निर्मिती, रुपिमांचे परस्परसंबंध, प्रत्ययांचा विचार याची पाहणी तसेच रुपिमांची होणारी रुपिकांतरे या सगळ्यांचा अभ्यास म्हणजे रूपविन्यास. रूपविन्यासामुळे अर्थपूर्ण स्वनसमूहांची आणि त्यात होणाऱ्या बदलाची कल्पना येते. रूपविन्यास अभ्यासणे म्हणजे त्या त्या भाषेतील वाक्यविन्यासाची पूर्वतयारी करणे होय.

आधुनिक भाषाविज्ञानातील ध्वनी, स्वन, स्वनिम, रूप, रुपिम यांच्या या स्थूल अभ्यासावरून भाषाशास्त्राच्या अभ्यासाची गरज, त्याचे महत्त्व यांची पूर्वतयारी व्हावी, असा हेतू आहे. भाषेलाही एक शास्त्र आहे, विज्ञान आहे आणि ते अतिशय प्रगत आहे एवढी खूणगाठ मनाशी बांधता यावी.

५.५ प्रमाणभाषा आणि बोलीभाषा यांचा परिचय

भाषा ही प्रत्येक व्यक्तीच्या परिचयाची, जिव्हाळ्याची गोष्ट आहे. व्यवहारात भाषेची अनिवार्यता असली तरी भाषेविषयी फार शास्त्रशुद्ध विचार सर्वसामान्य माणूस करीत नाही. संस्कृत धातुपाठात 'भाष् व्यक्तायां वाचि' असे म्हटले आहे. 'भाषा हे वाणीचे व्यक्त रूप' असा त्याचा अर्थ होतो.

कोशवाङ्मयात भाषा या शब्दाचा 'मानवी मुखातून निघालेली सार्थ ध्वनिसंहिता' असा त्याचा अर्थ दिलेला आहे. सामाजिक व्यवहार आणि परिस्थिती यांवर नियंत्रण ठेवणे हे भाषेचे कर्तव्य आहे. भाषेचा अभ्यास तिचे शिस्तबद्ध स्वरूप आणि कार्याचे आकलन होण्यासाठी आवश्यक असतो. भाषा कला आणि शास्त्र यांचे माध्यम असते म्हणून त्यांच्या अभ्यासासही भाषेचा अभ्यासू पूरक ठरतो.

भाषाशास्त्र हेही 'शास्त्र' म्हणून मानले जाण्यास हरकत नाही. भाषेतील ध्वनी, शब्द, वाक्य, अर्थ यांचा शास्त्रशुद्ध अभ्यास करणारे शास्त्र म्हणजे भाषाशास्त्र. भाषाशास्त्राच्या अभ्यासात प्रमाणभाषा आणि बोलीभाषा यांचा विचार होणे महत्त्वाचे आहे. कनिष्ठ महाविद्यालयीन स्तरावर त्यांचा स्थूलमानाने परिचय होणे अपेक्षित आहे.

प्रमाणभाषा–

सर्व व्यक्तिसमूहांना परस्परांशी संपर्काचे, विनिमयाचे, देवघेवीचे कार्य सुकर व्हावे म्हणून सर्वमान्य अशी एकजिनसी भाषा गरजेतून निर्माण झालेली असते. तिला आपण प्रमाणभाषा असे म्हणतो. प्रमाणभाषेचा 'शिष्टभाषा', 'मध्यवर्ती भाषा', 'बहुमान्य

भाषा' इत्यादी नावांनीही उल्लेख केला जातो. मौखिक ध्वनींची बनलेली भाषा लेखनबद्ध झाल्यावर नियमांनी जखडली जाते. मग समाजाच्या विकासाबरोबरच वाङ्मयनिर्मिती होऊ लागून त्यातील भाषा प्रतिष्ठितांची भाषा बनते. याच भाषेला प्रमाणभाषेचे महत्त्व येते. ती शिष्टसंमत असते. शिक्षण, ग्रंथनिर्मिती, शासकीय व्यवहार इत्यादींमध्ये या प्रमाणभाषेला मानाचे स्थान प्राप्त होते.

एकाच विस्तीर्ण प्रांतातील विविध बोली बोलणाऱ्या सर्वप्रकारच्या समाजास आकलन होईल अशा प्रमाणभाषेची गरज असते. सर्व बोलींना सांधून जाईल अशी प्रमाणभाषा समाजाच्या व्यवहारसौकर्यासाठी निर्माण होत असते. विनिमयासाठी सर्वांना सारखे होईल असे साधन म्हणून तिला अस्तित्व आणि प्रतिष्ठा प्राप्त होते. प्रमाणभाषेचे वर्णन 'शुद्ध भाषा' असे करण्यापेक्षा 'शिस्तबद्ध भाषा' असे करणे सयुक्तिक ठरते. ग्रांथिक प्रमाणभाषा आणि साधित प्रमाणभाषा असे प्रमाणभाषेचे दोन प्रकार पडतात.

प्रमाणभाषा ही गतिशील अशा सामाजिक व्यवहाराशी, जीवनाशी अधिक निगडित असल्यामुळे अधिक परिवर्तनशील असते, त्यामुळे तिचे स्वरूप बोलींच्या तुलनेने नवीन असते. प्रमाणभाषा औपचारिक स्वरूपाची तर बोली अनौपचारिक स्वरूपाची असते. प्रमाणभाषेपेक्षा बोलीच अधिक जुन्या असल्यामुळे प्रमाणभाषा-बोलीभाषा यांचे परस्परसंबंध जिव्हाळ्याचे ठेवण्याची जबाबदारी बोलीभाषांची असते; म्हणूनच प्रमाणभाषेच्या निर्मितीत, अस्तित्वात आणि विकासात बोलीभाषेचा वाटा फार मोठा असतो.

आता दिवसेंदिवस शिक्षण, वाहतूक वाढ, औद्योगिकीकरण, वर्तमानपत्रे व ग्रंथ यांचा प्रचार यामुळे प्रमाणभाषेचे क्षेत्र विस्तारत आहे. तिचे महत्त्व वाढत आहे. प्रमाणभाषेला समृद्ध करण्याचे सामर्थ्य बोलींमध्ये आहे. राजकारण, समाजकारण, वैचारिक क्रांती यांसारख्या कारणांनी एखादी बोलीच प्रमाणभाषेच्या अवस्थेला येते. एखादी प्रमाणभाषा ज्या वेळी ग्रांथिक बनते त्या वेळी तिला काहीसे साचेबंद स्वरूप प्राप्त होते आणि तिचा मूळचा जिवंतपणा, अर्थसौंदर्य कमी होत जाते. अशा वेळी तिच्या मदतीला तिच्या बोलीभाषाच धावून येतात. आपले अर्थवाही शब्द आणि वाक्प्रयोग तिला पुरवितात. म्हणजेच बोलीभाषांचे अस्तित्व प्रमाणभाषेला पोषक ठरते, संजीवक ठरते.

बोलीभाषा

लिपिबद्धता ही बोलीला भाषारूप येण्याची पहिली पायरी आहे. बोली म्हणजे एखाद्या विशिष्ट समाजगटाची परस्पर विनिमयाची बोलभाषा. बोली ही माणसाची

एक जिवंत निर्मिती असते. त्यामुळे बोलणाऱ्याच्या सांस्कृतिक पातळीच्या, उद्योगधंद्याच्या वगैरे अनेक खास लकबी तिच्यात उतरणे स्वाभाविक ठरते. भौगोलिक परिस्थिती, इतिहासपरंपरा, शिक्षणाचा अभाव किंवा प्रसार, व्यवसायभिन्नता इत्यादी विविध कारणांनी बोली निर्माण होतात. बोलीभाषांनाच पोटभाषा अशी संज्ञाही रूढ आहे.

दर बारा कोसांवर बोली बदलते असे म्हणतात. विस्तीर्ण अशा क्षेत्रातील एका मोठ्या समूहाकडून ज्या एकाच माध्यमाच्या आधारे विनिमय होत असतो त्या विनिमयाच्या माध्यमाला 'भाषा' म्हणता येईल. तर त्या त्या भाषेशी काही प्रमाणात साम्य ठेवणारी परंतु त्या समाजातील लहान लहान समूहांकडून दैनंदिन व्यवहारात बोलण्यासाठी वापरली जाणारी भाषा तिला 'बोली' असे म्हणता येते. मुखपरंपरेतून चालत आल्यामुळे बोलीभाषेत एकप्रकारचा जिवंतपणा, रसरशीत ताजेपणा असतो.

मेरिया पाई यांनी केलेली बोलीभाषेची व्याख्या अशी आहे- 'बोली म्हणजे एखाद्या भाषेचे एखाद्या निश्चित भू-भागात किंवा भौगोलिक क्षेत्रात बोलले जाते ते स्वरूप.' पारस्परिक बोधगम्यता, ऐतिहासिक समानता ही बोलीभाषेची काही वैशिष्ट्ये आहेत. भाषेतले स्वाभाविक परिवर्तन, परभाषेशी सतत येणारा संपर्क या बाबी बोलींच्या निर्मितीस कारण ठरतात. बोलींमध्ये प्रादेशिक जीवनातले सौंदर्य, स्वाभाविकपण उतरते. बोलींच्या अभ्यासाची महत्त्वपूर्ण साधने म्हणून बोलींचा शब्दकोश, व्याकरण, क्षेत्रमर्यादा दर्शविणारे नकाशे यांचा विचार होतो.

भाषाशास्त्राचा ऐतिहासिक पद्धतीने अभ्यास करणाऱ्याला बोलींच्या अभ्यासाची मोठी मदत होते. कारण बोलींत भाषेच्या प्राचीन स्वरूपाचे अवशेष भरपूर असतात. प्रमाणभाषेत प्राचीन भाषेचे अवशेष राहिलेले नसतात. कोकणीसारख्या बोलीत पूत, कोड, उमाप, तण, दादला, दोंदं, निके, आथिले-नाथिले इत्यादी यादवकालीन मराठी शब्द आढळतात. प्रमाणभाषेत मात्र ते प्रचारात राहिलेले नसतात.

आपल्या मातृभाषेत असणाऱ्या सर्व बोलींचा प्रत्येकाने यथार्थ परिचय करून घेणे आवश्यक आहे. त्यामुळे साहित्यिक, सांस्कृतिक जीवनाचीही ओळख होण्यास मदत होते. भाषेविषयीचे पूर्वग्रह दूर होतात, भाषेच्या समग्र अभ्यासास मदत होते.

मराठीच्या बोली

ग्रिअर्सनने मराठीच्या एकूण ३९ बोली नोंदवल्या आहेत. त्यांतल्या काही प्रमुख बोली म्हणजे वऱ्हाडी, कोकणी, खानदेशी-अहिराणी.

१) वऱ्हाडी भाषा

बुलढाण्याच्या पश्चिम घाटाच्या पुढे 'वऱ्हाडी'चा प्रांत सुरू होतो. वऱ्हाडीच्या शेवटच्या परिसरात 'हळबी' बोली बोलली जाते. मध्य प्रदेशातील बस्तर आणि रायपूर तसेच महाराष्ट्रातील चंद्रपूर (चांदा) आणि भंडारा यांच्या आसपास राहणाऱ्या हळब लोकांची ही भाषा. नागपुरी हीदेखील वऱ्हाडीची एक बोली आहे. या सर्व बोलींतील काही शब्द प्रमाणभाषेतील शब्दांसमोर पुढे दिलेले आहेत.

प्रमाणभाषा	**वऱ्हाडी बोलीभाषा**
नवरा	दाल्ला
कावळा	हाड्या
विळी	पावशी
डोळा	डोया
जवळ	जोळ

प्रमाणभाषा	**हळबी बोलीभाषा**
कपडा	कपरा
खूप	खुबे
माझा	मोचो
आई	आया

प्रमाणभाषा	**नागपुरी बोलीभाषा**
पदर	शेव
मुलगा	पोट्ट, लेक
शेवाळ	चिला
विमान	इमान
ओवी	उंबई
स्वतः	सोता
कोरडा	कोड्डा
गोदाम	गुदाम

२) कोकणी भाषा

पश्चिम घाट आणि अरबी समुद्र यांच्या दरम्यान असलेल्या समुद्रपट्टीला 'कोकण' म्हणतात. या समुद्रपट्टीवरील भागात जी मराठी भाषा बोलली जाते ती 'कोकणी'. गोमंतकी, कारवारी, मालवणी हेही कोकणी बोलीचे प्रकार आहेत. गोव्याकडची कोकणी ही मराठीची खरी बोली मानली जाते. कोकणी बोलीतील शब्द प्रमाणभाषेतील शब्दांसमोर दिले आहेत–

प्रमाणभाषा	**कोकणी बोलीभाषा**
माणूस	मिनिस
सोमवार	सोमार
कुत्रा	सुणे
देखिल	दिखिल
झोपाळा	आंदुळो
पोहे	पहू

प्रमाणभाषा	**गोमन्तकी बोलीभाषा**
आगपेटी	फोस्क
लहान मूल	भुरगे (बुर्गे)
पैरि	परवा
होळू	हळू
मी	हांव

३) खानदेशी–अहिराणी भाषा

खानदेश प्रांतावरून 'खानदेशी बोली' असे नाव पडले. अहीर–आभीर लोकांची ही भाषा त्यामुळे ती अहिराणी. या भाषेवर गुजराथी भाषेचा परिणाम झाला आहे. अहिराणीशी संलग्न असलेली 'डांगी' डांग लोकांची भाषा आहे. तिच्यावरही गुजराथी भाषेचा संस्कार. पण शब्दयोगी अव्यये, उभयान्वयी अव्यये, सर्वनामांची रूपे, सहाय्यक्रियापदे मराठीचीच असल्यामुळे ती मराठीचीच बोली मानली जाते. पुढे खानदेशी–अहिराणी बोलींतील शब्द प्रमाणभाषेतील शब्दांसमोर दिले आहे.

प्रमाणभाषा	खानदेशी बोलीभाषा
पाणी	पानी
नारळ	नारय
काळा	काया
धुळ्याला	धुयाले
घड्याळ	घड्याय
कोनाडा	बोखलं

प्रमाणभाषा	अहिराणी बोलीभाषा
गाय	गावडी
मुलगा	अंडोर
चिमणी	चिडी
सावली	छावली
मला	मले
केळी	केयी
निमंत्रण	नियतन

कुठलीही प्रमाणभाषा व त्या भाषेच्या बोलीभाषा यांत अंतर पडत असले तरी विविध बोली बोलणाऱ्यांना परस्परांच्या बोलीचा बोध प्रमाणभाषेशी त्यांचे नाते असल्यामुळे होतो. मराठी प्रमाणभाषा जाणणाऱ्यांना मराठीच्या विविध बोलींचा बोध होतो, अर्थाचे आकलन होते.

■ ■ ■

संदर्भग्रंथ सूची

१) आंबेकर वि. वा. मराठी भाषा आणि व्याकरण
   निरंतर गं. भा. वोरा अँड कंपनी पब्लिशर्स प्रा. लि.,
   मुंबई. पुनर्मुद्रण एप्रिल १९५८.

२) इंदापूरकर चं. द. **मराठी भाषा– व्यवस्था आणि अध्यापन**
   कॉन्टिनेन्टल प्रकाशन, पुणे
   पहिली आवृत्ती १९८९

३) उतेकर द. म. **वाक्प्रचार व म्हणी**
   प्रकाशक – केशव वामन जोशी,
   पुणे २

४) डॉ. कदम महेंद्र **मराठीचे वर्णनात्मक भाषाविज्ञान**
   स्नेहवर्धन पब्लिशिंग हाऊस, पुणे
   प्रथमावृत्ती – १ जाने. २००३

५) डॉ. कानडे मु. श्री. **मराठीचा भाषिक अभ्यास**
   (संपादक) स्नेहवर्धन पब्लिशिंग हाऊस, पुणे.
   द्वितीयावृत्ती २८ एप्रिल १९९८

६) कालरा सुधा **हिंदी वाक्य विन्यास**
   लोकभारती प्रकाशन, इलाहाबाद १,
   प्रथम संस्करण, १९७१

७) काळेले रा. अ. **नवे अलंकार**
   मनोहर ग्रंथमाला, पुणे २

८) कुलकर्णी कृ. पां. **शब्द, उद्गम आणि विकास**
   प्रकाशक – केशव भिकाजी ढवळे,
   गिरगाव, मुंबई.
   पहिली आवृत्ती, १९५३

९) कुलकर्णी कृ. पां. **मराठी व्याकरणाचे व्याकरण**
   पाटील ग. मो. श्री लेखन वाचन भांडार, पुणे १९६९

१०) डॉ. कुलकर्णी वि. म. **वृत्ते व अलंकार**

	एन्. के. पब्लिशिंग हाऊस, पुणे २
	आवृत्ती पाचवी १९६२.
११) कुलकर्णी सोनार	अलंकार दर्शन
	मोघे प्रकाशन, कोल्हापूर.
	प्रथमावृत्ती, १५ ऑगस्ट १९७३.
१२) खरे बाळूताई	अलंकार मंजुषा
	इचलकरंजी ग्रंथमाला,
	पुस्तक ७ वे, १९३१.
१३) गुप्त कृष्णनाथ	बुन्देली कहावत कोश
	सूचना विभाग, उत्तरप्रदेश सरकार,
	लखनऊ, १८८२
१४) डॉ. गोखले द. न.	शुद्धलेखन विवेक
	सो ऽ हम् प्रकाशन, पुणे
	आवृत्ती पहिली, १९९३
१५) गोडबोले परशुराम बल्लाळ	वृत्तदर्पण
	गव्हर्नमेंट सेंट्रल बुक डेपो, मुंबई.
	अकरावी आवृत्ती १९८०
१६) डॉ. गोविलकर लीला	मराठीचे व्याकरण
	मेहता पब्लिशिंग हाऊस, पुणे ३०.
	तृतीयावृत्ती जाने, २००१.
१७) ग्रामोपाध्ये गं. ब.	भाषा – विचार आणि मराठीभाषा
	व्हीनस प्रकाशन, पुणे.
	आवृत्ती दुसरी, जाने. १९७९
१८) जोगळेकर गं. ना.	अभिनव भाषाविज्ञान
	सुविचार प्रकाशन मंडळ, पुणे ३०
	पहिली आवृत्ती, २ ऑक्टो. १९८७
१९) डॉ. जोशी प्र. न.	सुबोध भाषाशास्त्र
	स्नेहवर्धन पब्लिशिंग हाऊस, पुणे
	द्वितीयावृत्ती २४ एप्रिल २००३
२०) डॉ. जोशी प्र. न.	सुबोध मराठी व्याकरण व लेखन
खटावकर र. अ.	नरेंद्र प्रकाशन, पुणे.

	जोशी रा. कृ.	१९७५.
२१)	**ट्रेंच एच्. जे.**	**Phrases and Names** T. Werner Laurie, London (1906)
२२)	**दामले त्र्यं. रा.** **अर्जुनवाडकर सुधा**	**मराठी शुद्ध-शब्द-सूचि** प्रकाशिका - सुधा अर्जुनवाडकर प्रथमावृत्ती, १९७४
२३)	**नरवणे विश्वनाथ दिनकर**	**भारतीय कहावत संग्रह** द्वितीय खंड, त्रिवेणीसंगम भाषाविभाग, ऑक्टो. १९७९.
२४)	**नसिराबादकर ल. रा.**	**व्यावहारिक मराठी** फडके प्रकाशन, कोल्हापूर. सहावी सुधारित व विस्तारित आवृत्ती २००२
२५)	**नहार निखिल**	**गजरा निबंधमाला** गजरा प्रकाशन, पुणे-३७. प्रथमावृत्ती, ३१ जुलै २००१.
२६)	**पटवर्धन माधवराव**	**पद्यप्रकाश** कर्नाटक पब्लिशिंग हाऊस मुंबई- २. प्रथमावृत्ती, १९३८
२७)	**डॉ. प्रसाद वासुदेवनंदन**	आधुनिक हिंदी व्याकरण और रचना त्रयोदश संस्करण, १९७७ भारती भवन पब्लिशर्स अँड डिस्ट्रिब्यूटर्स, पटना-४
२८)	**डॉ. पोतदार अनुराधा**	**मराठीचा अर्थविचार** पुणे विद्यापीठ प्रकाशन, प्रथमावृत्ती, १९६९
२९)	**फडणीस नारायण नरसिंह**	**मराठी म्हणी रत्नकोश भाग १** दोन हजार म्हणी. संपादक- काव्यरत्नावली,

		बाबजी इलेक्ट्रिक प्रेस, जळगाव-१९३५
३०)	भावे ह. अ.	**मराठी वाक्संप्रदाय व शब्द विचार**
		वरदा प्रकाशन, पुणे ३६
३१)	भिडे वि. वा.	**अलंकारांचे निरूपण**
		प्रकाशन- चित्रशाळा प्रेस, पुणे.
		सुधारुन वाढविलेली आवृत्ती, १९३१
३२)	भिडे वि. वा.	**मराठी भाषेचे वाक्प्रचार व म्हणी**
		चित्रशाळा प्रकाशन, पुणे ३०
		प्रथमावृत्ती १९१०, पाचवी आवृत्ती
		ऑगस्ट १९७१.
३३)	भिडे वि. वा.	**सरस्वती शब्दकोश**
		चित्रशाळा प्रेस, पुणे.
		भाग १ व २. दुसरी आवृत्ती १९६९
३४)	मुळे	**मुळेज हँडबुक ऑफ मराठी फ्रेजेस अँड प्रोव्हर्बज.**
		श्रीराम अँड कंपनी, बुकसेलर्स अँड पब्लिशर्स, पहिली आवृत्ती १५ जुलै १९११
३५)	मेहता आर जे.	**1001 Useful Phrases and Expressions**
		Tarapore wala BOM (1964)
३६)	लेले वा. के.	**शुद्धलेखन नियमावली**
		मुंबई १९८७
३७)	वाळंबे मो. रा.	**सुगम मराठी व्याकरण लेखन**
		नीतिन प्रकाशन, पुणे ३०
		नवीन सुधारित आवृत्ती, १९९४
३८)	प्रा. वैद्य सू. द.	**मराठीचे भाषाशास्त्र**
	प्रा. गोसावी र. रा.	मोघे प्रकाशन, कोल्हापूर.
	डॉ. सहस्रबुद्धे स. वि.	प्रथमावृत्ती, २६ जाने. १९७२.
	प्रा. देव शरद	

३९) **शेख यास्मिन** — **मराठी लेखन मार्गदर्शिका.**
राज्य मराठी विकास संस्था.

४०) **डॉ. सारस्वत माधवदेव पैन्यूली नवेन्द्र** — **सरस हिंदी व्याकरण**
ऐवरग्रीन पब्लिकेशन्स, नई दिल्ली ११०००२
संस्करण, २००३

४१) **सुखटणकर सतिन्द्रनाथ** — **बंगाली भाषा प्रवेश खंड २**
महाराष्ट्र राज्य साहित्य, संस्कृती मंडळ, १९७३.

४२) **हाटे सदाशिव विश्वनाथ** — **सर्व देशातील निवडक म्हणी**
मुंबई १९५८.

■ ■ ■

www.ingramcontent.com/pod-product-compliance
Lightning Source LLC
Chambersburg PA
CBHW060527100426
42743CB00009B/1454
9788189724399